வர்ளக்கெட்டு

வர்ளக்கெட்டு

வறீதையா கான்ஸ்தந்தின்

எதிர்
வெளியீடு

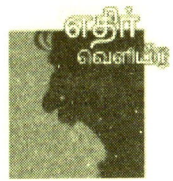

வர்ளக்கெட்டு
(சிறுகதைகள்)
ஆசிரியர் : வறீதையா கான்ஸ்தந்தின்

முதல் பதிப்பு : டிசம்பர் 2014
வெளியீடு : எதிர் வெளியீடு, 96, நியூ ஸ்கீம் ரோடு,
பொள்ளாச்சி – 642 002.
தொலைபேசி : 04259 – 226012, 98650 05084.

விலை : ரூ. 130

Varlakkettu (Short Stories)
Author : Vareethiah Konstantine

© Vareethiah Konstantine
First Edition : December 2014

Puplished by Ethir Veliyedu, 96, New Scheme Road, Pollachi - 2.
Phone : 04259 - 226012, 98650 05084.
Email : ethirveliyedu@gmail.com
www.ethirveliyedu.in

Price : ₹ 130

கதை சொல்லித் தூங்க வைத்த
என் தாயார்
எலிசபெத் கான்ஸ்தந்தினுக்கு

நன்றி

ஹாமீம் முஸ்தபா (தாமரை), சுதீர் செந்தில் (உயிர் எழுத்து),
லக்ஷ்மி மணிவண்ணன் (சிலேட்டு), நட. சிவகுமார் (திணை),
கலியபெருமாள், பா. வீரமணி (புதிய உலகு),
ஞானப்பிரகாசம் (முகப்பு ஓவியம்), குசைன் (இமேஜ், நாகர்கோவில்),
(அட்டை வடிவமைப்பு), டாட் காம் சுரேஷ் (தட்டச்சு),
பிரேமா கிருஷ்ணசுவாமி (வடிவமைப்பு), கி. சூசை அருள் (மெய்ப்பு).

உள்ளே

அறிமுகம் : கடலை எழுதுதல்		9
	எம். வேதசகாயகுமார்	
	முன்னுரை	25
1.	வர்ளக்கெட்டு	29
2.	அரயநாடு	43
3.	வெட்டாப்பு	61
4.	வரிச்சல்	80
5.	வாஸ்கோ	92
6.	சவளக்காரன்	107
7.	ஏப்பு	131

நூல் அறிமுகம்

கடலை எழுதுதல்

எம். வேதசகாயகுமார்

சுனாமி பேரலைகள் தமிழகக் கடலோர வாழ்வை அடியோடு புரட்டிப் போட்டபோது எழுந்த ஓலம், சமவெளி மனிதர்களைத் திகைக்க வைத்தது. கடலோர வாழ்வினைக் குறித்த சமவெளி மனிதர்களின் அறிவின்மை இதற்குக் காரணமாகலாம். இவர்களைப் பொறுத்தவரையில் அந்த கடலோர மனிதர்கள் 'விசித்திரமான உயிர்ப்பிராணிகள்தான்'. கடலோர மனிதர்களைக் குறித்ததான புரிதல் அறவே இல்லை என்பதோடு இப் புரிதலைப் பெறும்படியான வழிகளும் இல்லை. வாழ்வனுபவங்களை வாழ்ந்துதான் பெறமுடியும். வாழ்வதான பாவனை இதற்குப் போதுமானதல்ல. நடைமுறை வாழ்வில் பெரும்பாலும் இதுதான் நிகழ்கிறது. இதற்கு மாற்றுவழி வாசிப்பின் மூலம் அனுபவ வாழ்வின் எல்லையை விரித்துக் கொள்வதே. சென்ற நூற்றாண்டின் நாற்பதுகளில் சண்முக சுந்தரத்தின் 'நாகம்மாள்' வெளிவந்த போதுதான் கரடுமுரடான கொங்கு நாட்டு மண்ணையும், அம்மண்ணிற்கே உரித்தான வாழ்வையும் பரந்த தமிழ்நாட்டு மனிதர்கள் அனுபவித்தறிந்து கொள்ள முடிந்தது. ஆனால் கடலோர வாழ்வு படைப்புத் தளமாகத் தமிழில் பெரும்பாலும் இல்லை. முன் முடிவுகளைக் கொண்டு எழுதப்பட்ட 'கசடுகள்'தான் ஒரு சில இருந்தன. அனுபவ வாழ்வைப் பகிர்ந்து கொள்ளும் நோக்கம் இதனை உருவாக்கியவர்களுக்கு அறவே இல்லாதிருந்தது. சுனாமி பேரலைகள் தாக்கியபோது, அனுபவ வாழ்வினை இலக்காகக் கொண்ட படைப்பு ஒன்று தமிழில் வெளிவந்த போது, கடலோர வாழ்வினைக் குறித்து அறிந்து கொள்ள தமிழர்கள் அதில் நம்பிக்கை கொள்ளும்படி நேர்ந்தது. 'ஆழி சூழ் உலகு' பெற்ற கவனிப்பின் பின்னணியில் இது இயங்கியது.

சுனாமிக்குப் பின் பத்துவருடங்களில் இந்நிலை மாறத் துவங்கி உள்ளது. கடலோர மக்கள் மொழியில் உரையாடத் துவங்கியுள்ளனர். அடிவானில் நம்பிக்கையின் ஒளி தென்படுகிறது. இருந்தாலும் இது போதுமானதல்ல. அகல்விளக்குகள் அல்ல, சூரியன்கள் உதித்தாக வேண்டும் இந்த இருளைப் போக்குவதற்கு. கடலோரத்தில் ஒரு சிறு கிராமத்தின் மக்கள்

வருடக் கணக்கில், ஒரு போராட்டத்தை எவ்வாறு முன்னெடுத்துச் செல்கிறார்கள்? அப்போராட்டக் களத்தில் பெண்கள் மட்டுமே குவிந்திருப்பதன் காரணமென்ன? இது போன்ற கேள்விகள் தமிழ்ச்சூழலில் தொடர்ந்து முன்வைக்கப்பட்டதன் காரணத் தினைப் புரிந்துகொண்டாக வேண்டும். அக்கடலோர வாழ்வின் பகிர்ந்துண்ணும் பண்பு, கரையில் பெண்கள்தான் எல்லாமும் போன்ற கடலோர வாழ்வின் எளிய உண்மைகளை அனுபவித் தறிந்திருந்தால் இதுபோன்ற கேள்விகள் ஒருபோதும் எழுந் திருக்காது. இந்த வாழ்வின் உண்மைகளை உணர்த்தும் படைப்புகள் தொடர்ந்து வந்தாக வேண்டும்.

கடலோர வாழ்வின் சீர்கேடுகளைத் துடைத்தெறியும் துடைப் பங்களாக உருவாக்கப்படும் கதைகள்— இங்குச் சீர்கேடு களை முன்னிலைப்படுத்துவதன் மூலம், தன்னை முன்னிலைப் படுத்தத்தானே எழுத்தைக் கையாள்பவன் முனைகிறான். எழுத்து அவனுக்கான மேடை. இனத்தின் பழமையை, உயர்வை உரத்த குரலில் கூவலாக வெளிப்படுத்தும் எழுத்துகள். இங்கு எழுத்தைக் கையாள்பவன் அவனைக் குறித்துதான் கூவுகிறான். அவனைச் சூழ்ந்து நின்று கைதட்டும் கும்பலை உருவாக்கவே இந்த வித்தை பயன்படுகிறது. இத்தகைய எழுத்துகளை ஒதுக்கி விட்டுப் பார்த்தாலும் சில படைப்புகளை, படைப்பாளிகளை எதிர்கொள்ள முடிவது நம்பிக்கை ஊட்டுகிறது.

'செள்ளு' செல்வராஜின் படைப்புகளைக் குறிப்பிட வேண்டும். கடலோர வாழ்வு குறித்ததான நேர்மையான, பதிவுகள். நுட்பமான பதிவுகளும் கூட. ஆனால் தன் உணர்வுகள் இன்னதென்று அறிந்து கொள்ள படைப்பாளி தன் உணர்வுகளை அறிதலுக்கு உட் படுத்தியாக வேண்டும். இதற்கு அறிவும் உணர்வும் கூடி முயங்க வேண்டும். இம்முயங்கலின் மொழிசார்ந்த பதிவுகள்தான் அனுபவத்தின் முழுமை. செல்வராஜின் படைப்புகள் அனுபவத்தின் விளிம்பைத் தொடுவதோடு நின்று விடுகின்றன. படைப் பியக்கத்தின் இலக்கு அனுபவ முழுமையை எட்டுவதே.

இச்சூழலில்தான் வறீதையாவின் கதைகள் முக்கியத்துவம் பெறுகின்றன. வறீதையா நன்கறியப்பட்ட கடலோர வாழ்வு சார்ந்த செயல்பாட்டாளரும்கூட. ஆனால் படைப்பாளி செயல்பாட்டாளராக இருந்தாக வேண்டுமென்பதில்லை. அதுபோல் ஒரு செயல்பாட்டாளர் படைப்பாளியாக இயங்கவே முடியாது என்பதும் அல்ல. ஆனால் ஒரு படைப்பாளியின் சமூகச் செயல்பாடு எவ்வாறு அமையும் என்பதற்கான முன்னு தாரணங்களைச் சுட்ட முடியும். ரவீந்திரர் சென்ற நூற்றாண்டின் மாபெரும் கவிஞர். உலகளவில் ஏற்பினைப் பெற்ற கவிஞர். அதுபோல் தலைசிறந்த செயல்பாட்டாளர். ஆனால் பரபரப்

பான அரசியல் சூழலில் அரசியலுக்கு தன் புறமுதுகையே காட்டினார். சத்தியாகிரகப் போரில் பங்கேற்கவில்லை. அதே சமயம் போராட்டத்தை முன்னெடுத்துச் சென்ற மகாத்மா காந்தி அவர்முன் பணிந்தார். படைப்பாளிக்கே உரித்தான மரியாதையை ரவீந்திரர் பெற்றார். படைப்பாளி சமூகத் தலைமையை ஒருபோதும் வகிக்க இயலாது. ஆனால் சமூகத் தலைமை உருவாக அவன் எழுத்துகள் வழிவகுக்கும்.

தமிழ்ச்சூழலில் பாரதியை முன்நிறுத்தி ஒரு மாயவலை தொடர்ந்து பின்னப்பட்டுள்ளது. படைப்பாளியின் தலையில் சுமைகள் ஏற்றப்படுகின்றன. படைப்பாளி அரசியல் தரகனாகக் கூட பணியாற்ற வேண்டிய கட்டாயம் எழுகிறது. வறீதையாவின் எழுத்தில் செயல்பாட்டாளரான வறீதையா ஒருபோதும் குறுக்கிடவில்லை. அவர் எல்லைகளை மிகத்தெளிவாக இனங்கண்டு வகுத்துள்ளார்.

'வர்ளக் கெட்டு' தொகுப்பின் முதல் கதை தன்னைப் படைப்புலகிற்கு அறிமுகம் செய்ய படைப்பாளியே தேர்ந்து கொண்ட கதை. குறிப்பிட்டுச் சொல்லும்படியான நிகழ்வுகள் ஏதுமற்ற கதை. மிகச் சாதாரணமான பெண்களின் 'குழாயடிச் சண்டை'தான் கதையில் பதிவுகொண்டுள்ளது. அதிலும் அச்சூழலில் மேலெழும்பும் வசை மொழிகளைப் பதிவு செய்வதில்தான் படைப்பாளியின் முழு கவனமும் இருந்துள்ளது. ஒற்றை இலக்கை முன்னிறுத்தி அதுநோக்கிய வேகமான பாய்ச்சல்தான் சிறுகதையின், குறிப்பாக தமிழ்ச் சிறுகதையின் வடிவ இயல்பு. இக்கதையில் படைப்பாளி யின் இலக்கு குறித்ததான கேள்வியே வாசகமனதில் முதலில் மேலெழும்புகிறது. கூடவே வறீதையாவின் படைப்புமொழி— வாசகப் புரிதலுக்கான சமரசங்களைச் சற்றும் ஏற்காத மொழி. என்னோடு உரையாட என் மண்ணிற்கு வாருங்களேன் என்னும் படைப்பாளியின் அறைகூவல். அதில் மிளிரும் படைப்பாளியின் தன்னம்பிக்கை. இத்தகைய தன்னம்பிக்கைதான் ஒரு கால கட்டத்தில் புதுமைப் பித்தனையும் சண்முக சுந்தரத்தையும் இயங்கச் செய்தது. திருநெல்வேலியும் கோவையும் அன்று வாசக மையங்களுக்கு வெகுதூரத்தில் இருந்தன. கால்தடங்கள் ஊடறுத்துச் செல்லாத மொழியின் அடர் வனத்தில். இப்படைப் பாளிகளே வாசகப் பயணத்திற்கான பாதையைச் சீரமைத்தனர் வறீதையாவின் மொழியும் இதனை நிறைவேற்றியாக வேண்டும். வாசிப்பு இயக்கத்தில் வாசகன் அவசியம் எதிர் கொண்டாக வேண்டிய சிக்கல் இது. அனுபவ வாழ்வின் விரிதலில் அவனுடையதான பங்களிப்பும் அதற்கான முயற்சியும் வேண்டும்.

'வர்ளக் கெட்டு' கதையின் துவக்கமே 'பல்பீனம்மாவின் அங்கலாய்ப்பின்' பதிவுகள்தான். பல்பீனம்மா தலைச்சுமையாக

மீன்விற்கும் 'மீன்காரி'. ஊர் ஊராக அலைந்து மீனை, அது கெடும்முன் வீட்டுப்பெண்கள் கையில் திணித்துவிட்டு, பின் அதற்கான விலையைப் பெற்றுக் கொண்டு ஊர் திரும்பும் 'மீன்காரி'. மீன் எடுத்த கணக்கை சரிசெய்துவிட்டு, மீதி இருப்பது தான் அன்றைய அவள் உழைப் பிற்கான ஊதியம். அதற்கான முயற்சியில் பல்பீனம்மா ஈடுபடும் போதே, அவள் அங்கலாய்ப்புகள் மீன் விற்ற ரூபாய்களின் எண்ணிக்கை யோடு வெளியேறுகின்றன. பக்கத்து வீட்டார்களுடனான சிறு மோதல்கள் தான் அதற்கான காரணங்கள். இது தொடர் நிகழ்வு என்றுதான் கதையில் பதிவு செய்யப்பட்டுள்ளது.

கடலோர வாழ்வில் கூட்டு உழைப்பே இயற்கை வகுத்த விதி. இதில் நம்பிக்கை கொள்ளாமல், தனி ஆளாகக் கடலுக்குச் செல்லும் பல்பீனம்மாவின் கணவன். கடல் தரும் வருவாய் அவன் குடிச்செலவிற்கே போதும் என்னும் நிலை வந்தபோது, குழந்தைகளின் பசியைப் போக்க உழைத்தாக வேண்டிய கட்டாயத்தில் பல்பீனம்மா. துவக்கத்தில் எதிர்த்தாலும், பின் அதையே தனக்குச் சாதகமாக்கிக் கொண்ட கணவன். இல்லற வாழ்வின் இனிய பழங்கனவுகளை நினைத்து அதில் திருப்தி காணும் பல்பீனம்மா. அடுத்த வீட்டு குட்டியாத்தாவின் நிலை இதுவல்ல. கணவன் மட்டுமின்றி அவள் மகனும் கடலுக்குச் செல்கிறான். இளமை தரும் செல்வம். கூடுதல் வருவாய் குட்டியாத்தா குடும்பத்திற்கு. "... அந்த கண்ணவுஞ்ச ஆண்டவன் அவளுக்க மொவன் எளந்தாரி வாரியயினிக்கு அள்ளி அள்ளியல்லா தட்டுதான். மரந்தரிச்சாம பாச்சி, பாச்சி கொண்டுவாற பவுற நம்மகிட்ட சிந்துதா..." பல்பீனம்மா அங்கலாய்ப்பில் வெளிப்படும் அவள் மனவோட்டம். அவளுக்கோ முதல் இரண்டும் பெண்கள். பெண்கள் உழைப்பிற்கான களம் கடலோர வாழ்வில் இல்லை. இரண்டு பெண்களையும் கரைசேர்க்கவும் பல்பீனம்மா தான் உழைத்தாக வேண்டும். குட்டியாத்தாவின் இளைய மகன் சாமியாருக்குப் படிக்கிறான். இது இவ்வாழ்வில் மிகச்சிறந்து முதலீட்டிற்கான களம். சாமியாராகிவிட்டால் தலைமுறை களுக்குப் பஞ்சமில்லை. வாழ்வில் தன்னுடைய உயர்வைப் பல்பீனம்மா ஏற்றாக வேண்டும் என்ற எதிர்பார்ப்பு குட்டியாத் தாவிற்கு இதற்கெதிராகச் சமத்துவத்தை நிலைநாட்டப் போராடும் பல்பீனம்மா. இதற்கான போராட்டக் கருவிகள்தான் அவள் பயன்படுத்தும் வசைமொழிகள்.

இந்த வசைமொழிகள் கடலோர வாழ்வில் மக்கள் பயன் பாட்டில் உள்ளவைதான். ஆனால் படைப்பாளி கூர்மையான தேர்வை நிகழ்த்தியே பதிவு செய்துள்ளார். இத்தேர்வின் அடிப்படை களை உணர்ந்து கொள்ளவும் முடிகிறது.

"போட்டுக்குடுத்த மாப்புள வாரியயினி நாவிய பயலுக்கும் ஒரு நாக்கு... நாலுவேரப் போல நடக்குதான் சீலயும் உடுத்

திண்டி... அடயுத வலவளிலயக்க சோந்த வாங்கி தின்னுண்டு நடந்த பெறக்கி பட்டிக்க வர்ணாசலம் எங்களுக்கு தெரியா தாக்கும்.?

கடலோர வாழ்வில் நாவிதர்கள் கடல்தொழிலில் ஈடுபட அனுமதிக்கப் படுவதில்லை. ஆனால் கடல் தொழில் செய்பவர் களிடமிருந்து தங்களுடையதான பங்கினைப் பெற்றுக் கொள்ளலாம். ஒரு வகையில் இரந்து பெறுவது. இந்த இரப்பே சாதி அடிப்படையிலான இழிவுகளுக்குக் காரணம். கடலை ஒட்டி ஒடுங்கிய நிலப்பரப்பில் வாழும் இச்சமூகத்தில் கூட ஏற்றத்தாழ்வுகள். இதன் அடிப்படையிலான வசைமொழிகள்.

'ஊரு மேயித அவசாரி ... எவனெவனுக்கிருந்தியோ நாலு மக்களயும் பெத்து வச்சிருக்கா வடுவனப் போலெயும் புளுக்கயன போலயும்..." வடுவன் (வடுகன்) தமிழ்ச் சமூகங்களில் நேற்றுவரை பயன்பாட்டிலிருந்த இழிசொல். இன்று 'திராவிடன்' என்னும் சொல் இதை வழக்கிலிருந்து இடமாற்றிவிட்டது. என்றாலும் தங்கள் எதிரிகளை வேறுபடுத்தி அடையாளப்படுத்தும் இச் சொல்லை இச்சமூகம் இன்னமும் கைவிடாதிருக்கின்றது. 'திராவிடன்' தமிழனையும் வடுகனையும் ஒன்றாகக் கலக்க அரசியலில் கட்டமைக்கப்பட்ட சொல். இந்த அரசியல் இக் கடலோர மண்ணில் இன்னமும் கால்பதிக்கவில்லை.

பல்பீனம்மாவின் எதிரி குட்டியாத்தாதான், ஆனால் வசை மொழிகள் பெரும்பாலும் அவள் கணவனைக் குறிவைத்தே எறியப்படுகின்றன. தன் பலவீனம் தன்னுடைய கணவன்தான் என்பது பல்பீனம்மாவிற்குத் தெரியும். குட்டியாத்தாவின் கணவனை வீழ்த்துவதன் மூலம் சமத்துவத்தை நிலை நாட்டிவிட முடியும்.

வசைமொழி கைகலப்பிற்கு இட்டுச் செல்கிறது. பல்பீனம்மா தலையில் காயம்பட்டு மண்ணில் வீழ்கிறாள். கதையில் திருப்பு முனை இங்குத் தோற்றம் கொள்கிறது. கதையில் இதுவரை எதிர் கொள்ள இயலாத கடலோர வாழ்வு இப்போது துலக்கம் பெறுகிறது. வேடிக்கை பார்த்துக் கொண்டிருந்தவர்கள் இப்போது பல்பீனம்மாவைச் சூழ்ந்து, அவளைக் காப்பாற்ற முனைகிறார்கள். குறிப்பாக குட்டியாத்தா தம்பியின் எதிர்வினை. குட்டியாத்தாவை வழக்கிலிருந்து காப்பாற்றுவதற்கான முயற்சி என்ற ஐயம் எழவே செய்கிறது. பல்பீனம்மா மகள் கிரேசி வாய்மொழியாக இது பதிவும் பெறுகிறது.

'அப்படி பேசாதயுங்க மக்கா... ஆள ஆசுபத்திரியில கொண்டு போயி உசுரு பொளச்சட்டு மொதல்ல... சீவங்கெடந்தா மிச்சங் காரியத்த பாக்கலாம் ... ஏ, தூக்கு வாருங்க... அடிச்சியும் பேஞ்சும் நம்ம ஒண்ணாத்தான் இங்ஙன கெடப்போம்... ஒண்ணிருக்க

ஒண்ணு வந்துச்சணா அண்ணந் தம்பியணு ஓடிவந்து ஒத வாண்டாமா . . . நம்ம மனுசம்மாரு இல்லையாக்கும்?"

இதுதான் கடலோர வாழ்வின் ஆன்மா. மரணத்தை அன்றாடம் எதிர்நோக்கி வாழும் சமூகம். உயிரின் விலை அதற்குத் தெரியும். இப்போது ஓர் உயிரைக் காப்பாற்றுவதே எல்லாவற்றையும் விட முக்கியம் பெறுகிறது.

வறீதையா ஒரு சிறு நிகழ்வை முன்வைத்து, முழு வாழ்வை விசாரணைக்கு உள்ளாக்குகிறார். இவ்வாழ்வை இயக்கும் அதன் ஆன்மாவைத் துலக்கி அதை அனுபவமாக்குகிறார். 'நாகம்மாளில்' சண்முக சுந்தரம் இந்த வெற்றியை அடைந்தார். ஆனால் அவர் அதற்குக் கையாண்டது நாவல் என்ற வடிவை. பல வசதிகளைத் தரும் பெரிய வடிவம். ஆனால் சிறுகதை என்ற செறிவான வடிவத்தைக் கையாண்டு வறீதையா சாதனையை நிகழ்த்தியுள்ளார்.

தொகுப்பில் 'வர்ளக்கெட்டு' கதைக்கு இணையானதாக 'அரையநாடு' கதையைக் குறிப்பிட வேண்டும். படைப்பாளி யாக வறீதையாவின் வெற்றியை அடையாளப்படுத்தும் கதை. இக்கதையின் களம் மேற்குக்கடலோரம். வறீதையாவின் அனைத்துக் கதைகளுமே கடலோரத்தையே களனாகக் கொள்கின்றன. கதைக் களனுக்கு ஏற்ப உரையாடல்கள் மலையாள மொழியிலேயே பதிவு கொண்டுள்ளன எனினும் வாசகப் புரிதலுக்கு இந்த உரையாடல்கள் இடையூறாக அமையாததையும் குறிப்பிட வேண்டும். உரையாடல்கள் குறைக்கப் பட்டு, கதை சொல்லல் வடிவில் கதை முன்னெடுத்துச் செல்லப்படுகிறது. கதை சொல்லப்படும்போது, எழும் சோர்வினைப் படைப்பாளியின் எள்ளல் நடை இல்லாதாக்குகின்றது. வேறு எந்த கதையை விடவும் இக்கதையில்தான் எள்ளல் சற்று தூக்கலாக அமைந் துள்ளது என்பதையும் கவனத்தில் கொள்ள வேண்டும். படைப் பாளியின் பாதையை அவன் உள்ளுணர்வுதான் தீர்மானிக்கின்றது.

இக்கதையின் கதைச்சொல்லிகள் இருவரும் கடலோர வாழ்வைச் சார்ந்தவர்களே. ஆனால் கடலோடிகள் அல்ல. அறிவுலகைச் சார்ந்தவர்கள் என்றும் எடுத்துக் கொள்ளலாம். கடலோர வாழ்வை, அந்த வாழ்வில் ஒட்டுண்ணியாக அதன் சத்தை உறிஞ்சி கொழுக்கும் சமய நிறுவனத்தை அவ்வப்போது எள்ளி நகையாடுகின்றனர். விமர்சனப் பார்வையில் எதிர் கொள்கின்றனர். எனினும் கடலோர வாழ்வில் இருந்து அந்நியப் பட்டவர்களும் அல்ல. இந்த நிலைபாடு தான் இக்கதையின் வெற்றிக்குக் காரணமாக அமைகிறது.

காணாமல் போன 'அரையநாடு'. கதை இம்மையப்புள்ளியைச் சுற்றித்தான் இயங்குகிறது. மேற்குக் கடலோரத்தைச் சார்ந்த

மீனவக்குடியிருப்பு. 27 குடும்பங்கள் மட்டுமே வாழ்ந்த ஊர், சுற்றுலா தொழில் மேற்குக் கடலோரத்தை நெருக்கியபோது, காணாமலானது. "அரைய நாடு கடற்கரை கிராமம் காணாமல் போயிற்று. பாறைக்கூட்டங்கள் இருக்கின்றன. கடல் இருக்கிறது. மணல்வெளி இருக்கிறது. ஏப்புகள் இருக்கின்றன. சுனைகள் ஒழுகிக்கொண்டுதான் இருக்கின்றன. இரத்தமும் சதையுமாக, வியர்வையும் உயிருமாக அங்கு நடமாடிக் கொண்டிருந்த கடலின் மக்களைத்தான் காணவில்லை." இம்மக்களைக் குறித்த தேடல்தான் 'அரைய நாடு' கதையாக விரிகின்றது. அவ்வப்போது கட்டுரையின் எல்லையைத் தொட்டுவிட்டு கவனமாக மீளும் கதை.

அரையநாடு மேற்குக் கடற்கரையில் சிப்பித்துறைக்கும் தோப் பந்துறைக்குமிடையிலிருந்த சிறு மீனவக்குடியிருப்பு. சிப்பித்துறையும் தோப்பந்துறையும் புதிய தொழில் நுட்பங்களைக் கைக்கொண்டு செழிப்படைந்த பெரிய ஊர்கள். கத்தோலிக்கக் கிறிஸ்தவ ஊர்கள். அரையநாடோ இன்னமும் முன்னோரின் தெய்வங்களை வழிபட்டு வந்த ஊர். பாரம்பரிய தொழில் நுட்பத்தில் நிலைத்து நின்று, தன்னளவில் திருப்தியாக, அமைதியாக வாழ்ந்த ஊர். சிப்பித்துறை தோப்பந்துறை கிராமங்களின் வெளித்தோற்றமாக அமையும் முன்னேற்றம் கதைச் சொல்பவர் களால் மீண்டும் மீண்டும் கேள்விகளுக்கு உள்ளாக்கப்படுகிறது.

மேற்குக் கரையில் சுற்றுலா தொழில் முளைவிடத் துவங்கிய போது, மீனவர்களின் வலைவீசும் காணிகள் வளைக்கப்பட்டு, கடலுக்கும் மீனவக் குடியிருப்புகளுக்குமான தொடர்பு அறுக்கப் பட்டது. தொழில் செய்யும் உரிமையும், வாழும் உரிமையும் மறுக்கப் பட்டன. அரையநாட்டிற்கும் நேர்ந்தது இதுதான். நெடுஞ்சாலையை அடைய அது பயன்படுத்தி வந்த ஒற்றையடிப் பாதையும் நில உரிமையாளர்களால் வேலியடைத்து மறுக்கப்பட்டது. பாரம்பரியமாக அரையநாடு பயன்படுத்திவந்த வலைவீசும் காணி புறம்போக்கும் சுற்றுலா விடுதியால் ஆக்கிரமிக்கப்பட்டது. இப்போது உயிரைத் தக்க வைக்க அரையநாட்டின் முன்னுள்ள ஒரே வழி வலைவீசும் காணியை மீட்டு, சிப்பித்துறை வழியாக நெடுஞ் சாலையை அடைவதுதான். அரையநாட்டு மக்கள் சிக்கலிலிருந்து மீள சிப்பித்துறை பாதிரியாரை அணுகியபோது, கிடைத்த பதில் மதம் மாறுங்கள் பார்க்கலாம் என்பதுவே.

இங்குக் கதையின் மையம் குறித்ததான கேள்வி எழுகிறது. கட்டாய மதமாற்றம்தான் இக்கதையின் மையமா? இந்த மையம் சமகாலத்தின் முன் மிகவும் கவர்ச்சியானது. என்றாலும் கதையின் கூறுகள் இதனை நோக்கி குவிகிறது எனக் கருத

இடமில்லை. கத்தோலிக்கம் மட்டுமின்றி வேறு எந்த மத நிறுவனமும் அரைய நாட்டிற்கு உதவ முன்வரவில்லை என்பது கதையில் நுட்பமாகப் பதிவு கண்டுள்ளது. 'முக்கோலையிலும் பாலராமபுரத்திலும் வாழுகிற ஈழவ சமுதாயத்தினருடைய கமிட்டிகளிடம் பலதடவை போய் பேசிப் பார்த்துவிட்டான்... பாரம்பரியமாய் தாமசம் பண்ணின ஒரு கிராமம் துண்டு பட்டுப் போவதோ அழிந்து போவதோ யாருக்கும் பிரச்சினை இல்லை, எல்லா வாயில்களும் அடைத்துப் போனது.' ஈழவ சமுதாயக் கமிட்டிகள் கேரள அரசியலில் செல்வாக்கு மிக்கவை.

மீனவப் பழங்குடி மக்களின் வாழும் உரிமைதான் கதையின் மையம். கதையின் அனைத்துக் கூறுகளும் இம்மையம் நோக்கியே குவிந்துள்ளன. அரையநாடு மதம் மாறி கத்தோலிக்கக் கிராமமாக மாறினாலும் ஒன்றும் நிகழப்போவதில்லை. 'குரியன்களை' சமய நிறுவனம் ஒருபோதும் பகைத்துக் கொள்ளாது. அரைய நாட்டு மக்கள் சிப்பித்துறையில் குடியேறும்படிச் சொல்லப் படலாம். இப்போது மிஞ்சி இருக்கும் கேள்வி இதுதான். பழங்குடி மீனவர்களின் வாழும் உரிமையா அல்லது சுற்றுலா வடிவிலான தொழில் வளர்ச்சியா? வறீதையா இக்கேள்வியை முன்வைக் கின்றார் என்பதைவிட, கதையின் மூலம் உணர முடிகிற வாழ்வனுபவம் இக்கேள்வியை வாசக மனதில் எழுப்புகிறது என்றே கூறவேண்டும்.

கடலையே கண்டிராத சமவெளி மனிதன்கூட வறீதையா வின் இக்கதையை வாசிப்பதன் மூலம் வாழ்வனுபவமாக இதனைப் பெறமுடியும். 'கடலை எழுதுதல்' இங்கு பொருள் பெறுகிறது.

'வரிச்சல்' இத்தொகுப்பில் சற்று வேறான போக்குடைய படைப்பு. வட்டார மொழியில் அல்ல, பொதுமொழியில்தான் இக்கதை எழுதப்பட்டுள்ளது. எனினும் கடலோர வாழ்வு மொழியில் இரண்டறக் கலந்துவிட்டுள்ளது.

"அலைகள் எத்தனை உயரமாக வந்து கட்டுமரத்தை மூழ் கடிக்கப் பார்த்தாலும் மனக்கிலேசம் கொள்ளாமல் கட்டுமர நடுக்கெட்டில் கவிழ்ந்து கிடந்து குறுக்கு வரிச்சலைப் பலமாகப் பிடித்துக் கொள்ள வேண்டும். மூத்த சேலாளி மாரியா உயர்ந்து வரும்போதே எச்சரிப்பார் – வரிச்சல உட்டுடாதலே என்று. கரைநோக்கி வரிசையாகத் தொடர்ந்து வந்து மிரட்டும் அலை களைக் கடந்து உட்கடலுக்குள் செல்லும் உத்திகளில் இது முக்கிய மானது. முன்னிருக் கையின் கம்பியை அந்தக் குதுப்மினார் மனிதர் வரிச்சலாகவும் என்னை ஒரு கொச்சு மாரியாவாகவும் வரித்துக்கொண்டிருக்க வேண்டும்."

பேருந்துப் பயணம் குறித்த விவரிப்புதான். பேருந்து சாலையில் தான் ஓடுகிறது– கடலில் அல்ல. இங்குக் கடல் சார்ந்த வாழ்வு மொழிக்குத் தன்னுடையதான பங்களிப்பினைச் செலுத்தி யுள்ளது. இத்தகைய பங்களிப்புகளைப் பெறும்போதுதான் தமிழ் முழு வளர்ச்சியைப் பெறும்.

வரிச்சல் கதையில் கடலோடிகளின் வாழ்வை அல்ல, கடலோடி களை விசாரணைக்கு உள்ளாக்குகிறார். ஒரு பேருந்துப் பயணத்தின் போது, கடலோடி ஒருவனுக்கும், அவனோடு ஒரே இருக்கையைப் பகிர்ந்து கொண்டு பயணிக்கும் சக மனிதனுக்கு மிடையிலான உறவுச் சிக்கலைத்தான் இக்கதை மைய நிகழ்வாக்குகின்றது. சக பயணியும் கடலோரத்தை வாழ்விடமாகக் கொண்டவன்தான். எனினும் உயர் கல்வி பெற்று, கடல்சார்ந்த தொழிலை விட்டு விலகி, உயர் தொழில் நுட்ப பணிகளில் அமர்ந்தவர். கதைச் சொல்லியும் இவர்தான். வாழ்வில் நெடுந்தூரம் பயணம் செய்தவர். வேறுபட்ட பணிகளில் ஈடுபட்டு மானுட உறவுகளை வளர்த்துக் கொண்டவர். இணங்கியும் பிணங்கியும் உறவுகளைப் பேணியவர். இந்த வாழ்வனுபவம் கதை முழுமையிலும் அவ்வப்போது வெளியா கின்றது. கடலோடியை 'விசித்திர மனிதனாக' எதிர் கொள்ளாமல், புரிந்து கொள்ள முயல்கின்றார். அதில் அடைந்த வெற்றி தோல்வி களின் பதிவுதான் கதை.

"கடலின் மகனான கடலோடி, நிலம் சார்ந்த மனிதர் களைத் தன் கடலனுபவத்தின் பின்னணியில்தான் எதிர்கொள் கிறான். அவனுடைய கடல் தொழில் கலாச்சாரம்தான் நிலம் சார்ந்த வாழ்க்கையிலும் வெளிப்படுகிறது. கடலின் தன்மை அவனுக்குள் ஆழப்பதிந்து கிடக்கிறது. மீனின் உத்திகளை வென்று அதைக் கொன்றெடுப்பதில்தான் அவனது இருத்தல் அடங்கியிருக்கிறது. எதிர்கொள்பவை அனைத்தையும் மேற் கொண்டாக வேண்டுமென்ற இனம்புரியாத நிர்பந்தம் அவன் தோள்களில் உட்கார்ந்திருப்பது போன்ற உணர்வுடன் அவன் வாழ்க்கை கழிகிறது."

கதைச் சொல்லி கடலோடிகள் குறித்ததான தன் புரிதலை சற்று விரிவாகவே அவ்வப்போது வெளிப்படுத்திச் செல்கின்றார். சற்று அலுப்புடன்தான் அவரைத் தொடர்ந்தாக வேண்டும். எனினும் இப்புரிதல் கதையோடு உறவு கொள்ள அவசியமானது.

இதற்கிணையான புரிதல் நிலம்சார்ந்த மனிதர்கள் மீதும் இக்கதைச்சொல்லிக்கு இருக்கின்றது. "இன்னொருவனுக்கான இடத்தை ஆக்கிரமித்துவிட்டு அவனைச் சூசகமாக வெளியேற்றி விடும் வித்தையில் அவர்கள் கில்லாடிகளாகயிருந்தார்கள்".

தொண்டு நிறுவனத்தில் அவரோடு பணிபுரிந்த மனிதர்கள் மீதான புரிதல் இது. இத்தகைய புரிதல்களின் பின்புலத்தில் தான் கடலோடியுடனான பேருந்துப் பயண அனுபவம் விரிவு கொள்கின்றது.

சக பயணி துறைமுகத்தில் விசைப் படகை நிறுத்திவிட்டு வார இறுதியில் ஊர்திரும்பும் மீனவர். அவருடன் இருக்கையைப் பகிர்ந்த கொள்ளும் கட்டாயம் இவருக்கு. தாராளமாக இருவர் அமர்ந்து பயணிக்கலாம்தான். ஆனால் கடலோடி அதை ஏற்பதாக இல்லை. கடலோடியின் உருவம் குறித்ததான கதைச் சொல்லியின் விவரிப்பு கடலோடி மீதான அவர் மதிப்பீட்டை முன்வைத்து விடுகிறது.

“நீ சட்டையும் கொளலும் இட்டுண்டு வந்தா திருவிதாங்கூர் மஹாராஜாவாடா? நீ படிச்சவனண்ணா எனிக்குப் புல்லடா. நீ வந்தாலுடன் ஞான் நீங்ஙித்தருமென்று விஜாரிச்சோடா?”

கடலோடிக்கும் கதைச்சொல்லி குறித்ததான மதிப்பீடு இருக்கத்தான் செய்தது. கடலோர வாழ்வில் கடலோடி களுக்குக் கிடைக்க வாய்ப்பில்லாத கல்வி. நேற்று வரை நிலை இதுதான். அந்த வாய்ப்பினைப் பெற்றவர்களைக் காணும் போது இயல்பாக எழும் எரிச்சல் உணர்வு.

கதைச் சொல்லியை எவ்வகையிலேனும் இருக்கையிலிருந்து வெளியேற்றிவிட வேண்டுமென்ற கடலோடியின் முனைப்பு. கதைச் சொல்லியோ, திறமையையெல்லாம் ஒன்று திரட்டி இருக்கையில் அமர முயன்று கொண்டிருந்தார். பக்கத்து இருக்கைகள் காலியான போது கதைச்சொல்லி மாறி உட்கார்ந் திருக்கலாம். அவர் மனம் அதற்கு உடன்படவில்லை. பேருந்து ஒரு வளைவில் திரும்பிய கணத்தில் கடலோடி அவரைத் தரையில் வீழ்த்தி பெரும் மகிழ்ச்சி அடைந்தார். முகத்தில் வெற்றியின் பெருமிதம். முடிவிற்குப் பின்னரே கதை விரிவு கொள்கின்றது.

வாழ்க்கை முழுமையிலும் இம்மோதல் விரிவு கொள்கிறது. தொண்டு நிறுவனத்தில், மாலத்தீவில், திருவனந்தபுரம் நகர வாழ்வில் அவர் எதிர்கொண்ட மானிட உறவுச் சிக்கல்களுடன் கடலோடியுடனான உறவுச்சிக்கல் ஒப்புமை கொள்கிறது. தன்னுடையதான வாய்ப்புகளைப் பாதுகாத்துக் கொள்வதிலும், சகமனிதரின் வாய்ப்புகளைத் தனதாக்கிக் கொள்வதிலும் நிலம் சார்ந்த மனிதர்கள் ‘நாகரீக மேல்பூச்சுடன்’ நுட்பமாக இயங்கு கின்றனர். கடலோடிகளோ இம்மோதலை ஒளிவுமறைவின்றி நிகழ்த்துகின்றனர். கடலோடிகளுக்கும் சமவெளி மனிதர்களுக்கு மிடையிலான உறவுச்சிக்கலுக்கான காரணம் இதுதான். இலக்கியம்

❖ வாளக்கெட்டு ❖

மட்டுமே இத்தகைய புரிதலைத் தரக்கூடும். 'கடலை எழுதுதல்' இங்கு இலக்கை எட்டிவிடுகிறது.

வறீதையாவின் கதைகள் எளிமையான வடிவ இயல்பினைக் கொண்டவை.'சவளக்காரன் இதற்கு விதிவிலக்கான கதை சிக்கலானதும் சமகாலத் தன்மை கொண்டதுமான வடிவம். கதையில் இடம் பெறும் தகவல்கள் அனைத்தும் இரு மையங்களில் குவிகின்றன. இக்கதையிலும் ஒரு கதைச்சொல்லி இடம் பெறுகிறான். ஆனால் முற்றிலுமாக அருவமானவன். இரு காலங்களினூடாக அவன் பயணம் செய்கிறான். கதையின் நிகழ்வுகள் பெரும்பாலும் சென்ற நூற்றாண்டின் அறுபதுகள் காலகட்டத்தினைச் சார்ந்தவை. அரசியலில் காமராஜரின் காங்கிரசும் அண்ணாத்துரையின் தி.மு.க.வும் மோதிக்கொண்ட காலகட்டம். ஒரு சிறுவனுக்கே உரித்ததான குதூகலத்துடன் நிகழ்வுகளை விவரிக்கின்றான் கதைச் சொல்லி. இந்த நிகழ்வுகளை மறு விசாரணைக்கு உள்ளாக்கு கின்றது ஒரு முதிர்ந்த கதைச் சொல்லியின் மனம். இந்த மனம் கதையின் முடிவிற்குப் பின்னரே வாசகமனதில் விரிகின்றது.

பழயகடை அப்பியைக் கதையின் முதல் மையமாகக் கொள்ள வேண்டும். இவனும் கடலோடு, மீன்களோடு தொடர்பு கொண்டவன் தான். கரையில் மீனைக் கொள்முதல் செய்து, சமவெளியில் சந்தைப்படுத்தும் வியாபாரி. இப்போது மாற்றுத் தொழிலாக ஐந்துநாள் தொடர்ந்து சைக்கிள் மிதித்து சாதனை நிகழ்த்தி, அதையே வருவாய்க்கான தொழிலாக மேற்கொள்பவன். அதில் பல பொழுது போக்கு அம்சங்களை இணைத்து முழு பொழுதுபோக்கு நிகழ்வு களின் தொகுப்பாக மாற்றி தொழில் செய்பவன். கதை அப்பியை அவன் இளமைக் காலம் முதல் தொடர்கிறது. தந்தை இறந்த உடன் குடும்பச் சுமையைத் தாங்க, தானாகத் தந்தையின் தொழிலை மேற்கொண்டவன். அதற்கு முன் கல்வியிலும், விளையாட்டிலும் துடிப்பான மாணவன். தான் இழந்த கல்விக்கான வாய்ப்பினைத் தன் சகோதரர்களுக்குத் தந்து, அவர்களை மாற்றுத் தொழில்களில் முன்னேறச் செய்தவன். கதை 'பழயகடை அப்பி' என்னும் தலைப் பினைப் பெற்றிருக்க வேண்டும். ஆனால் அப்பியின் சாதியின் பெயரைக் குறிக்கும் 'சவளக்காரன்' என்னும் தலைப் பினையே கொண்டுள்ளது கதை. சிறுகதையின் ஒவ்வொரு கூறும் இன்றியமையாதன. நேர்மையான வாசிப்பு அனைத்துக் கூறுகளையும் கருத்தில் கொண்டதாக அமைய வேண்டும்.

அப்பியின் முன்னோர்கள் குறித்த தகவல்களும் கதையில் தரப்பட்டுள்ளன. 'கோடிமுனை' என்ற கடற்கரை ஊரிலிருந்து இடம்பெயர்ந்து, சமவெளியில் குடியேறி, மீனைச் சந்தைப் படுத்தும் தொழிலைத் தேர்ந்து கொண்டவர்கள். இவர்களும்

கத்தோலிக்கக் கிறிஸ்தவர்களே. தலைச் சுமையாக, பின் சைக்கிள் மூலம் கடற்கரையிலிருந்து மீனைக் கொணர்ந்தவர்கள். மீன்களைக் கொள்முதல் செய்து கொண்டுவருவது ஆண்களின் பொறுப்பு என்றால், சந்தைப் படுத்துவது அவர்கள் குடும்பப் பெண்களின் பொறுப்பு.

சவளக்காரர்கள் வாழ்வும் போராட்டங்கள் நிறைந்தவை தான். தலைமுறைகளாகத் தொடர்ந்து வரும் 'சயரோக' நோய். ஏழைகளின் நோய். தன் மனைவியின் மருத்துவச்செலவின் பொருட்டுதான் அப்பி இக்கடலோர கிராமத்தைச் சாதனை நிகழ்த்த தேர்ந்து கொண்டான். எனினும் சவளக்காரர்களால் கல்வியைப் பெறமுடிந்தது. மாற்றுத் தொழில்களைத் தேட முடிந்தது. சமயத்தின் சுருக்குக் கயிறு இவர்கள் கழுத்தில் இல்லை.

இளந்துறை கடலோரக் கிராமம் கதையின் இரண்டாவது மையம். இதன் மூன்று தலைமுறை வாழ்வு குறித்ததான தகவல்கள் இம்மையத்தில் குவிந்துள்ளன. நேர்மையான மருத்துவர் லூர்தையாவின் முதல் தலைமுறை. அப்போதும் போலி மருத்துவனாக தன்லாசும் இருக்கத்தான் செய்தான். ஆனால் அத்தலை முறைக்கு நேர்மையானவர்களை வேறுபடுத்தி இனங்காணத் தெரிந்திருந்தது. பிரிசந்தி பிறாஞ்சிஸ் இரண்டாவது தலைமுறை மீனவர்கள் சேமிப்பின் பொருட்டு தந்த பணத்தை ஏமாற்றி கைக்கொண்ட செல்வந்தனாக உருமாற அவனால் முடிந்தது. தபால் நிலையத்திலும், வங்கியிலும் தங்கள் பணத்தைச் சேமிக்க முடியும் என்னும் அறிவைப் பெற்றிராத சமூகம். அந்த அறிவைத் தரும்படியான அமைப்புகளும் இல்லை. "ஜெயிப்பதற்கு என்ன விலை கொடுக்கவும் எத்தனை பேரை வெட்டிச் சாய்க்கவும் தயாராகிற குருசையா"– பஞ்சாயத்து தலைவர். இவர் உண்மை யான முகத்தை இன்னமும் இளந்துறை பார்க்கவில்லை. இளந்துறை துறைமுகத்தை ஆக்கிரமிக்க முயன்ற கப்பலான பங்கு சாமியார். இளந்துறையின் இரண்டாவது தலைமுறை இது.

திரைப்பட நடிகர்களின் நிழல் உருவங்களையே தங்கள் முன்னால் உள்ள இலட்சிய வழிகாட்டிகளாகக் காணும் இளந்தாரிகளின் மூன்றாவது தலைமுறை. "கடற்கரைப் பெண்களின் கற்பனைக் கணவர்களின் உருவமாக விளங்கிய ஒரே ஒரு ஆண்மகன் எம்.ஜியார் தான். எம்.ஜியார் படத்தை ஜாக்கெட்டுக்குள் வைத்துக்கொண்டு தூங்கிய கடற்கரைகாரிகளைப் பற்றிய நிறைய கதைகள் உண்டு." இம் மூன்றாவது தலைமுறையினரின் விசித்திர அரசியல்.

அப்பி நல்ல 'மீன்பாடு' கொண்ட பொருத்தமான காலத்தைத் தேர்ந்து கொண்டான். கிராமத்தின் தலைவர்களை நேரில் கண்டு அவர்கள் தயவைப் பெற்றுக் கொண்டான். கோவில் பங்கு சாமியின் அருளும் அவனுக்குக் கிடைத்தது. சனி ஞாயிறு இரண்டு நாளில் மனைவியின் மருத்துவச் செலவிற்கான பொருளைத் தேடிவிட முடியும் என்னும் நம்பிக்கை துளிர் விட்டது. ஆனால் குருசையா– பிரிசந்தி பிராஞ்சீஸ் மோதல் இளந்தாரிகளின் திரைப்பட அரசியலோடு கைகோர்த்து அப்பியைப் பலவந்தமாக சைக்கிளிலிருந்து இறக்கி விட்டது. 'அப்பிய மூணுவேராட்டி சைக்கிள்ளயிருந்து எறக்கி ஒரு மரசேறுல கொண்டு இருத்தியிருக்கி. விரிச்சு போட்ட செவப்புத் துண்டுல பிரிஞ்ச பணமக்க நாலுவாக்கில கெடக்கி'.

கதையின் இறுதியில் இருமையங்களும் ஒன்றாக இணை கின்றன. கடலோர சமூகம் சவளக்கார சமூகம் என்றும் இரு சமூகங்களையும் ஒப்புமைப்படுத்தி ஒரு விசாரணையை கதை நிகழ்த்துகின்றது. கடலோர சமூகத்தின் சமகால நிலமைக்கான காரணத்தைக் குறித்த தேடலை நிகழ்த்துகின்றது. 'கடலை எழுதுதல்' இங்குப் பொருள் பெறுகிறது.

வறீதையாவின் கதைகள் பெரும்பாலும் 'கனமான' உள்ளடக்கங் களைக் கொண்டவை அல்ல. அன்றாட வாழ்வின் சிறு நிகழ்வுகள். அவை தோற்றுவிக்கும் நுட்பமான சலனங்கள். இவற்றை மொழிப் படுத்துவதிலேயே அவர் கவனம் நிலைகொள்ளும். ஆனால் இவற்றினூடாகக் கடலோர வாழ்வின் அடி ஆழத்தைத் தொட்டு விடவும் அவரால் முடிந்துள்ளது. கடலோரச் சமூகத்திற்கும் அருகிலுள்ள சமவெளிச் சமூகங்களுக்கும் இடையிலான உறவுச் சிக்கலை வறீதையா பொருட்படுத்துவதில்லை. அதில் அவ்வப் போது மேலெழும்பும் வன்முறைகளை விவரிப்பதில் வறீதையா இன்பம் காண்பதில்லை. எந்த சமூகமும் தனித்து வாழ்ந்துவிட இயலாது. கொடுத்தும் பெற்றும், இணங்கியும் பிணங்கியும் சக சமூகங்களோடு இணைந்தே வாழ்ந்தாக வேண்டும் என்னும் உண்மையை எதிர் கொள்ளத் தயங்கியதில்லை. அடிப்படையில் அவர் விஞ்ஞானியே. எனினும் 'ஏப்பு' கதையில் விஞ்ஞானியின் பார்வை கோணத்தில் இதை விசாரணைக்கு உள்ளாக்குகிறார்.

ஏப்பில் திருட்டுத்தனமாக மணலெடுப்பது, சமவெளி மனிதர் களின் தோப்பில் தேங்காய் திருடுவது இவை இரண்டுமே அடுத்தடுத்து வாழும் இரு சமூகங்களுக்கிடையிலான உறவுச் சிக்கலுக்கான மூலங்கள். மணலெடுப்பதனால் கரையும் கடற்கரை மணல் மேடுகள்தான் கடலரிப்பிற்கான காரணம் என்பதைக் கடலோர மக்கள், குறிப்பாக படித்த இளந்தாரிகள் உணர்ந்து கொண்டிருந்தனர். ஆனால் அதைத் தடுப்பதற்கான

முறையான வழிமுறைகளை அவர்கள் அறிந்திருக்கவில்லை. ஏப்பில் மணலெடுக்க வந்த வாகனத்தையும் அதில் வந்த சமவெளி மனிதர்களையும் கைகளைக் கட்டி கொண்டு வந்து இளந்தாரிகள் சிலர் நிறுத்தியபோது, கடலோர வாழ்வில் அனைத்துமான பங்கு சாமியார் அதிர்ந்து விட்டார். இரு சமூகங்களுக்கிடையிலான மோதலுக்கு இது வழிவகுக்கும் என்பதனால் மிகச் சாதுரியமாகச் செயல்பட்டார். பிடித்து கொண்டு செல்லப்பட்டவர்களை மீட்டு, மாற்றுச் சமூகத்தினர் கடலோரத்திற்கு வருவதற்கு முன்னால் அவர்களை பாதுகாப்பாக அனுப்பி வைத்தார். இப்போது வாகனம் மட்டுமே அவர் பொறுப்பில் இருந்தது. மறுநாள் காலையில் அடுத்த சமூகத் தலைவர்களுடனான உரையாடலில் தீர்வும் கண்டடையப் பட்டது. நிரந்தர தீர்விற்கான அடித்தளமும் கட்டப்பட்டது. ஒரு சாதிக் கலவரம் நிகழாமல் தடுக்கப்படுகிறது. இங்குப் பங்கு சாமியின் செயல்பாட்டினை முழுமையாக ஏற்க முடிகிறது. படைப்பு இத்தகைய உணர்வையே வாசக மனதில் தோற்றுவிக்கிறது.

எனினும் இதன்பொருட்டு அக்கடலோர கிராமத்தில் ஒரு கலவரம் மூளத்தான் செய்கிறது. இரு சமூகங்களுக் கிடையில் அல்ல. இதை முன்வைத்து கடலோரச் சமூகத்தினரே தங்களுக்குள் மோதிக் கொள்கின்றனர். இக்கலவரத்தைத் திட்டமிட்டு தூண்டும் சிலர். இவர்கள் இயற்பெயர்களால் அல்ல, பட்டப் பெயர்களாலேயே படைப்பாளியால் சுட்டப்படு கின்றனர். பீக்கெளுது, தீக்கொளுத்தி என இவர்கள் பட்டப் பெயர்களே இவர்களை இனங்காட்டுகின்றன. இவர்களின் பழைய நடத்தைகள் குறித்ததான குறிப்புகளும் கதையில் ஆங்காங்கே விதைக்கப்பட்டுள்ளன. ஒரு மோதலை நிகழ்த்து வதில் மட்டுமே இவர்கள் அக்கறை நிலை கொள்கிறது. அதற்குக் காரணம் இருந்தாக வேண்டுமென்பதில்லை. தீர்வுகளைக் குறித்த நாட்டமும் இவர்களுக்கில்லை. ஊர் கமிட்டியில் சிக்கல் விவாதிக்கப் படுவதற்கு முன்பாகவே இவர்கள் தங்கள் இலக்கை எட்டி விடுகின்றனர்.

நடந்துமுடிந்த கலவரம், அதன் மீதான காவல்துறையின் நடவடிக்கை இவை எதுவுமே இக்கலவரத்தைத் தூண்டியவர் களை எவ்வகையிலும் பாதிப்புகளுக்கு உள்ளாக்கவில்லை. ஏதுமறியாத அப்பாவிகள், சமாதானத்தைத் தோற்றுவிக்க முயன்றவர்கள் மட்டுமே விலையைத் தர வேண்டியதாயிற்று.

'தீக்கொளுத்தியாரு டீசன்றாட்டு மத்தியான சோறும் தின்னு கொண்டு, ஒத்த வேட்டிய மேக்கச்ச கெட்டுண்டு, படிப் பெரயில கடலபாத்தி ஈசி சேறு போட்டு சுருட்டும் வலிச்சுண்டு இருக்காரு'

இக்கலவரத்தைத் தூண்டியவரின் அமைதியான மனநிலை குறித்த சித்திரிப்போடு கதை நிறைவு பெறுகிறது. வன்முறைக்கான மூலம் வெளியில் அல்ல, இவர்கள் ஆழ்மனதிற்குள்ளாகவே உறைந்துள்ளதாக உணர்கிறார் படைப்பாளி. படைப்பினூடாக மட்டுமே இத்தகைய புரிதலைப் பெறமுடியும். இலக்கியத்தின் மகத்தான பயன் இது.

'வெட்டாப்பு', 'வாஸ்கோ' இவ்விரு கதைகளும் வேறான தளத்தில் இயங்குகின்றன. 'வெட்டாப்பு' ஒரு தனி மனிதனை விசாரணைக்கு உள்ளாக்குகின்றது. நோய்க்கூறான சுயநலம் கொண்ட, எவ்வித கீழான வழிமுறைகளையும் தயக்கமின்றிக் கைக்கொள்ளும் ஒரு கடலோர மனிதனை உள்ளும் புறமுமாக படைப்பாளி அறிமுகம் செய்கிறார். கதையின் இரண்டாவது பகுதியில் தனிமனிதனின் இதே நோய்க் கூறுகளை ஒரு சமய நிறுவனத்தின் செயல்பாடுகளில் இனங்காண்கிறார். தனிமனிதனை உதற இயலாமல் அவனால் தோற்றங்கொள்ளும் துன்பங்களைத் தாங்கிக் கொண்டு அல்லாடும் அவன் மனைவி மற்றும் குடும்பத்தார். அது போலவே நோய்க்கூறுகளைக் கொண்ட சமய நிறுவனத்தை உதற இயலாமல் அல்லாடும் கடலோரச் சமூகம். சிறுகதையின் வடிவ இயல்பான 'செறிவு' சற்று தளர்ந்துள்ளது ஏனைய கதை களிலிருந்து இக்கதையை வேறுபடுத்துகிறது.

அது போலவே 'வாஸ்கோ'. விசைப்படகு மீனவர்களின் அவல வாழ்வை அனுபவத் தளத்தில் இயங்க வைக்கும் கதை. 'சொந்த போட்டு' என்பதன் பின்னணியில் இயங்கும் ஒரு சமூகத்தின் பேராசை. அதன் முதலீட்டிற்காக ஒரு குடும்பம் எதிர்கொள்ளும் சிக்கல்கள்– தியாகங்கள். குழந்தைகளின் கல்வி கூட பலியாகும் விபரீதம். தொழிலுக்காக நாடுவிட்டு நாடு அலைந்து அகதிகளாக வாழும் நிலை. எண்ணற்ற தகவல்கள் இக்கதையில் குவிந்துள்ளன. வறீதையா கதைகளின் அடிப்படை இயல்பான வாழ்வை விசாரணைக்கு உள்ளாக்கும் பண்பு இக்கதையில் தவறிவிட்டுள்ளது.

கடல் தமிழ்வாசகனுக்கு அந்நியமானது. கடலை எழுதியே தீரவேண்டும் என்னும் முனைப்பு கொண்ட படைப்பாளி களின் இல்லாமையே இதற்குக் காரணம். கடலோடு உறவு கொள்ள, கடலோர வாழ்வைப் புரிந்து கொள்ள மகத்தான வாய்ப்பினை முன்வைத்துள்ளன வறீதையாவின் இக்கதைகள். ■

முன்னுரை

ஆகஸ்ட் 2007இல் என் தந்தையின் மரணத்தை ஒட்டி சில நாட்கள் ஊரில் தங்க வேண்டியிருந்தது. எப்பொழுதும் ஏதேனும் ஒரு வேலையில் மும்முரமாக மூழ்கியிருக்கும் வழக்கமுள்ள எனக்கு மரணச் சடங்குகளுக்குப் பிறகான நாட்களை நகர்த்துவது சிரமமாக இருந்தது. பொதுவாக ஊருக்குப் போகும்போது காலையில் அலைவாய்க் கரையில் மீன் கரையிறங்கும் இடத்தில் போவேன். அல்லது சிறுவயதில் ஊருக்கு மேற்கே அலைந்து திரிந்து, விளையாடிப் பொழுதைப் போக்கிய கடற்கரை மணல் வெளிகளில் நடப்பேன். இம்முறை அப்படிச் செய்யவும் வாய்ப்பிருக்க வில்லை. எதையாவது கிறுக்கிக்கொண்டிருக்கலாம் என்று பட்டது. இலக்கிய விமர்சகர் வேதசகாயகுமாருடன் பழகத் தொடங்கிய அந்த மூன்றாண்டு காலத்தில் "நீங்கள் கதையெழுதிப் பாருங்களேன், உங்களுக்குள் நிறைய கதைகள் கிடக்கின்றன" என்று ஓரிரு சந்தர்ப்பங்களில் என்னிடம் சொல்லியிருந்தது நினைவுக்கு வந்தது. எதை வைத்து அவர் அப்படிச் சொன்னார் என்று நான் யோசித்ததில்லை. இப்போது அடவு பெருக்காமல் வெறுமனே எழுதிப் பார்த்தேன். 'வர்ளக்கெட்டு' சிறுகதை அப்படி உருவானதுதான்.

1970களில் கோட்டார் ஆயர் மரியானுஸ் ஆரோக்கியசாமி ஆண்டுதோறும் பள்ளியிறுதிக் கல்வியில் சாதித்த 10 மாணவர் களைத் தேர்ந்தெடுத்து, அவர்களுக்கு ஜான் போஸ்கோ இளைஞர் மையத்தில் பட்டப் படிப்புடன் தலைமைப் பயிற்சியும் வழங்க ஏற்பாடு செய்திருந்தார். எங்கள் இயக்குநர் பாதிரியார் செர்வாசியுஸின் வழிகாட்டலில் அங்கு ஒரு கையெழுத்துப் பிரதியை நடத்தினோம். 'போல' எழுதுதலாக, அல்லது கற்பிதங்களின் பரப்புரைகளாக எங்கள் அப்போதைய எழுத்துகள் அமைந் திருந்தன. பெங்களூரில் 1983—84இல் தேசிய இளங்கிறித்தவத் தொழிலாளர் பேரவைக்காக தனிச்சுற்று சிற்றிதழில் ஆசிரியராக வேலை செய்யவும் பாதிரியார் செர்வாசியுஸ் வாய்ப்பளித்தார். பின்—1990களில் சிறு பத்திரிகைகளில் நான் எழுதிய கட்டுரைகளில் அறிவியல் பார்வையும் இருந்தாலும் மிகுந்த தன்னுணர்வு வெளிப்பட்டிருந்தது.

'வர்ளக்கெட்டு' சிறுகதை தொடங்கி 2007—'08இல் 10 கதைகளை எழுதி முடித்திருந்தேன். நீண்ட இடைவெளிக்குப் பிறகு அவற்றைத் தட்டச்சுக்கு அனுப்பி, மெய்ப்புப் பார்க்கையில் எனக்கு பெரிய ஆச்சரியம் காத்திருந்தது. பாகுபாடு இல்லாமல் அத்தனைக் கதைகளிலும் வன்முறையின் படிவுகள் இருந்தன. முரண்கள், மோதல்கள், குமுறல்கள், ஏக்கம், விடைதெரியாத கேள்விகளின் வடிவங்களில் அந்த எழுத்து வெளிப்பட்டிருந்தது. கதைகளின் பாத்திரங்களும் பேசுபொருளும் வெவ்வேறாய்த் தெரிந்தாலும் அதற்குள் நானே இயங்கிக் கொண்டிருக்கிறேன் என்பது புரிந்தது. கதைகளில் நிகழும் முரண்மோதல்கள் எனக்குள்ளே நிகழ்ந்துகொண்டிருப்பவை என்னும் எதார்த்தம் எனக்கு உறைக்கத் தொடங்கியது. வெளியுலகைப் பார்த்திராத ஒரு கடலோர விடலைப் பையன் சுதந்திரமாக இக்கதைகளில் நடமாடிக் கொண்டிருக்கிறான்...

முன்னதாக திறனாய்வுக் கட்டுரையொன்றில் நான் குறிப்பிட்டிருந்ததுபோல, 'கடற்கரைக் கிராமியச் சூழலில் பிறந்து வளர்ந்த நான் முதன்முதலாகக் கல்லூரிப் படிப்பை முன்னிட்டு நகரத்தில் நுழைந்த காலத்தில் அதன் மொழியைச் சந்திக்கத் திணறினேன். என் மொழியை நாகரிகத்துக்குக் கீழான தாய்க் கருதினேன்'. முதுநிலைப் பட்டப் படிப்பின் காலத்தில் இம்மொழியிலிருந்து முற்றிலுமாய் விடுபடப் போராடினேன். ஆனால் 'கல்லெறி தொலைவுக்குக் கடிந்து விரட்டிய பின்னும் நிழல் போல உரிமையுடன் பின்தொடரும் நம் வீட்டு நாய்க்குட்டி போல' என் மொழி என்னோடு வந்துகொண்டிருந்ததைப் பின்னாளில் புரிந்துகொண்டேன். என் இனக்குழுவின் பண்பாட்டுக் கூறுகளும் தொழிலறிவும் இம்மொழிக்குள்ளே இயங்கிக்கொண் டிருப்பதை இக்கதைகள் எனக்கு உணர்த்தின.

2008இல் திண்டுக்கல் அனுக்கிரகாவில் பங்கேற்க நேர்ந்த ஓர் உளவியல் பயிற்சியின்போது 'கையெழுத்து உளவியல்' (Graphology) என்னும் கிளைக்கு அறிமுகமானேன். மனிதனின் உளவியல் போக்குகளை/ ஆளுமைக்கூறுகளை அவனது கையெழுத்தும் வெளிப்படுத்துகிறது என்பது இதன் கருதுகோள். இரண்டும் ஒன்றையொன்று பாதிப்பவை. மனநல மருத்துவர்கள் எழுத்தை சிகிட்சை முறையாகவும் பரிந்துரைக்கின்றனர். உள்ளக் கொந்தளிப்பு களை எல்லாம் எழுத்தில் கொட்டித் தீர்த்து மனதளவில் அதிலிருந்து விடுதலை பெறுவது. துயரங்களை எழுத்தில் கொணர்கையில் நம் மனக்காயங்களிலிருந்து விடுபடமுடியும். சிக்கல்களைக் குறித்த நமது புரிதல் விசாலப்படுகிறது. மனசின் மூலைமுடுக்கு களில் குவிந்துகிடக்கும் குப்பைகள் வெளியேறிய பிறகு புதிய

விசயங்களை, புதிய கோணங்களில் பார்வையிட மனசில் இடம் உண்டாகிறது. வாசகனுக்குள் மட்டுமல்ல எழுத்து இயங்குவது. புறப்படுகிற மனசில் அதன் வேலை ஆரம்பித்து விடுகிறது. புதிதாக எதையும் என் எழுத்தில் தந்திருப்பதாக உரிமை கோரவில்லை. ஆனால் எழுத்து நிகழ்வின் ஊடாக எனக்குள்ளேயான தேடல் சாத்தியப்பட்டிருப்பதைச் சொல்லியாக வேண்டும். இடைக்காலத்தில் சமூகத்திலிருந்து எனக்கு நேர்ந்த விலகலை நேர்செய்யவும் இந்த எழுத்து உதவியிருக்கிறது.

நகரத்து மனிதனாகப் புனைந்திருந்த அரிதாரம் களைந்து, மீண்டும் ஒரு கடற்கரை மனிதனாக வாழ்க்கையைப் புரிந்து கொள்ள மானுடவியலாளர் ஜெயபதியுடனான உரையாடல்கள் எனக்கு உதவின. அவை கடல் பழங்குடி மனிதனைக் குறித்த எனது புரிதலைத் தலைகீழாய்ப் புரட்டிப்போட்டன. என் சமூகத்தவர்கள் முரடர்கள், எப்போதும் வசைபேசிச் சண்டையிட்டுக் கொள்வார்கள், அவர்கள் நாகரிகத்தோடு எவ்வகையிலும் தொடர்பில்லாதவர்கள், நான் இவற்றிலிருந்தெல்லாம் விடுபட்டு விடவேண்டும் என்று எத்தனித்த காலம் உண்டு. 'பிறகு ஏன் என் கதைகளிலெல்லாம் மோதலும் வன்முறையும் நிரம்பிக் கிடக்கின்றன' என்று வியப்போடு என்னையே கேட்டுக் கொண்டேன். 'மோதலும் வன்முறையும் கடல் பழங்குடிச் சமூகத்தில் சமத்துவத்தை நிலைநாட்டும் கருவிகள்' என்னும் கருத்தியலை ஜெயபதி முன்மொழிகையில் இந்தக் கேள்விகள் அர்த்தமற்றுப் போயின. பழங்குடி சமூகம் தனது பாரம்பரிய மதிப்பீடுகளைத் தொன்ம நம்பிக்கைகளில், நாட்டார் கதைகளில், வழக்காறுகளில், பண்பாட்டுக் குறியீடுகளில் மட்டுமல்லாது வசவுகளிலும் பொதிந்து வைத்துள்ளது. வசவுகள் பழங்குடி சமூகத்தின் எதிர் மதிப்பீடுகள். சக மனிதர்களின் புலன்களின் ஊடாக இந்த எதிர் மதிப்பீடுகள் அம்மனிதர்களைக் கண்காணித்து வருகின்றன. அது மட்டுமல்ல, சோர்வு தரும் உடலுழைப்புச் சூழலில் வசைமொழிகள் அவர்களுடைய அன்றாடப் பரிவர்த்தனைகளின் கூறாகிறது. பழங்குடி மக்களின் உரையாடல்களில், விவரணைகளில் புழங்குமொழியின் ஒரு பகுதியாகவே இந்த வசவுகள் வெளிப்படுகின்றன... என் இனக்குழுவின் வழக்கு மொழி வைதீக மேட்டிமையைக் கடந்து எனக்குள் நிகழும் தேடலுக்கு வெளிச்சம் காட்டிக் கொண்டிருக்கிறது.

இத்தருணத்தில் நான் கடந்து வந்த பாதையை நன்றி யுணர்வும் வியப்பும் மேலிட நினைத்துப் பார்க்கிறேன்- எனக்குள் இயங்கிக்கொண்டிருக்கும் கடற்கரை விடலைப் பையனை உயிர்ப்பித்த பள்ளம்துறை கிராமம். என் கலை உணர்வைத்

❖ வறீதையா கான்ஸ்தந்தின் ❖

தூண்டிய தொடக்கப்பள்ளி ஆசிரியர்கள் சூசைமரியான் (கொழும்பு காரன்), கிறிஸ்டினாள், ஃப்ளாரன்ஸ்; எழுத்துக்கு என்னை அறிமுகப்படுத்திய பாதிரியார் செர்வாசியுஸ்; எழுத்தில் வழி நடத்திய கவிஞர் எச்ஜி ரசூல், நஞ்சுண்டன், பேரா.ஐசக் அருமை ராஜன்; சமவெளி மனிதர்களுடனான எனது உரையாடலைத் தொடங்கி வைத்ததுடன் என்னைக் கதையெழுதத் தூண்டி, இத்தொகுப்புக்கு அறிமுகவுரையும் வழங்கிய பேரா.எம்.வேதசகாய குமார்; கதைக் கருக்கள் உருவாகத் துணைநின்ற எலிசபெத் கான்ஸ்தந்தின், ஜோசபின் மேரி, லிகோரியம்மாள், அன்னதாசன், ஜஸ்டின் திவாகர், மரியஜான்; என்னைத் தொடர்ந்து எழுத ஊக்குவித்து வரும் தந்தை ஜெயபதி கவிஞர், மாலதி மைத்ரி, பேரா.பாத்திமா பாபு, அருள் எழிலன், பேரா.வில்ஃப்ரட் கமலப்பன், ஜான் ஃப்ரெடி சைமன்; வாழ்க்கைப் பங்காளி ஜெசிந்தா, அன்புச் செல்வங்கள் நான்சி, லாரா—எல்லோர்க்கும் நான் கடன்பட்டுள்ளேன்.

இதோடு, கதைகளை உங்களிடம் ஒப்படைத்துவிடுகிறேன். இனி நீங்களாயிற்று கதைகளாயிற்று!

வறீதையா கான்ஸ்தந்தின்
vareeth59@gmail.com

ஜனனி, 23/53, கே ஆர் புரம் மேற்கு,
தூத்தூர்—அஞ்சல்,
கன்னியாகுமரி மாவட்டம்—629176.

1

வர்ளக்கெட்டு

"நல்லாயிருக்கி. . . கொள்ளாங்கத!... ஒண்ணு.

...வாரியயினியத் தின்னடியாமாருக்கு நானும் எனக்க மக்களுமணா ஒரு எளக்கம்!. . . ரெண்டு.

...ஆணாப் பெறந்தவன் அடஞ்சி வரட்டு, அந்த தாந்துபோன வாரியயினிக்க பெண்டாடிக்கக் கவுட்டய இணிஞ்சி எடுக்கச் சொல்லித் தாறேன்!. . . மூணு.

...நானும் எனக்க மூணு மக்களும் எங்க பாடோ பழியோணு உள்ள கஞ்சிய குடிச்சிண்டி இங்ஙின சுருண்டு கெடக்க உடுதாளா பாளறுவா மட்ட . . . எனக்க மக்கள காஞ்சி காஞ்சியல்லோ புடுச்சுதா?. . . நாலு.

...அந்த கண்ணவுஞ்ச ஆண்டவன் அவளுக்க மொவன் எளந்தாரி வாரியயினிக்கு அள்ளி அள்ளியல்லா தட்டுதான். மரந்தரிச்சாம பாச்சி பாச்சி கொண்டுவாற பவுற நம்மட்ட சிந்துதா . . . அஞ்சு.

...அடியுஞ் சண்டையும் என்னத்துக்கெணி நம்மம் ஆணாப் பெறந்தவனண்ட சொல்லாமப் பொத்தி பொத்தி வச்ச கொணம், நா வூட்டுல இல்லாத்த தேரம்பாத்தி அந்த சிறாக்கப்புன வாரியயினியும் பெண்டாடியும் எனக்க மக்கள கைவச்சிருக்கி. . . ஆறு.

...இந்த அநீதத்த ஏனண்ணு கேப்பாரில்லையா... கண்ணுல கண்ட ஞாயத்தை எடுத்துரைப்பாரில்லையா. . . இந்த தெருவுல இருந்தவ எல்லாவளும் பாத்துண்டுதானே இருந்திருக்க. . . பல்லு நாக்கும் பூண்டா போச்சு எல்லாவளுக்கும்?. . . ஏழு.

...நண்டும் நரியும் நம்மளக் கையாச்ச கொள்ளுததுக்கு அந்த கண்ணத்த ஆண்டவன் வச்சிருக்கானே. . . நம்மம் குடும்பத்தோட விசந்தின்னு மரிச்சணுமணு விதிச்சிருக்கானே. . . நம்மம் சீவிச்சிருந்தி என்னத்தக் கண்டோம். . . எட்டு.

...எனக்க மாப்புள அடஞ்சு வீடு வாசல்ல காலு சமுட்டி யாவட்டு, அந்த சேப்பக்காலன் வாரியயினிக்கு இண்ணோட ரண்டுல ஒண்ணு காட்டி குடுக்குதேன்... ஒம்பது.

...தலச் செமடெடுத்து நொந்து நொந்து நான் எனக்க மூணு மக்களயும் வளத்துதேன். என்ன நிம்மதியா பச்சத்தண்ணி குடுச்ச உடுதாளில்ல. எனக்க மக்களுக்கக் கண்ணீ..ரப் பாக்க மாண்டீரா கடவுளே. . . கைமேல குடுக்கமாண்டயா. . . எனக்க மக்கள இந்தக் கைக்கறுமம் செஞ்ச கடியாகாலன் வாரியயினிக்க தலையில அந்தால இடிவுளுந்துடாதா ஆண்டவனே. . . பத்து.

...பத்து ரூவா இருக்கா, எண்ணி எடு மக்கா."

பல்பீனம்மாவுக்கு மூன்று பிள்ளைகள். கணவன் அல்போன்ஸ் ஒத்தனா மரத்துத் தொழிலாளி. வாட்டசாட்டமான உடம்பு. ஆனால் இன்னொருத்தன் கூட வலைக்கும் மடிக்கும் ஏறிப் போவதில் அல்போன்சுக்கு ருசியில்லை. தனியாளாய்க் கட்டு மரம் தள்ளிப் பாய்விரித்து வெலங்கு கடலுக்குப் போய்த் தூண்டில் போட்டு மீன்பிடிக்கும் தொழிலில்தான் அல்போன்சுக்குக் கம்பம். குடும்பத்துக்குச் சோறு போடவும் பிள்ளைகளைப் படிக்க வைக்கவும் குடிகாரனான அந்த ஒற்றையாளின் கடல் வரவு பற்றாமல் போயிற்று.

"கல்யாணம் முடிஞ்ச நேரத்தில தங்கக்கட்டிபோல இருந்த மனுசன்தான். இருந்து இருந்துதான் தெரியுது இடிவுளுவாங் காரியம். இரண்டாவதுகாறி பெறந்த பெறவுதான் மனுசன் முழுக்குடியனாப் போனாரு. எந்தப் பாளறுவான் இந்த மனுசன குடிக்குப் பழக்கினோனோ?"

பல்பீனாவின் மனம் சஞ்சலப்பட்டது.

வேறு வழியில்லை. பல்பீனம்மா தலையில் மீன் சுமடு எடுக்கத் தீர்மானித்தாள். நீண்ட நாளாய் யோசித்து எடுத்த முடிவு. அல்போன்ஸ் முதலில் தடுத்துப் பார்த்தார். அவருக்குக் கெவுறுவம் கொறஞ்சிபோவுடுமணு பேடி. பல்பீனம்மா கேட்ட பாடில்லை. மூன்றாவது நாள் அல்போன்ஸ் பல்பீனம்மா மீன் கொண்டுபோகும் கடவத்தையும் தட்டையும் சும்மாட்டையும் தூக்கிக் கொண்டுபோய் கடலில் வீசினார். மறுநாள் புதிய கடவம் இத்யாதிகளுடன் பல்பீனம்மா கடற்கரைக்குப் போனாள். அன்றிலிருந்து இன்றுவரை பல்பீனம்மா தலையிலெடுத்த மீன் சுமட்டினால்தான் வீட்டில் அடுப்பு எரிகிறது. "இந்தப் பாவி மனுசன் கிட்டுத நாலு பணத்தக் கள்ளுகடையிலயும் அரிஸ்ட கடையிலயும் கொண்டு கொண்டு குடுக்குதாரு. பவிச்சி கண்ணுகறங்கி நிக்குத மக்களுக்க வயத்துக்கு நான்

என்ன பதிலச் சொல்ல? நாம பெத்த மக்களல்லோ, கெஹுவம் பாத்தா அதுவளுக்க வயத்தக் கழுவ முடியேயும்? அண்ணக்கு மீலியா பிள்ளயும், கிறுக்கம்புள்ள பெண்டாடியும், கொரக் கெட்டியும் மேத்திர குடும்பமணி காட்டிகொண்டு நடக்காத்த பவுறா? கடவத்திலயிருந்தி மீன்தண்ணி தலவாக்குல வடிய வடிய ஓடிச் செமந்து நாலு காயி சம்பாதிச்சு கொண்டு வந்து எப்புடியாவது மக்க தலையெடுக்க வச்சிட்டமணா ஆண்டவ னேண்ணு நாம ஒரு அருவுல கெடக்கலாம் என்கிற போக்கில் பல்பீனம்மாவின் நினைப்பு ஓடியது.

‘எனக்க மாப்புள கடகண்ணியில போயி ஒரு சாமானத்த வாங்கவும்கூட வெளியே உடாத்த மனுசன். இந்த சின்ன வயசுல மீம்பெட்டியத் தூக்கிண்டு நாடாகுடிதோறும் ஒத்தப் பேரு ஒருத்தியா செமந்து வித்து மக்கள வளக்குதேன். நம்ம தலையில ஆண்டவன் வச்ச எழுத்து!’ என்று பெருமூச்செறிந்து அவ்வப்போது தன்னை ஆசுவாசப்படுத்திக் கொண்டாள் பல்பீனம்மா. பிள்ளைகளுக்காகவே அவ சீவன் கிடக்கு என்று நினைத்தாள்.

கொஞ்ச நாளாகவே அண்டை வீட்டுக் குட்டியாத்தாவும் அவள் கணவன் கடிச்சான் கார்லுசும் பல்பீனம்மாவின் பிள்ளைகள் போகிற வருகிற வழியில் சாடைமாடையாப் பேசுவதும் வம்புறுக்குவதுமா இருக்கு. பல்பீனம்மா மீன் கொண்டு வடக்கே போய்விட்டு வருகிற நாளெல்லாம் வீட்டு முற்றத்தில் கரச்சையும் கோலமுமாத்தான் மக்க எதிரேத்து நிக்குது. ‘இண்ணக்கு அந்தப் பாவிமட்டயும் பாளறுவானும் எனக்க மொவளெக் கைவச்சிருக்கி! நான் வடக்க போவுண்டு வாறதுக்குள்ள இந்த கொடும செஞ்சிருக்கி. தெருவு பைப்புல தண்ணி புடுச்சபோன எனக்க மூத்த மொவ கிறேசிய மாப்புளயும் பொண்டாட்டியுஞ்சேந்தி முடிய லாத்துபோட்டி அடிச்சிருக்கி . . .’ பல்பீனம்மாவின் மனம் அசைபோட்டது.

அலைவாய்க் கரையில் அன்று காலையில் மீன் கொள் முதல் செய்த பணத்தைத் தன் சுருக்குப் பையிலிருந்து எடுத்து எண்ணிக் கொடுத்துக் கொண்டே பல்பீனம்மா திண்ணை யிலிருந்து ஆற்றாமல் புலம்பிக்கொண்டிருந்தாள். இதற்கென்றே காத்திருந்தவள் போல குட்டியாத்தா அவள் வீட்டு முற்றத் திலிருந்து ஊரே கேட்கும்படி முழக்கினாள்:

“அங்க என்ன லெச்சறடிச்சுத தேவுடியா? தோலுக்க மேல தொண்ணூறணி சுளுங்கத்து போயி சாணாகுடியில செமந்து பௌச்சுத பிச்சப்பெட்டி, வூட்டுக்குள்ளயிருந்தி சாடவச்சி

சாடவச்சி சவடாலடிச்சுதயாம்பே? வெளிய எறங்கி வாம்பே. . . ஒனக்கக் கொண்டய லாத்திச் சமுட்டித் தாறேன். . .”

பணம் எண்ணிக் கொண்டிருந்த பல்பீனம்மாவுக்கு வெப்றாளம் பொத்துக்கொண்டு வந்தது. கண்டாங்கிச் சேலையைத் தூக்கி இடுப்பில் செருகிக்கொண்டு முற்றத்துக்கு வந்தாள். வசவு மழை பொழியத் தொடங்கினாள்.

“அன்னா தொடங்குனா பல்பீனம்மா. . . இண்ணகு வர்ளக் கெட்டுதான்.”

செபஸ்தியார் தெரு கமிலீசு சொல்லிக்கொண்டே நகர்ந்து போனார்.

“சேலுகேடு அந்தால போச்சணியல்ல சொன்ன நீ? வெலங்கு கடல்ல விரிச்ச எஞும்பி வாறது காணாட்டயா?”

வேடிக்கையாகக் கண்சிமிட்டினான் உயித்தான்.

“சேசுவே. . . பல்பீனம்மா வேஸ்புரேசு தொடங்குட்டா. . . குட்டியாத்தா என்னா, உட்டுண்டு தேடுத மொவளா – பத்தாந் திருளா பாட்டுப்பூச பாடுண்டுதான் கொடிய எறக்குவா!”

ஆஞ்சலீஸ் நாடகம் பார்க்கத் தயாரானான்.

“ம்பே பல்லு குருத்தா, பஞப்பு, மரியாதியா போவுடு! சமுட்டி சாணாங்கியாக்கி போடுவேன். ஒனக்க ஆவீரம் மாப்புள ஒம்பது வேருக்கு நிக்குவானாக்கும்– வுளிச்சுண்டுவா, யாருக்க கவுட்டைய யாரு இணியிதாணி வேளம் கேக்கும் பெறவு!”

குட்டியாத்தா கணவன் கடிச்சான் கார்லூஸ் தன் வீட்டு வாசலில் நின்றுகொண்டு பிரகடனம் செய்தான்.

பல்பீனம்மா தன் இடது கையைப் பின்புறமாகப் போட்டுக் கொண்டு ஓட்டப் பந்தயக் களத்தில் தயார் நிலையில் நிற்கும் வீரனைப்போல் கால்களை முன்னும் பின்னுமாக வைத்துக் கொண்டு வலதுகை சுட்டுவிரலை நீட்டி சாமியாடுபவள் போல் உதறி உதறி வாருவ போடத் தொடங்கினாள்.

“சீ வாருவப்பட்ட வாரியயினி!
வங்குப் பத்தின வாரியயினி!
வஞங்கப்பட்ட வாரியயினி! சப்ப வாரியயினி!
சலப்பம் வாரியயினி! சக்கிலிய வாரியயினி!
சின்னப்பய வாரியயினி! சிறுக்கன் வாரியயினி!
சொறியன் வாரியயினி! சோக்கினி வாரியயினி!
ஏ போட்டுகுடுத்த வாரியயினி!

குடிகெடுத்த வாரியயினி!
மக்களத் தின்ன வாரியயினி!
மண்ணாப் போன வாரியயினி!
நீக்கம்புல போன வாரியயினி!
பாம்பு கொத்தின வாரியயினி!
ஏ தாந்துபோன வாரியயினி!
தரந்தெறிச்ச வாரியயினி!
மண்ணுகப்புன வாரியயினி!
கால்றாவுல போன வாரியயினி!
கொள்ளையில போன வாரியயினி!
ஏ செம்பட்ட வாரியயினி!
செவுணிஞ்சான் வாரியயினி!
சிறாக்கப்புன வாரியயினி!
ஒழுக்குல போன வாரியயினி!
ஏ இடிவுளுந்த வாரியயினி!
வாதயடிச்ச வாரியயினி!
இராப்பிச்ச வாரியயினி!
தெண்டித்தின்ன வாரியயினி!
தெசபோக்கிரி வாரியயினி!

யாரயல சொன்ன. . .த்தூ! ... அம்ம அளகு நாச்சியாரப் பாத்து ஒரு சொல்லு சொல்லுடுவயால நீ! இந்த புத்தியிருந்த கொணந்தானே ஓம் பொண்டாடி கடவத்த பொத்துபோட்டு ஒன்னய அடிச்சி நெய்யெடுக்குதா!"

குட்டியாத்தா செண்டை மேளக்காரி; வம்புச் சண்டைப் பேர்வழி; அவளிடம் வாயைக் கொடுத்து யாரும் வடுப்படாமல் மீண்டதாக வரலாறு இல்லை. அந்திரையார் தெருவில் எல்லோரும் குட்டியாத்தாவிடம் பயத்தோடுதான் பழகினார்கள் (அவளண்ட முடிலாத்த யாரக்கொண்டு களியும்!). அவள் தெருக்கோடிக் கிணற்றில் தண்ணீர் எடுக்கக் குடத்துடன் வருவதைக் கண்டால் மற்றவர்கள் விலகிவிடுவார்கள். பட்டையையும் கயிற்றையும் ஒரு அறுப்புடன்தான் கிணற்றில் இறக்குவாள். குழாயடி யானலும் நியாயவிலைக் கடையானாலும் குட்டியாத்தாவை யாரும் முந்த முடியாது. குழாயடியில் மண்குடங்களையும் பானைகளையும் உடைப்பதில் அவள் ஒரு கின்னஸ் சாதனையே படைத்திருப்பாள். நல்லவேளை, அதற்குள் அலுமினிய, பிளாஸ்டிக் குடங்கள் வரவாயிற்று. முடியை விரித்துப் போட்டுக் குழாயடியில் அவள் ஆடத் தொடங்கினால் எந்த மகுடிக்கும் அடங்க மாட்டாள். வார்த்தைகளைக் கொஞ்சமாகத்தான் பயன்படுத்து வாள் குட்டியாத்தா. ஆனால் விழுகிற ஒவ்வொரு வார்த்தையும் ஸ்கட் ஏவுகணை மாதிரி இருக்கும்.

பல்பீனம்மாவோ பஜனைப் பேர்வழி. துக்க தேவரகசியமும் சிலுவைப் பாதையுமாகப் படித்துப் படித்து மூஞ்சியால மோளுவாள். பல்பீனம்மா வயிறு எரிந்து சாபம் போடுவாள் என்கிற பயத்தில் அவள் இருக்கிற பக்கமாக யாரும் சிரித்துப் பேசி வழி நடக்க மாட்டார்கள்.

குட்டியாத்தா வீட்டுக்கும் பல்பீனம்மா வீட்டுக்கும் கொஞ்ச நாளாகவே பிணக்கம். பெரிதாக ஒன்றுமில்லை, மூன்று வருடங் களுக்கு முன்பு ஒரு சின்ன விஷயத்திலிருந்து தொடங்கிய பிரச்சினைதான்.

குட்டியாத்தா வீட்டில் நிறைய கோழி வளர்த்தாள். அந்தக் கோழிகள் எப்போதும் பல்பீனம்மா வீட்டுக்குள்ளேயும் வீட்டைச் சுற்றியுமே கொத்திப் பொறுக்கி மேய்ந்து கொண்டிருக்கும். பல்பீனம்மா அரிசி வாங்கி பிளாப்பெட்டியில் வைத்திருந்தால் அதைக் கொத்தித் தின்றுவிடும், அடுக்களையில் மேயும், அங்கிங்கெனாதபடி வீடெங்கும் அதன் பாட்டுக்கு எச்சம் போட்டுவிட்டுப் போய்விடும். பல்பீனம்மாவுக்குக் கொஞ்ச நாளாகத் தலைக்குக் கிறுகிறுப்பை வருத்தியது அந்தக் கோழிகள். ஒருநாள் கணவன் அல்போன்சுக்கு சோறும் மீன்குழம்பும் விளம்பி நடுவீட்டில் வைத்துவிட்டு அடுக்களையில் கஞ்சித் தண்ணி எடுத்துவரத் திரும்பியதுதான் தாமதம், ஒரு கோழி சோற்றுப் பாத்திரத்தில் ஏறிமிதித்து நின்றுகொண்டு சோற்றைக் கொத்தித் தின்னத் தொடங்கியது. பல்பீனம்மா பதறிப் போனாள். நல்லவேளை அவள் கணவன் அதைக் கவனிக்க வில்லை. அவளுக்கு ஆத்திரமும் எரிச்சலும் கரைகடந்தது.

“பாளறுவாளுக்க கோளிப் பத்தங்க மனுசன இருந்து பௌச்சவா உடுது! போஓடு யெளவு முறுவங்களே!”

கையில் கிடைத்ததைத் தூக்கி பல்பீனம்மா கோழிமேல் எறிய, கோழி அடிபட்ட காலை நொண்டியபடி உயிர்தப்புகிற வேகத்தில் வீட்டிலிருந்து விர்ரென்று எழும்பிப் பறந்தோடி வெளியேறியது. கோழியின் காலில் அடிபட்டுவிட்டதைத் தனது முற்றத்தில் நின்று கவனித்த குட்டியாத்தாவுக்கு முகம் கறுத்தது. ‘வா வா, ஒரு நாளு இல்லாட்டா ஒரு நாளு எனக்க கையில புடியம்புடாமலா போவும் ஒனக்க மக்க, அப்பம் காட்டித்தாறேன் ஒனக்கு குட்டியாத்தா யாரணி. . .’ என்று குட்டியாத்தா மனதில் வரைந்து கொண்டாள். அன்று ஏற்பட்ட கோபம் வெலங்கு கடல் விரிச்சலாக மாறிமாறி மோதியது. அவ்வப்போது தூண்டிலில் இரை கொளுவுவதும் மீன் தப்பி விடுவதுமாக சின்னச் சின்ன வம்படிகள் வந்துபோகும். மூணு

வருஷமாயிற்று குட்டியாத்தாளும் பல்பீனம்மாவும் முகம்பார்த்து பேசி. குட்டியாத்தா வாணுவாடு என்றால் பல்பீனம்மா சோணு வாடு. பல்பீனம்மா போகிற கல்யாண வீட்டில் குட்டியாத் தாவைக் காணமுடியாது; குட்டியாத்தா போகும் துட்டி வீட்டில் பல்பீனம்மா தலைகாட்ட மாட்டாள்.

இன்று காலையில் சூழாயடியில் தண்ணீர் பிடிக்க பல்பீனம்மா மகள் கிரேசி குடத்தைக் கொண்டு வைத்திருந்தாள். கியூவில் இருந்த கிரேசியின் குடத்தைப் பின்னால் தள்ளிவிட்டுக் குட்டியாத்தா குடத்தை வைத்தாள். தனது முறை வரும் நேரத்தைக் கணக்குப் பண்ணி கிரேசி வந்து பார்க்கையில் அவள் குடம் பின்னால் நகர்ந்திருந்தது. குட்டியாத்தா குடத்தில் தண்ணீர் பிடித்துக் கொண்டிருந்தாள். எரிச்சல் ஏறியது கிரேசிக்கு.

“எண்ணெண்ணும் இந்த அனியாயந்தான் செய்யுதாளுவ. எந்த எளவுடுத்த மட்ட எங்க கொடத்த தட்டிவுட்டா பெறத்த?”

கிரேசி கூச்சலிட்டாள்.

“ம்பே, நாந்தாந் தண்ணி புடுச்சுண்டு நிக்குதேன். என்னய சாடவச்சியா பேசுத எரப்பாளி நாயே?”

குட்டியாத்தா தண்ணீர் பிடித்துக் கொண்டிருந்த குடத்தை அப்படியே போட்டுவிட்டுக் கிரேசியின் முடியைக் கொத்தாகப் பிடிக்கவும் தள்ளி நின்றுகொண்டிருந்த அவன் கணவன் கடிச்சான் கார்லூஸ் ஓடிவந்து கிரேசியின் கன்னத்தில் ஓங்கி ஒரு அறை விடவும் சரியாக இருந்தது.

“எடியே அம்மா. . .”

கிரேசி அலறி அழத் தொடங்கினாள்.

பல்பீனம்மா வடக்கேயிருந்து மீன் விற்றுத் திரும்புகையில் வீட்டில் ஒப்பாரியும் ஓலமுமாக இருந்தது. சம்பவத்தைக் கூட்டுகறி சகிதம் கிரேசி விளம்பினாள். கடிச்சான் கார்லூஸின் கைவிரல்கள் கிரேசியின் கன்னத்தில் சிவப்பாய்ப் பதிந்து கிடந்தன. பல்பீனம்மா பதறிப்போனாள்; தாளாமல் புலம்பி அரற்றினாள்.

இலவசத் தெருநாடகத்தைக் கண்டுகளிக்க அந்தத் தெருவே தயாரானது. தொருவமும் ஒப்பாரியும் கேட்ட இடத்தில் ஒன்றிரண்டு பேராய் ஆங்காங்கே திண்ணையிலும் திண்டிலுமாகக் கூடத் தொடங்கினார்கள். ‘குசுகுசா இடுக்கிலயும் முடுக்கிலயும் பேசுத ரகசியக் கதையெல்லாம் இப்பம் சந்தையில தொருவமா எறங்கும்’ என்கிற எதிர்பார்ப்பின் குரூரக் களிப்பில் கூட்டம்

வேடிக்கை பார்த்துக்கொண்டு நின்றது. எதிர்ப்பாட்டு, வில்லடிப் பாட்டு, நாட்டியநாடகம் அனைத்தின் கலவையாக வரப் போகும் தெருச்சண்டையின் உச்சகட்டக் காட்சிக்காகக் கூட்டம் காத்திருந்தது.

திண்ணையில் போய் உட்கார்ந்து கொண்டு தொருவங்களின் அணிவகுப்பைத் தொடங்கினாள் பல்பீனம்மா.

“என்னப்பாரென் அளகப்பாரணி சிலுக்கு சிலுக்கிண்டி கவ்வாத்து போறாளே ஒனக்க எளய மொவ, அவளப் போலயாம்ப வளருது எனக்க மக்க?

...ஏறுதது மோட்டாறு எறங்குதது கோட்டாறணி கௌம தவறாம வண்டியாறி போறாளே ஒனக்க மூத்த மொவ, அவளப்போல பறயனயும் துலுக்கனயும் தேடியா நடக்காம் நாம்பெத்த மக்க?

...போட்டுகுடுத்த மாப்புள வாரியயினி நாவிய பயலுக்கும் ஒரு நாக்கு – நாலுவேரப் போல நடக்குதான் சீலயும் உடுத்திண்டி. . . அடையுத வலவளிலயக்க சோந்த வாங்கி தின்னுண்டு நடந்த பெறக்கி பட்டிக்க வர்ணாசலம் எங்களுக்கு தெரிய தாக்கும்?

...நாலு சனம் நம்மள சீயணி சொல்லுடுமேயணி பேடுச்சி பேடுச்சி நாமஞ் சீவிச்சுதோம் – நம்மள இருந்தியெளும்ப உடுதாளில்ல அந்த மக்களத் தின்ன பலவட்டற கண்டாறவோளி.

...பொத்தி பொத்தி வளக்குதேன் எனக்க மக்கள – அந்த வங்கடத்தோலு சிறுக்கித் தொம்பற எனக்க மக்களக் கொலஞ் சொல்லுததுக்கு ஆவுபோச்சாக்கும்? தாள தறையில இருத்தாம நான் வளத்துன செல்ல மக்களத் தொருவம் வச்ச வந்தயாம்பே கண்டவனுக்கு சீலவிரிச்ச வேசப்பட்டி!

...குளிச்ச போன நாயெளப்பு பேத்தியாரு கரயில களத்தி வச்சிருந்த அட்டியலக் களவாண்டு வடசேரியில கொண்டு போயி வித்து தின்னுண்டி ஒண்ணும் அறியாத்த சூசையப்பரப் போல இருந்தானே ஒனக்க சிரேஷ்ட புத்திரன் – ல, அவனைப் போல கேவலங்கெட்டா வளருது எனக்க மக்க? நீ மாப்புளயும் பொண்டாடியும் அண்ணக்கே நாக்கப் புடுங்கிண்டு சாவாட்ட?. . .

...ஊரு மேயித அவசாரி. எவனெவனுக்கிருந்தியோ நாலு மக்களையும் பெத்து பெத்து வச்சிருக்கா – வடுவனப் போலயும் புளுக்கயன போலயும். வளத்த போக்கில்லாம மக்கள தெச தெண்டவுட்ட அப்பஞ் சோக்கினி பயலுக்கு இண்ணக்கு

36 ❖ வாளக்கெட்டு ❖

வந்திருக்கி ஒரு பவுறு... சொணகெட்ட சோக்கினி வடுவப் பயல, என்னண்டயா ஒனக்க கெவுறுவத்த காட்டுத?

...எனக்க சேகரத்துக்க சரித்திரத்த எருக்கந்தொறயில போயி கேட்டுப்பாரல – கரமடியும் – தட்டுமடியும் வள்ளமும் வலயும் பருமாறி ஊருமெச்ச ஆண்டிருந்த ராச குடும்பமாக்கும்!

...வாந்து கெட்ட குடும்பமம்ப!. .இண்ணக்கு ஆண்டவன் எங்களுக்கு ஒரு தாழ்வக் குடுத்தானெணி செல்லி பல்பீனம் மாளண்ட குதிர ஏறலாமணி மாத்திரம் குடிச்சுத வெள்ளத் திலயும் நெனச்சுகொள்ளாத! பிச்சி காக்கத் தூவலப்போல கருவாட்டுக மேலே தொங்கவுட்டுடுவேன் ஓர்ம!

...தொடச்சி நக்கி வூட்டுல வளிச்சி நக்கி போனானாம். நீ பெறத்த நக்கு, நான் அவத்த நக்குதேனண்ணு சொன்ன கதயாட்டி பஞ்சங்குத்துகிண்டி கெடந்த துண்டுசீலப் பரதேசிக் கொம்பளுக்கு இப்பம் பணப் பவுறு வந்துட்டது. நம்மளண்ட ஒயித்தி ஒயித்தி காட்டுதா...

...பத்தினிப் பூச்ச பரலோகம் போச்சில இக்கிளியில இடுக்கிண்டு போச்சாங் கருவாட்டுத் தலைய! ஊரு தெண்டி சோக்கினி பொங்கலாண்டிக்கு நல்ல பத்தினி பொண்டாட்டி கெடச்சு கொண்டா!

...எளய மொவம்பயல சாமிப் பட்டத்துக்கு உட்டிருக் காளாம் பத்தினி அம்ம. ஒறக்கத்திலே மொவன் ராத்திரி நன்ம கொண்டு குடுத்தானாம் – தெருவு முச்சூடும் ஒச்சியம் வித்திண்டு நடக்குதா சாமிக்க அம்ம. ம், . . வருவான் வருவான். நேரே மெத்ராணியாராவுண்டுதான் மறுசோலி.

...இந்த சொல்லப் பொறுக்காத்த சோளராசப் பரம்பரய ஊருல தெரியாதே யாருக்கும்! துப்பி நாத்தி போட்டிருக்கி இவுங்க சீரு. என்னண்ட வாறா பவுறு காட்ட. சாமானத்த அறுத்து கீலம் வச்சு உப்பும் மொளவுந்தேச்சித் தெச்சிப் போடுவேன் பாத்துக்கம்ப!

...கொள்ளாங் கொள்ளாங் கோளிக்கறி, அதிலயுங்கொள்ளாம் ஆட்டுக்கறி. ஒரு மாப்பிள வாரியயினி இருக்கான்– பொண் டாட்டியக் கண்டவனுக்குப் போட்டுகுடுத்துப் பௌச்சுத பெண்ணன் வாரியயினி, கடலுக்கு பேடிச்சி பேடிச்சி பன்னாவுல ஒளிச்சி கெடக்குத மெனக் கெட்டாம். வொளச்சி ஒளுங்கா மக்கள வளத்தத் துப்பில்ல – கடிச்சான் வாரியயினிக்கு நாலுவேரப் போல நாக்கு!”

கார்லூசுக்கு அதற்குமேல் இருப்புக் கொள்ளவில்லை.

“ம்பே. . .ம்பே. . பல்லுகுருத்தா, பளங்கஞ்சி, பளுப்பு – இஸ்கோத்திரியும் காலிஸ்றாவும் வச்சி அங்க கெடந்து என்னத்தெய கெளத்துத? இன்னா வாறேன். . .”

பல்பீனம்மாவை எச்சரித்துவிட்டுக் கூட்டத்தில் நின்றவர்களிடம் பேசத் தொடங்கினான் கார்லூஸ்.

“ஏ. . கேட்டவுளா நாயத்த, பேச்சணா ஒரு கையுங் கணக்கும் வேண்டாமா? ஊருல ஒருத்தனுக்க ஏத்தினத்தில ஒரு மச்சமும் ஒட்டுடப்பிடாது. இவளுக்குப் பொறுக்காது. கடல வெட்டி அவளுக்க கவுட்டுகெடயில வுட்டாலும் தெகையுமாக்கும் அவளுக்கு? மூஞ்சிநாறித் துக்க. சாமமாப் போட்டுத் தள்ளுதத பாத்தவுளா? எனக்கு வெச யாறுண்டு வாறு. . ம்பே, பேச்ச மடக்கிண்டு தப்புக்க தேரத்தோட! எனக்க பொண்டாடிய பைப்புல வச்சி அவளுக்க மொவ பேஞ்சாளணி செவுளயில சித்துபோல ஒரு தட்டு குடுத்துட்டேனாம். . . அதுக்கு வடக்கயிருந்தி வந்த தேரமே தெம்பறயபோல ஆடுதா கெடந்தி. . . இப்பம் என்னேணுமாம்? வூட்டயும் போட்டுண்டு குடும்பத்தோட நாங்க எல்லாரும் ஓடுடட்டா? வியாகுல மாதாவுக்க கரச்சயுங் காச்சயுமக்க வச்சுதா!. . .”

பல்பீனம்மா தன் கடைசி அஸ்திரத்தைக் கையிலெடுத்தாள். திண்ணையிலிருந்து சாடியிறங்கியவள் முற்றத்தில் குனித்து தன் இரண்டு கையாலும் கடல் மணலை வாரி கார்லூஸ் நின்ற திசையில் வீசிக்கொண்டே சாமத்திட்டு போட்டுக் கூச்சலிட்டாள்.

“பாளறுவான் வாரியயினி. . . நீயும் ஒனக்க சந்ததியும் வெளங்கா...ம போவ. . . நீ குடியிருக்குத வீடு தந்தறயா போவ. . . நீ போன எடம் புல்லுகுருக்கா...ம போவ. . . அடிச்சுத கடல்ல ஒனக்க எளந்தாரி மொவன் வாரியயினி தா...ந்துபோவ. . . மக்களத் தின்னுண்டு மறுவி நிப்ப சோக்கினி. . . நீ மண்ணா...ப் போவ. . .”

சண்டை முற்றிவிட்டது. குட்டியாத்தா சும்மா ஆடுகிற பேய். பல்பீனம்மாளின் விஸ்தாரமான வசவுகள் உருமி மேளச் சத்தமாய் வந்து விழவிழ, குட்டியாத்தாவுக்குப் பரிவேகம் வந்தது. மாப்புளமேல மண்ணைவாரி எறிந்து சாமத்திட்டு போடுகிற பல்பீனம்மாவைச் சீறிப் பார்த்தாள் குட்டியாத்தா. கண்முழுக்கக் கோபத்தால் சிவந்தது. அவிழ்ந்து கிடந்த முடியை வாரிக்கட்டிக்கொண்டு கண்டாங்கிச் சேலையைத் தூக்கி இடுப்பில் செருகிக்கொண்டு பல்பீனம்மாவை நோக்கிப் பாய்ந்து வந்தாள்.

“ம்பேய். . .அவசாரித் தேவுடியா, என்ன கொளுப்பிருந்த கொணம் நாச்சியாரம்மயப் பாத்துத் தொருவம் வச்சுவயம்ப!”

கத்திக்கொண்டே பல்பீனம்மா மீது பாய்ந்த குட்டி யாத்தா, அவள் தலைமுடியைக் கொத்தாய்ப் பிடித்து உதறி இழுத்தாள். நிலை தவறிய பல்பீனம்மா அப்படியே பின்புற மாகச் சாய்ந்து விழுந்தாள். அவள் விழுந்த வேகத்தில் முற்றத்தில் ஓரமாய்க் கிடந்த நங்கூரக்கல்லில் பின் மண்டை மோதி இரத்தம் ஒழுகத் தொடங்கியது.

பல்பீனம்மா ஒரு கணம் தனக்கு என்ன நேர்ந்தது என்று பிடிபடாமல் விழித்தாள். அவள் பேச்சு அடங்கிப்போனது. ஒரு சிறு நடுக்கத்துடன் மூர்ச்சையாகி ஒருக்களித்துக் கிடந்தாள். தலையிலிருந்து ஒழுகிய இரத்தம் நங்கூரக் கல்லில் வழிந் தோடியது.

‘அம்மா’! என்று அலறியபடி ஓடிவந்த கிரேசி பல்பீனம் மாவின் தலையைத் தன் மடியில் போட்டுக்கொண்டு கதறியழத் தொடங்கினாள்.

“ஐயோ! எங்கம்மய கொல்லாக்கொல செய்து போட் டாளம்மா... “எங்களுக்கு கஞ்சி ஊத்த யாருண்டு ஆண்டவரே... ஐயோ எங்கம்ம தெவங்கிபோறு... எங்கம்மக்கு மூச்சில்ல... மாதாவே எங்கம்மக்க உயிர பிடிச்சு போடுங்க...!”

கிராபிக்ஸ் புராணப் படத்தில் வருவதுபோல் கடிச்சான் கார்லூஸ் நொடிப்பொழுதில் அங்கிருந்து மாயமாகிவிட்டான். குட்டியாத்தா கைகால்கள் வெடவெடக்க வீட்டுக்குள் ஓடிப் போய்க் கதவை உட்புறமாகத் தாழ்ப்பாளிட்டு விட்டுப் பூனைபோல் பதுங்கிக்கொண்டாள்.

பார்வையாளர்களாக நின்ற கூட்டம் பரபரத்து பல்பீனம் மாவைச் சுற்றிக் கூடியது.

“சேசுவே! மனுசிக்கு அன்னா பெறமண்டகீறி றெத்தஞ் சாடுது ... ஓடுபோயி ஒரு பௌசறு பிடிச்சிண்டு வாருங்க. சம்முவம் புள்ளயண்ட ஒடன கொண்டு போங்க. . . அவுங்க மச்சான் தான்லாசு கடப்புறத்தில வலகெட்டிண்டிருப்பாரு, சொல்லி உடுங்க. பாத்துண்டு நிண்ணாணாக ஒரு கதயும் நடக்காது. . . பவுச்ச வயத்தோட வடக்கேயிருந்த வந்த மனுசி தண்ணிந் தவறு குடிச்சு காணாதே. வூட்டுல வந்தால தொடங்குன சண்டயல்லா!”

மீயல்பிள்ளை மகன் மூளி மும்முரமாக இயங்கினான். ஊரில் ஒரு நல்ல சமாரியன். யாருக்குப் பிரச்சினை வந்தாலும் உதவ வந்துவிடுவான். லாபநட்டம் பார்க்க மாட்டான்.

"ய. . . வூட்ல யாரு? ஒரு நேரியதோ வேட்டித் துண்டோ கீறியெடுத்துண்டு ஓடி வாருங்க. றெத்தம் நிக்கில்ல. தலையில ஒரு கெட்டுப் போட்டுடணும். ஏ கோமுட்டிக் கூதியளூத, முள்ளம்பேத்தெயப்போல பாத்துண்டு நிக்குதயாக்கும்? ஒரு செம்புல பச்ச வெள்ளங்கொண்டு வந்து மொகத்தில தொளியுங் கல. ஆளு போதங்கெட்டு போறு. . ."

பட்டம் தனக்குத் தெரிந்த வித்தைகளையெல்லாம் முயன்று கொண்டிருந்தான். பட்டம் பல்பீனம்மாவின் விட்ட சொந்தம்.

செய்தி கேட்டதுதான் தாமதம், குடியாத்தாவின் தம்பி கொளயபாஸ் டாக்சி அழைத்துக்கொண்டு ஆஜராகிவிட்டார்.

"இவளால வீடுங்குடியுமா மனுசங் கெடக்க வளியுண்டா? எல்லாரண்டயும் வலிய சண்டைக்குப்போயி வெனய வருத்தி வச்சுண்டு சாத்தாவ போல வீட்டுல இருந்து வச்சுடுவா. அக்காளல்லா, நாமம் பாத்துண்டு சும்மாயிருக்க முடியுதா. இவ இளுத்து போடுத வெனவளுக்கெல்லாம் நாமந்தான் உத்தரஞ் சொல்லணும். . ."

நொந்து கொண்டார் கொளயபாஸ்.

"வெலவுங்க. . . எல்லாரும் வெலவுங்க. . ஆளத் தூக்குங்க, பௌசறுல யாத்துங்க. அவுங்க தம்பி தான்லாசு வந்தா சம்முவம் பிள்ள ஆசுபத்திரியில வந்து சேரச்சொல்லுங்க. வண்டியில கூட ரண்டு மூணு ஆளு ஏறுங்க. . ."

அடுக்கடுக்காகக் கட்டளைகள் போட்டுக்கொண்டே பரபரப்பாக இயங்கத் தொடங்கினார் கொளயபாஸ்.

கூட்டத்துக்குள்ளிருந்து ஒரு எதிர்ப்புக்குரல் அழுகையாய் வெடித்துக் கிளம்பியது. அழுதவள் கிரேசிதான்.

"அக்காள வுட்டு கொலபாதகம் செஞ்சுண்டு தம்பிகாரன் படங்காட்ட வந்திருக்கி யோக்கியத்துல. எப்பா ராசா, நீரும் போவுடுமப்பா. . . எல்லாருக்க ஒபகாரமும் பாத்து பாத்து நெஞ்சு நெறஞ்சியாச்சு. எங்கம்ம செத்தா நாங்க மையகுளியில கொண்டு பூத்துலாம். . . எல்லாரும் போங்க. . ."

கேவி அழுதாள் கிரேசி.

"அப்படி பேசாதயுங்க மக்களே. எங்க அக்கா செஞ்ச குத்தத்துக்கு எனக்கு என்ன ஆக்கினையும் குடுங்கம்மா. நான் சந்தோசமா ஏத்துகிடுதேன். அவளுக்க பெறவிக் கொணந் தெரியாதா ஒருத்தருக்கும்? ஒரு ஆத்திரத்தில செஞ்சுபோட்டா. ஆள ஆஸ்பத்திரியில கொண்டு போயி உசுரு பௌச்சட்டு

மொதல்ல. சீவங்கெடந்தா மிச்சங்காரியத்த பாக்கலாம். ஏ, தூக்குவாருங்க. அடிச்சியும் பேஞ்சும் நம்மம் ஒண்ணாதான் இங்ஙின கெடப்போம். ஒண்ணிருக்க ஒண்ணு வந்துச்சணா அண்ணந் தம்பியணு ஓடிவந்து ஒதவாண்டாமா. நம்மம் மனுசம்மாரு இல்லயாக்கும்?"

கொளயபாஸின் அடிமனசிலிருந்து வந்த அந்தப் பேச்சில் கூட்டத்தில் நின்றவர்களின் இறுக்கம் கொஞ்சம் தளர்ந்தது.

படுதுரிதமாகக் காரியத்தில் இறங்கினார் கொளயபாஸ். மூர்ச்சையாகிக் கிடக்கும் பல்பீனம்மாவின் பின்மண்டை யிலிருந்த காயத்தைச் சுற்றித் தலையில் இறுக்கமாகக் கட்டுப் போட்டு ரத்தப் போக்கை ஒருவழியாக நிறுத்தி பல்பீனம் மாவை டாக்சியின் பின் சீட்டில் தூக்கி வைத்தாகிவிட்டது. கொளயபாஸ் மனைவி ஒரு புறமாக ஏறி பல்பீனம்மாவைத் தாங்கிப் பிடித்துக்கொண்டாள்.

"ஏ மக்கா கிரேசி, நீயும் வந்து யாறு மக்கா, அம்மய்க்கு ஒரு தொணயா இருக்கட்டு. . ."

பரிவுடன் அழைத்தார் கொளயபாஸ். கிரேசியையும், மனைவியையும் பல்பீனம்மாவுடன் பின் சீட்டிலும் கொளய பாஸையும் பட்டத்தையும் முன் சீட்டிலுமாக ஏற்றிக்கொண்டு டாக்சி விரைந்தது கோட்டார் ஆஸ்பத்திரியை நோக்கி. ■

வட்டார வழக்குகள்

வள்ளக்கெட்டு	:	நடுக்கடலில் நேரும் புயல் மழை
வாரியயினி	:	(பெண்ணிடம்) துடைப்பத்தால் அடிவாங்குபவன்
பாளறுவான்	:	ஈரல் கெட்டுப் போனவன் (வீணாய்ப் போனவன்)
காஞ்சி	:	காய்தல் (x உவத்தல்)
எளந்தாரி	:	(கடல் புகும்) இளைஞன்
மரந்தரிச்சாம	:	கட்டுமரம் தாங்காமல் (மீன்பாடு)
கைக்கறுமம்	:	உடல் ரீதியான துன்புறுத்தல்
ஒத்தனாமரம்	:	ஒருவர் (மட்டும்) கடல் புகும் கட்டுமரம்
கெவுறுவம்	:	கர்வம் (சுயமரியாதை)
பவிச்சி	:	பசித்து
சுளுங்கத்து	:	வெட்கம் கெட்டு
வெப்றாளம்	:	கோபாவேசம்
சேலுகேடு	:	(உட்கடலில்) மோசமான வானிலை
விரிச்ச	:	உட்கடலில் எழும் தொடர் அலை
இணியிதா	:	திருகிப் பிடுங்கியெறிதல்

வாருவ	:	(துடைப்பத்தால் அடித்தல் போன்ற) வசவுகள்
போட்டுகுடுத்த	:	(மனைவியைக்) கூட்டிக்கொடுத்த
நீக்கம்பு	:	சீதபேதி
மண்ணுகப்புன	:	மண்ணைக் கவ்விய
ஓழுக்குலபோன	:	(கடல்) நீரோட்டத்தில் அடித்துச் செல்லப்பட்ட
மூஞ்சியால மோளுவா	:	(அழுது அரற்றி) மூக்கைப் பிழிவாள்
தொருவம்	:	(ஒருவரின் நடத்தை குறித்த) இழிவான விமர்சனங்களின் தொடர்
ஏரப்பாளி	:	இரந்து பிழைப்பவர்
முடி லாத்த	:	குடுமிப்பிடி சண்டையிட
வாணுவாடு, சோணுவாடு	:	(கடலில்) எதிரெதிர் நீரோட்டங்கள்
ஓர்ம!	:	எச்சரிக்கை!
ஓச்சியம்	:	சுயபெருமை சாற்றுதல்
சீயணி	:	சீ என்று (இழித்து)
பெண்ணன்	:	பெண்ணுக்கான வேலையைச் செய்பவன்
தெம்பற	:	ஆட்டக்காரி (ஒழுக்கமற்றவள்)
பேஞ்சாளணி	:	ஏசினாள் என்று
செவுளயில	:	கன்னத்தில்
பெறமண்ட கீறி	:	பின் மண்டை உடைந்து
தெவங்கி போறா	:	(களைத்து) சுயநினைவிழக்கிறாள்
நேரியது	:	அங்க வஸ்த்திரம்

2
அரயநாடு

தெய்வத்தின் திருநாடு. இந்த அடைமொழியை இதற்குமுன் கேள்விப்பட்டிருக்கிறீர்களா? அரபிக்கடல் அலைக்கரங்களால் வருடிக்கொண்டிருக்கும் இந்தியத் தீபகற்பத்தின் தென்மேற்கு எல்லையின் சில நூறு கிலோமீட்டர் வெள்ளிமணற் கடற் கரையைப் பார்த்துத்தான் அப்படிச் சொல்லியிருக்க வேண்டும். கேரளத்தின் தென்கோடி மாவட்டமான திருவனந்தபுரத்துக் கடற்கரையின் மையப்பகுதியாய் அமைந்த அரயநாடு கிராமத்தில் எழிலைக் கேட்கவே வேண்டாம். மேற்குத் தொடர்ச்சி மலையின் தாராளத்தினால் அலைவாய்க் கரையைத் தொட்டு நிரம்பியிருந்தவை பல்லுயிர்ப் பசுந்தாவரங்கள் மட்டுமல்ல. தேரி போலவும் செங்குத்துப் பாறைகளாகவும் ஆங்காங்கே ஊடாடிக்கிடந்த மேடுகளும்தான். அரயநாடுக்கு மிகுதியான அழகு சேர்த்தது அதன் கடல் முகத்தின் இருபுறமும் அமைந்து பட்ட சிறுசிறு பாறைக் கூட்டங்களும் அதன் இடையில் ஒன்று ஒன்றரை மைல் நீளத்தில் வளைகுடாப் பகுதிபோல் நிலம் உள்வாங்கிக் கிடக்கும் திறந்த மணல்வெளியும்தான். ஏப்பில் தெற்கு முகமாக நின்றுகொண்டு கடலைப் பார்த்தால் ஓரழகு; திரைமாலைகளின் அப்பால் கடலுக்குள் நின்று கொண்டு அரையநாடு கடற்புறத்தைப் பார்த்தால் பேரழகு. மேட்டுப் பகுதிகளிலிருந்து வற்றாது வடிந்திறங்கும் இயற்கை ஊற்றுகள் ஒரு சேகரமாகி இந்தப் பாறைத் தொகுதிகளுக்கும் மணல்வெளிக்கும் ஊடாக ஓடி கடலில் ஓயாமல் கரைந்து கொண்டிருந்தன.

கடலின் உப்பும் கடற்காற்றின் உப்புத்தோய்ந்த ஈரமும் மூடிப்பொதிந்து கொண்டிருந்த அந்த நிலப்பகுதியில் ஓடையின் இருமருங்கிலும் பெரணி இனங்கள் மணப்பெண்ணின் பூங் கொத்தை நினைவூட்டுகிற மாதிரி அழகுகூட்டி நின்றன. டிசம்பர் மாதத்தின் முற்பகுதியில் சூரிய உதயத்துக்குக் கீழ்வானம் சிவப்புத் தோரணம் கட்டிக் காத்திருக்கும் அந்த இளங்காலைப் பொழுதில் எடுத்து மடித்து அடிக்கச் சோம்பற்பட்டுப் படுக்கை

விரிப்புபோல் மட்டம் தட்டிக்கிடக்கும் சிற்றலைகளும் நள்ளிரவில் தீவிரப்படப்போகும் டிசம்பர் பனிப்புகைச்சலின் முத்தாய்ப்பும் தொலைவிலிருந்து கரைநோக்கித் துழைந்து வரும் கட்டு மரங்களை வெறும் சாம்பல்திட்டுகளாய்க் காட்சிப்படுத்தின. தொடுவானத்தை மறைத்துநின்ற மந்தாரம் கல்லெறி தொலைவுக் கப்பால் எதுவும் புலப்படாமல் ஆக்கியிருந்தது. அம்மந்தாரம் ஒரு சித்திரமாய் அழகு காட்டியது. பகலில் மேற்கே தெளிவாய்த் தெரிகிற தோப்பந்துறை மீன்பிடி துறைமுகக் கோடியும், அதன் பின்புறத்தில் கம்பீரம் காட்டிநிற்கும் மசூதிகளும் இப்போது சாம்பர் சரிநிகராய்த் தூவி மூடிய நவீன ஓவியங்களின் நிழல் போர்வையாய்த் தென்பட்டன.

பரந்து கிடக்கும் வெள்ளை மணற்பரப்பில் போய் உட்கார்ந்து விட்டால் அதன் ரம்மியம் நம்மை ஆட்கொள்ளும். அந்த ரம்மியத்தை உள்மனம் சுவாசிக்க வைப்பது அரயநாடின் ஆன்மீக அமைதி. சலசலப்போ, கைகலப்போ, சந்தடியோ, நெருக்கடியோ கலைத்திராத தெய்வீகமான அமைதி.

அரபிக்கடலோரத்தின் தென்விளிம்பில் கொல்லம் முதல் கன்னியாகுமரி வரை நீளும் கடல்தீரம் மிஞ்சிப்போனால் இருநூறு கிலோமீட்டர்கள் இருக்கலாம். இந்தியக் கடற்கரையின் மூன்று சதவீதம். நாட்டின் கடற்கரை மீனவ ஜனத்திரளில் பத்து சதவீதம்பேர் இந்தச் சிறு துண்டு நிலத்தில் வாழுகிறார்கள் என்பது ஆச்சரியமானது. எப்படித்தான் இத்தனை ஜனங்களும் இந்தச் சிறு கடற்கரைக்குள் புகுந்தேறிவிட்டனர்!

கடற்கரைக் கிராமத்தானுக்கு ஏக பொழுதுபோக்கு புத்திர சந்தானங்களைப் பெருக்குவதுதான். "ஆகாயத்தின் நட்சத்திரங் களைப் போலவும் கடற்கரை மணலைப் போலவும் உன் சந்ததியைப் பெருகச்செய்வேன்' என்று யெகோவா தாம் தேர்ந்துகொண்ட இஸ்ரவேலின் தலைமகன் ஆபிரகாமிடம் சொன்னதாய் இவர்கள் இன்னும் பெருமிதத்துடன் சொல்லிக் கொண்டிருக்கிறார்கள். நரஜென்மங்களின் உற்பத்தியானது கடவுளுக்குகந்தது என்பது இவர்களின் ஊறிப்போன நம்பிக்கை.

உள்நாட்டில், படித்தவன் திருமணம் செய்கிறபோது நாமிருவர், நமக்கிருவர் என்ற சுவரெழுத்தைப் படித்துப் பாராயணம் செய்துகொண்டான். ஒன்றுக்குப் பிறகு இப்போது வேண்டாம், இரண்டுக்குப் பிறகு எப்போதும் வேண்டாம் என்று அரசாங்கம் சொன்னதைக் கர்ம சிரத்தையாய்க் கேட்டுக்கொண்ட இளைய தலைமுறை நாளடைவில் 'நாமே குழந்தை, நமக்கேன் குழந்தை?'

'நாம் இருவர், நமக்கு சைபர்!' போன்ற புதிய வாசகங்களைக் கண்டுபிடிக்கத் தொடங்கியது. சராசரி நகரவாசி மனசில்லா மனசோடு பெற்றுக்கொள்கிற இந்த இரண்டு பிள்ளைகளைப் படிக்கவைத்து கரையேற்றுவதற்குள் உராங் உட்டாங் மாதிரி குறுகிப் போகிறான்.

கல்வியறிவு கால் பதித்திராத இந்த கடற்கரைகளில் காட்சிகள் தலைகீழாக இருக்கின்றன. புத்திர சந்தானம் என்பது கடவுளின் ஆசீர்வாதம் என்றும் ஆணாய்ப் பிறந்தவனின் வீரதீரம் என்றும் அந்த சமூகம் நம்பிக்கொண்டிருக்கிறது. பூர்வகுடி மீனவர் களுக்கு ஆண்வாரிசுகள் என்பது விலைமதிப்பற்ற மூலதனம். ஒரு தந்தைக்கு நிறைய ஆண்பிள்ளைகள் இருந்துவிட்டால் தட்டுமடித் தொழிலுக்கு வேறு யாரையும் நம்பியிருக்க வேண்டாம். கீழ்ப்புறமும் மேல்ப்புறமும் நடந்த ஆவீரன்மார் ஏழுபேர் வேண்டும். இது தவிர மடி, மரம், ஏற்றினம் இத்யாதிகளைக் கடலில் இறக்குவது, கரையேற்றுவது, உலரவைப்பது, பீத்தை அடைத்துப் பராமரிப்பது, என்று கடலோடியின் தினசரி வாழ்க்கையில் ஒருநூறு வேலைகள் உண்டு. நிறைய இளந் தாரிகள் இருக்கும் குடும்பத்துக்கு கடற்புறத்தில் எப்போதும் தனி மரியாதைதான். அந்த சேகரத்தோடு மோதி மண்டையை உடைத்துக்கொள்ள கூனியளவு விபரமிருக்கிறவன் கூட துணிய மாட்டான். நவீன நோய்த்தடுப்பு முறைகள் எட்டியிராத காலத்தில் கொள்ளை நோய்களில் சிக்குண்டு ஒன்றிரண்டு பிள்ளைகள் 'தவறிப்போனாலும்' கரைமடி தட்டுமடி நடத்து வதற்கோ சிற்றேற்றினங்கள் புழங்குவதற்கோ சிக்கல் வராமல் பார்த்துக் கொள்ளலாம். பக்கத்து கிராமத்துக்காரன் கடல்மேல் சண்டைக்கு வராமல் பார்த்துக் கொள்வதிலும் ஊரில் 'ஆண்தடி களின்' எண்ணிக்கை நிர்ணயத்தன்மை வாய்ந்தது.

மேற்குக் கடற்கரைச் சாலையில் தோப்பந்துறை துறை முகத்திலிருந்து கடற்கரை நெடுஞ்சாலை வழியாகப் புளிங்குடிக்குப் பயணப்படும் ஒருவருக்கு அத்தனை சுலபமாக அரயநாடு பிடிபட்டுவிடாது. பழைய பரிச்சயத்தில் நெடுஞ்சாலையிலிருந்து தென்மேற்காய்க் கிளைத்துக் கிடுகிடுவென்றிறங்கும் தார்ச் சாலைக்குத் திரும்பும் சந்திப்பில் 'தி பாரடைஸ் ரிசார்ட்ஸ்' என்கிற கிராஃபிக்ஸ் அலங்கார வளைவு நமக்கு முகமன் சொல்லும். அப்போதைய தார்ச்சாலையிலிருந்து அரயநாடுக்கு வழிசொல்லி வந்தது ஒரு ஒற்றையடிப் பாதை மட்டும்தான். அந்தப் பாதை தான் இப்போது இன்னொவா, ஸ்கோடா முதலான சொகுசு வாகனங்களைக் குலுங்காமல் தாங்கும் பாக்கியம் பெற்ற தார்ச் சாலையாய்ப் புனர்ஜென்மம் எடுத்திருக்கிறது.

நானும் எனது இளைய சகலையுமாக ஈருருளியில் இரண்டு வாரத்துக்கொருமுறை இப்படி ஏதாவது கடற்கரை மணல் வெளிகளுக்கு மாலைவேளைகளில் போவதுண்டு. சூரியன் அஸ்தமித்து, அடிவானத்தின் ரத்தச் சிவப்பைக் கருஞ்சாம்பல் நிறம் கொஞ்சம் கொஞ்சமாய்த் தின்று தீர்த்தபின் மின்மினிப் பூச்சியின் வெளிச்சம்போல் ஆங்காங்கே சின்னச்சின்ன விளக்குகள் தெளியும் நேரம் வரை அந்த வெள்ளை மணலில் படுத்தவாறு சொந்தக் கதைகளையும் நாட்டு நடப்புகளையும் பரிமாறிக் கொண்டிருப்போம். விளக்கின் உதவியின்றித் தடம் தெரிந்து திரும்பி வருகிற அளவு வெளிச்சம் இருக்கையில் திரும்பிவிடு வோம். நெடுஞ்சாலையைப் பிடித்ததும் முதலில் எதிர்ப்படும் சாயாக் கடையில் ஈருருளியை நிறுத்தி ஆளுக்கொரு வெள்ளைச் சாயா அருந்துவோம். திருவல்லம் முதல் பொழியூர் வரை ஒவ்வொரு முறையும் பூவார், ஆழிமலக்ஷேத்திரம், அடிமலத் துறா என்று ஏதாவது ஒரு மணற்புறத்தைத் தரிசித்து வருவோம்.

இன்றும் அப்படித்தான் அரயநாடு கிராமத்தைத் தரிசிக்க எங்கள் இருவரையும் சுமந்துகொண்டு அந்தத் தார்ச் சாலையில் என் இருசக்கர வண்டி இறங்கிப் போய்க் கொண்டிருந்தது. கருநீலக் கால்சராயும் இளநீலத்தில் அரைக்கைச் சட்டையும் இடைப்பட்டையும் பெயர் பொறித்த நெஞ்சுப்பட்டையுமாக நின்றிருந்த இருவர் எங்களை வழிமறித்தனர். பாரடைஸ் ரிசார்ட்ஸ் செக்யூரிட்டிகள்! அவர்களுக்குப் பின்னால் ஒரு பிரம்மாண்டம் கட்டிடமாக நிற்க, இடையில் நெஞ்சளவு உயரத்தில் கம்பீரமான கருமைநிற கேட். வெள்ளியின் ஜொலிப்பில் ‘THE PARADISE RESORT’ என்னும் முப்பரிமாண எழுத்துகள்.

“நோ தரவ்ஃபேர்!”

விறைப்பாக நின்றுகொண்டிருந்த செக்யூரிட்டிகளில் ஒருவன் சொன்னான். பண்ணைச் சுற்றுலா அதிபர்களும் அரசுகளும் கைகோர்த்து நின்றுகொண்டு மீனவர்கள் இனிமேல் பழைய நினைப்பில் கடற்கரைக்குச் சுதந்திரமாகச் சென்றுவிட முடியாது என்று எச்சரிக்கை செய்வது போலிருந்தது அந்த செக்யூரிட்டி யின் பிரகடனம்.

வண்டியிலிருந்து இறங்காமலேயே ஒரு நிமிடம் பார்வையை ஓடவிட்டோம். வண்டியைக் கொண்டை ஊசியாய்த் திருப்பி எதிர்த்திசையில் ஓடவிட்டபடி மாற்றுப்பாதை தேடினோம்.

கடற்கரை நிலம் காங்கிரீட் பிரம்மாண்டங்களின் சொர்க்க வெளி ஆகியிருந்தது. கழிவறை இணைக்கப்பட்ட, குளுகுளு வசதி செய்யப்பட்ட, சுற்றுலா வணிகத்தின் அதிகபட்ச ஆடம்

பரங்களை ஒரே கூரையின்கீழ் கொண்டு தருகிற உயர்தர சூட்களின் தொகுப்பாய், புல்தரைகளாய், பசுமைப் பூங்காக்களாய், நடம் புரியும் நீரூற்றுகளும் நியான்விளக்கு அலங்கரிப்புகளுமாய் உருமாறிப்போயிருந்த சொர்க்கவெளி. காயீனின் வழித்தோன்றல்களால் கையகப்படுத்தப்பட்ட ஏதேன் தோட்டங்கள். அங்கு சுதந்திரக் குடிகளாய் வாழ்ந்திருந்த ஆதாமின் வாரிசுகள் வெளியேற்றப் பட்டிருந்தார்கள்— எந்தக் கனியையும் பறித்து உண்பதற்கு முன்பே. பணக்காரர்கள் சொர்க்கத்தில் பிரவேசிக்க முடியாது என்று கிறிஸ்தவர்களின் வேதநூல் சொல்கிறது. அந்த நுழைவுச் சீட்டுக்கு மனுப்போட்டுத் தவங் கிடப்பானேன்? அவர்கள் தாங்கள் விரும்புகிற சொர்க்கத்தை பூமியிலேயே படைத்துக் கொண்டனர். பூமியின் மிச்சசொச்சப் பகுதிகள் தொழுநோயாளிகளின் பள்ளத்தாக்குகளாய் மாறிக்கொண்டிருக்கின்றன. இல்லாதவர்கள் அங்கே குறைவின்றி அனுபவிக்கலாம் – துயரத்தை. அரயநாடு சொர்க்கமானது, ஆனால் இன்னொரு தொழுநோயாளிகள் பள்ளத்தாக்கை உருவாக்கிவிட்டது.

அரயநாடு கடற்கரைக் கிராமம் திடீரென்று காணாமல் போயிற்று! பாறைக் கூட்டங்கள் இருக்கின்றன, கடல் இருக்கிறது, மணல்வெளி இருக்கிறது, ஏப்புகள் இருக்கின்றன, சுனைகள் ஒழுகிக் கொண்டுதான் இருக்கின்றன. இரத்தமும் சதையுமாக, வியர்வையும் உயிருமாக அங்கு நடமாடிக் கொண்டிருந்த கடலின் மக்களைத்தான் காணவில்லை. தென்னந்தோப்புகள் எல்லாம் அப்படியே இருக்கின்றன, அவற்றினிடையே ஊடாடிக் கிடந்த ஓலைப்புரைக் குடில்கள் மாயமாகிவிட்டன. குடில்கள் காலூன்றியிருந்ததன் அடையாளமாக அவற்றின் சாணப்பூச்சு ஒழிந்த செம்மண் தரைகளும் புரையின் நான்கு புறமும் கூப்பியிருந்த திண்டுகளும் கழிந்த வருடங்களில் சோர்வில்லாமல் அடித்துக் கொண்டிருக்கும் உப்புக்காற்றும் காயும் வெயிலும் பொழியும் பனியும் பருவமழையும் கூட்டுச் சேர்ந்து தரையைக் கோடு கிழித்துப் பிளந்து வெடிப்பேற்றி விட்டிருந்தன. ஒரு சமயத்தில் சமையற் பாத்திர பண்டங்களாய்த் தம்மை அடையாளப்படுத்தி யிருந்த கரிபடிந்த மண்பானை சட்டிகளின் நொறுங்குண்ட மிச்சங்களும் கலயோட்டுத் துண்டுகளும் உடைந்து நொறுங்கிய அடுப்புகளின்மீது பரவிக் கிடந்தன. மழையில் கரைந்து வழிந் தோடியவை போக மீந்திருந்த சாம்பரின் அடையாளங்கள், புகைபடிந்த மூங்கில் தடிகளின் கிழிந்து நாரான துண்டுகள். . . ஓலைக் குடிலையே ஒரே சொத்தாய்க் கொண்டு பிழைக்கும் மீனவனுக்குச் சொந்தம் கொண்டாட பெரிதாக என்னதான் இருக்கும்?

அரயநாடின் கிழக்கிலும் மேற்கிலும் மீனவக் குடியிருப்புகள் தாம். மேற்கே ஆளில்லாத்துறையைத் தாண்டினால் சற்று தொலைவில் தோப்பந்துறை மீன்பிடி துறைமுகம். கிழக்கே தொலைவில் அலைகள் உரசிக்கொண்டிருக்கும் நீண்டதொரு தென்னந்தோப்புக்கு மறுவிளிம்பில் சிப்பித்துறை. தோப்பந்துறையும் சிப்பித்துறையும் நவீன தொழில் நுட்பங்களுக்குள் நுழையத் தொடங்கி ஐம்பதாண்டு இருக்க வேண்டும். விசைப் படகும் மோட்டார்ப்படகும் வள்ளங்களும் கட்டுமரங்களும் தோப்பந்துறை கடற்கரையை நிறைந்திருக்கும். சிப்பித்துறையிலோ மோட்டார்ப் படகுகளும் வள்ளங்களுமாய் நிரம்பியிருக்கும். சிப்பித்துறையிலும் தோப்பந்துறையிலும் நூற்றுக்கணக்கில் மீனவக் குடும்பங்களுண்டு, நிறைய தெருக்களுண்டு, பெரிதும் நடுத்தரமுமாய் வீடுகளுண்டு. வீட்டு முற்றங்களில் சுசுகி, எவின்ரூடு, யாமகா அவுட்போர்டு இன்ஜின்களை தண்ணீர்ப் பீப்பாய்களில் நிறுத்தியிருப்பார்கள். நைலான் வலைகளும் மட்டு என்கிற ஆயிரம்கால் தூண்டில் ஏற்றினங்களும் டிஸ்கோ வலைகளும் துறை முழுவதும் நிரம்பிக் கிடக்கும். ஆரவாரமும் சந்தடியும் மோதல்களும் சண்டைகளும் மலிந்திருக்கும்.

சிப்பித்துறை கிராமத்தில் தெருவுக்கொன்றாய் குருசடிகள் உண்டு. குருசடிதோறும் காணிக்கைப் பெட்டிகளும் இருந்தன. கடற்கரைக் கத்தோலிக்க சபையின் ஏடிஎம்கள் அவை. போடுவதற்கு மட்டுமான எடிஎம்கள். ஒவ்வொரு குருசடியிலும் இரண்டு மூன்று மாடிகள் இருந்தன. மாடிக்கு ஒரு கடவுள் (புனிதர்). ஒவ்வொரு மாடி கடவுளுக்கும் வருடத்தில் பத்துநாள் கொண்டாட்டக் கோட்டா. ஜெபமாலை, லிற்றனி – டிராமா; ஜெபமாலை, லிற்றனி – டிஸ்கோ; ஜெபமாலை, வெஸ்பர்ஸ் – மேஜிக் ஷோ; பாட்டுப்பூசை, மிமிக்ஸ் பரேட் என்று பத்து நாளும் பகட்டுமிகுந்த கொண்டாட்டங்கள், அசனங்கள் நடந்தன. கொண்டாட்டம்தோறும் அந்தந்த தெருக்காரர்கள் குருசடி வரி கொடுக்கவேண்டும். கோயில் வரிகள் தனி. வாரத்தில் மூன்றுநாள் மூன்றுமாடி கடவுள்களுக்கும் ஒதுக்கி, மாலை நவநாள் வழிபாடு நடக்கும். சிப்பித்துறையில் நாலு மூன்று மாடி குருசடி. முன்னூற்றறுபத்தைந்து நாளில் குறைந்தபட்சம் நூற்றிருபது நாள் கொண்டாட்டம் உத்தரவாதம். அப்புறமென்ன, ஐம்பத்திரண்டு ஓய்வு ஞாயிற்றுக் கிழமைகள், பாதுகாவல் புனிதர் ஆரோபண மாதாவுக்கு ஊர் சேர்ந்து ஆகோசமான பத்துநாள் திருவிழா எடுக்கும். தேர்ப்பவனி, வாணவேடிக்கை, நாட்டிய நாடகம், கொச்சின் நாடக வேதியின் வரலாற்று நாடகம் என்று அமர்க்களப்படும். பலூன்கடை, மிட்டாய்க் கடை, வளையல்கடை, ஐஸ்கிரீம், கேளிக்கை ராட்டினங்கள்

என்று சிப்பித்துறை கோவில் முற்றமும் கோவில் தெருவும் நிரம்பி வழியும். பாஸ்கா வெள்ளி, கிறிஸ்மஸ், ஆரோபணமாதா திருநாள் என்று இன்னும் பல தினங்கள் ஊர் மெனக்கெடு (ஓய்வு) ஆகும். கூட்டிக்கழித்துப் பார்த்தால் சிப்பித்துறையில் ஆண்டுக்கு 196 நாள் விழாதான். மோட்டார்ப் படகுக்காரனும் வள்ளக்காரனும் மாதவரி, திருநாள்வரி என்றெல்லாம் பட்டிய லிட்டுக் கொடுப்பதுபோக தெனாவெட்டு காட்டும் நேர்த்திக் கடன்கள், நன்கொடைகள் தனி. ஒன்பதாம் திருநாள் மாலை லிற்றனி வெஸ்பர்ஸ் நேரத்தில் கோவிலில் பாதிரியாரின் வாயால் தனது பெயர் உச்சரிக்கப்படுவதற்காத் தவங்கிடக்கும் சத்தியவேத உத்தம கத்தோலிக்க மீனவ இளவல்களுக்குப் பஞ்சமேயில்லை. இவர்கள் சவேரியார் வழி கத்தோலிக்கம் தழுவிய தென்திருவிதாங்கூர் முக்குவர்களின் வாரிசுகள். மத நம்பிக்கையில் போப்பாண்டவரை மிஞ்சியவர்கள்; அதையே தங்கள் வாழ்க்கையின் பாக்கியமாகக் கருதுபவர்கள்.

சிப்பித்துறையின் சந்துடியோ தோப்பந்துறையின் ஆரவாரமோ அரயநாடின் அமைதியைத் தீண்டவில்லை. இவர்கள் அரையர்கள் எனப்படும் நுளையர்கள். 'வலிய பாதிரி' சேவியரும் 'எனக்குத் தம்பிரான்' மார்த்தாண்ட வர்மாவும் செய்துகொண்ட பண்ட மாற்று அரசியலிலிருந்து தப்பித்துக் கொண்டவர்கள். நூற்றாண்டு களாகக் நெய்தல்புறத்தில் பிழைப்பு நடத்தி வந்தபோது உணர்ந் திராத புதுவிதமான நெருக்கடி சில ஆண்டுகளாக தீவிரப்பட்டு வருவதை சங்குண்ணியால் உணரமுடிந்தது.

சங்குண்ணி மூதாதையார்களின் கதைகளை அவன் போற்றி யிடம் கேட்டிருக்கிறான். எவ்வளவு சந்தோஷமும் கொடுக்கல் வாங்கலுமாய் இருந்த முக்குவர்கள் எப்படி அந்நியப்பட்டுப் போய்விட்டார்கள்? பாழாய்ப்போன போர்ச்சுகல் காரன் ஏன் வந்து தொலைத்தான்? தாயும் பிள்ளையுமாயிருந்த சமூகத்தை இரண்டாய்ப் பிளந்துபோட்டான். நிறையப் பாதிரிமார் வந்தது, கடற்கரையில் உயரமான கோபுரங்களும் கோவில்களும் எழும்பியது. விசைப்படகும் மோட்டார்ப் படகும் இழுவைமடியும் நைலான் வலையும் வந்தது, முக்குவன் மாருக்கு நிறைய மீன் கிடைத்தது, நிறைய பணம் வந்தது; அதில் பெரும்பங்கு கோயிலுக்குச் சேர்ந்தது. பாதிரிமாரும் பிஷப்புமாரும் வெள்ளையும் சொள்ளையுமாய் சட்டை போட்ட பக்திசபைகளும் ஊர்வலம் நடத்தியது, கோபுரங் களும் கோயில்களும் குருசடிகளுமாய் கடற்புறத்தை நிரப்பியது – சங்குண்ணிக்கு எல்லாமே கனவு போலிருந்தது. தோப்பந்துறையும் சிப்பித்துறையும் பெரிய ஊர்கள். கடலிலும் துறையிலும் பலம்

தான் பிரதானம். எண்ணிக்கையின் பலம், படகு ஏற்றினங்கள் தரும் பலம், நல்ல மீன்பாடு தரும் பலம். எண்ணிக்கைகளின் லோகம் இது. ஒருதாய் மக்கள்போல வாழ்ந்துவந்த நுளையரும் முக்குவரும் இப்போது ஒன்றல்ல என்னும் உண்மை சங்குண்ணியை மட்டுமல்ல, ராமன்பிள்ளையையும் வெங்கடேசனையும் சாமி நாதனையும் உறுத்தியது. அரயநாடில் வாழ்ந்து வந்த நூற்றியிருபது குடும்பங்களில் பலவும் இரண்டு தலைமுறைக்கு முன்னால் பிழைப்புத்தேடிப் பாலராமபுரத்துக்கும் பாப்பனங்கோடுக்கும் போய்விட்டிருந்தார்கள். மிச்சமிருக்கும் இருபத்தேழு மீனவர் குடும்பங்களும் மீன்பாட்டை நம்பி அரயநாட்டிலேயே பழிகிடக்கின்றன. இவர்கள் நாலு பேருந்தான் அரயநாடுக்கு எல்லாமே.

சங்குண்ணி கட்டுமஸ்தான கடல் வீரன். ஒத்தப்பேர் ஒருத்தனாய் கட்டுமரம் துழைந்துபோய் வலை விரிக்கவும் சூண்டமரம் போகவும் சாமர்த்தியம் கொண்டவன். நேமத்திலிருந்து முறைப் பெண் ஸ்ரீகுமாரியைக் கல்யாணம் செய்து அரயநாடுக்குக் கொண்டுவந்து பன்னிரண்டு வருடம் ஆகிறது. புத்திரபாக்கிய மில்லை. ஆனால் தம்பி கிருஷ்ணன் குட்டியின் இரண்டு பெட்டைகளும் சங்குண்ணியின் மனைவி ஸ்ரீகுமாரியின் அணைப்பில் தான் வளர்ந்துவந்தன. கிருஷ்ணன்குட்டியின் வீட்டுக்காரி யசோதா தங்கமானவள். யசோதாவின் தம்பி கோபகுமாரும் அவன் மனைவி கார்த்திகாயினியும் அரயநாடைவிட்டு வேறு பிழைப்பைத் தேடிப்போக வேண்டும் என்று கழிந்த ஓணத் திருவிழா நடந்ததிலிருந்து புலம்பிக் கொண்டிருக்கிறார்கள். குடி ஒழிந்து இன்னொரு ஊரில், இன்னொரு தொழிலில் இறங்குவது கோபகுமாருக்கு அத்தனை சுலபமான காரியமாகப் படவில்லை. வெங்கடேசனுக்கும் அவன் மனைவி விசாலாட்சிக்கும் கூட அரயநாடை விட்டுப் போய்விட வேண்டும் என்று ஆசைதான். உடனிருந்த சொந்தபந்தங்கள் எல்லோரும் திசைக் கொருவராய்ப் போய்விட்ட பிறகு இந்தக் கடற்புறமே கதியென்று எத்தனைநாள் கிடப்பது?.

அரயநாடு கடற்புறத்தில் இப்போது இரண்டே இரண்டு கரைமடிகள், பத்துப்பன்னிரண்டு கட்டுமரங்கள், இரண்டு வள்ளங்கள். தோப்பந்துறையிலும் சிப்பித்துறையிலும் இருக்கிற நைலான் ஏற்றினங்கள் இங்கு இல்லாதிருந்தன. முக்குவர்களிடம் இருக்கும் ஜிபிஎஸ், எக்கோ சவுண்டர், வயர்லெஸ் கருவிகளெல்லாம் அரயநாடு நுழையர்களின் கற்பனைக்கு எட்டாத ஆடம்பர விஷயங்கள். இவர்களின் தொழில்முறைக்கு அவையெல்லாம் தேவைப்படவுமில்லை. வெலங்கு கடலுக்கும் தங்கல் ஓட்டுக்கும் போகிற வசதிகளோ அந்தப் பாரம்பரியமோ நுழையர் மீனவர்

களுக்கு இல்லை. ஆனால் முக்குவர்களைப் போலன்றி உள் நாட்டில் கிடைக்கிற சின்னச்சின்ன கூலி வேலைகளையும் முகம் சுளிக்காமல் செய்து பிழைப்பை ஒட்ட இவர்களால் முடிகிறது. குடும்ப விசேஷங்களோ கொடை விழாவோ நடக்கிற நேரம்தான் அரயநாடு கொஞ்சம் சோம்பல் முறித்துக் கொள்ளும். பாராமபுரம், நேமம், பாப்பனங்கோடு, நெய்யாற்றின் கரையில் எல்லாம் குடியேறிய அரயநாட்டுக்காரர்கள் தவறாமல் ஊர்க்கோவில் கொடைக்கு வந்து சேர்ந்துவிடுவார்கள். இருபத்தேழு குடும்பங்கள்தாம் இப்போதைய அரயநாடு என்றாலும் சொந்த பந்தங்கள் கொண்டான் கொடுத்தான் உறவு முறைகள் சூழவந்து அந்த இரண்டு மூன்று நாட்களைக் கோலாகலமாகக் கொண்டாடி விடுவார்கள்.

தோப்பந்துறையும் சிப்பித்துறையும் பிரஸ்தாபித்த முன்னேற்றத்தின் மினுமினுப்பில் ஒருபொழுதும் அரயநாடு மீனவர்கள் மயங்கியதில்லை. அதைப் பார்த்து சத்திய வேதத்தின் பின்னால் போகவிரும்பியதுமில்லை. சங்குண்ணியும் சரி, தைக்காட்டில் அரசுத்துறையில் வேலைபார்த்து, அங்கேயே நிரந்தரமாய்க் குடும்பத்துடன் தங்கியிருக்கும் அவன் சித்தப்பா சிவராமனும் சரி, பக்கத்து ஊர் முக்குவன்மார் எந்தவகையிலும் முன்னேறி விட்டதாக நம்பவில்லை. சங்குண்ணியின் மூதாதையர்கள் அரயநாடுக்கு நாட்டாமை செய்த பரம்பரை. சங்குண்ணியின் அச்சன் கடலின் புத்திரன். பெரிய ஊர், நிறைய மீன்பாடு என்கிற நினைப்பில் சிப்பித்துறை முக்குவரும் தோப்பந்துறை முக்குவரும் அரயநாடு மீனவர்களிடம் வம்புச் சண்டைக்கு வருவதும் தொந்தரவு கொடுப்பதும் உண்டு. தோப்பந்துறை முக்குவர்கள் ஒருமுறை அரயநாடு மக்களிடம் வம்புக்கு வந்து சச்சரவு வந்தபோது தோப்பந்துறை பாதிரியின் முகத்துக்கு நேராக பவுருக்கரு பசலியானிடம் ‘காலுமாறியிட்டு எந்தெங்கிலும் நேடியோ?’ என்று கேட்டவர்தான் சங்குண்ணியின் அச்சன்.

‘வலிய பாதிரி சேவியருக்குப் பின்னால் ஆட்டுமந்தை மாதிரி போன திருகொச்சி முக்குவன்மார் என்னதான் கண்டார்கள்? நம்மைப்போல கல்லிக்காய் சிப்பியும் நண்டும் கணவாயும் ராலும் அவித்துத் தின்று கொண்டிருந்தவன்தான் அவனும். வேதத்தில் சேர்ந்ததனால் என்ன வகையில் முக்குவன்மார் வளர்ந்து விட்டார்கள்? நிறைய சாப்பிடுகிறார்கள், சேர்த்ததையெல்லாம் கல்யாணத்துக்கும் கருமாதிக்கும் செலவெடுத்து கரைக்கிறார்கள். டௌண் ஹோட்டலில் மூக்குப்பிடிக்க சாப்பிடுவான். பிராண்டிக்கடைகளை வளர்ப்பான்; துணிக்கடைகளில் விலைகூடிய துணிகளை வாங்கி உடுத்துவான். நாலு ஜனங்க

கிட்ட நல்லமாதிரி கலந்துபழகவாவது பாதிரிகள் படிப் பித்தானா?'

இண்ணைக்கு ஒவ்வொரு டிப்பாட்மென்ட்லயும் பாரு, நம் சாதிக்காரன் ஒண்ணு ரெண்டு பேராவது இருப்பான். நாயர், நம்பூதிரி கூட ஈழவன் மாதிரி நம்மால போட்டி போட்டு வளரமுடியவில்லைதான். இந்த நம்பூதிரிமாரு முக்குவன்மாரிலிருந்து வந்தவந்தான். அது போகட்டும். நமக்கு வல்ய சௌகரியங்கள் இல்லெண்ணாலும் நம்முடெ ஆள்காரு குறேபேர் படிச்சு முன்னேறிப் போறாமில்ல? வெளிநாட்ல யிருந்து ஒரு கடவுளக் கொண்டு வந்து இந்தப் பாதிரிமாரு முக்குவம்மாருக்கு என்னடா வலுதா செஞ்சிட்டாம்? அவனப் படிக்கவுட்டானா, வெளி உலகத்தோட பழகவிட்டானா?

சிவராமன் மாமா தான் பார்த்ததைப் பட்டவர்த்தன மாகச் சங்குண்ணியிடம் சொன்னார். அவர் எப்போதும் அப்படித்தான். சங்குண்ணியும் விவரம் தெரிந்த நாளிலிருந்து பார்த்துக் கொண்டிருக்கிறான் சிப்பித்துறை – தோப்பந்துறை முக்குவர்களை. ஒன்றாய் வளர்ந்து வந்த கடற்புறச் சமூகத்தை எங்கிருந்தோ வந்த பாதிரிகள் எப்படி இரண்டுபடுத்திப் போட்டான்...

அரயநாடு ஜனங்களுக்கு இந்தக் கடற்புறம் இனி சாசு வதமென்று நினைத்துப் பார்க்க முடியவில்லை. அவனவன் விரும்பின கடவுளைக் கும்பிட்டு வாழ்ந்து செத்துப் போகட்டுமே, இந்தப் பாதிரிகளுக்கு என்ன வந்தது? உலகம்பூராவும் வேதத்தைப் பரப்பவில்லையென்றால் என்ன, வியர்த்துப்போகுமா? பூர்வீக மாய் வாழும் குடியிருப்பை விட்டு நம்ம ஜனங்கள எவனோ ஒருவன் குடிகிளப்பி விடுவதற்கு இவன்மாரும் கூட்டு நிக்கிறான்? இதுதான் இவன்மார் படித்த வேதமா?

இன்று காலை நடந்த சம்பவங்கள் சங்குண்ணியின் மனசை வெகுவாய் அலைக்கழித்தது. மனசு அரயநாடுக்காக இளகி ஓடியது. ஸ்ரீகுமாரி ஏனத்தில் கப்பயும் சோறும் அயிலக்கறியும் விளம்பி வைத்தபோது சங்குண்ணி ஒரு நாளும் இல்லாத பழக்கமாக 'எனிக்கு விஷப்பில்லா' என்று ஏகவாக்கியமாய்ச் சொல்லிவிட்டு ஓலைப்பாயில் ஒருக்களித்துப் படுத்துக் கொண்டான். எரிந்து கொண்டிருந்த சிம்னி விளக்கின் வெளிச்சம் அவன் வெற்று முதுகைக் காட்டியது.

ஸ்ரீகுமாரி மறுபேச்சுப் பேசவில்லை. சுருதி பிறழாத சங்கீத மாகத்தான் சங்குண்ணி ஸ்ரீகுமாரியின் தாம்பத்திய வாழ்வு தொடர்கிறது. சங்குண்ணி மனசில் ஓடுகிற எண்ணங்களைப்

பளிக்கறைபோல் ஸ்ரீகுமாரி அறிவாள்.

அரைத்தூக்கத்தில் ஆழ்ந்துகிடந்த அரயநாடு கடற்கரை நீண்டகாலத்துக்குப் பிறகு இப்போதுதான் உறக்கம் கலைந்து மெதுவாக எழுந்திருக்கிறது. அமைதியும் அழகும் குடிகொண்டிருந்த அரயநாடின் குடிசைப்பகுதிகளைக் கன்னக்கோலிட வந்த முதலாளிகளின் கூட்டத்தில் ஒருவன்தான் சுறியானி ஜோண் செரியன். மலையும் காடும் சுனையும் நெய்தல் வெளியும் கடலுமாய் அழகு கொஞ்சும் கேரளத்தை தெய்வத்தின் திருநாடாய்ப் பிரகடனப்படுத்தித் தங்களுக்குள் பங்கு போட்டுக்கொண்டு மக்களுக்குப் பட்டைநாமம் தீட்டிய பண்ணைச் சுற்றுலாப் பண முதலைகளில் ஒருவன். கேரளத்தின் அறுநூறு கிலோமீட்டர் கடற்கரையில் பாதியைச் செரியன்களும் குரியன்களும் ஏற்கனவே ஆக்கிரமித்து விட்டிருந்தார்கள். துறைமுகம், தொழிற்சாலை, காயல், கழிமுகம் என்றெல்லாம் பங்கிட்டுக் கொண்டதுபோக மிச்ச சொச்சமிருக்கும் அரபிக்கடலின் தென்பகுதிக் கடற்கரைகளின் மீது இவர்களின் பார்வை விழுந்தது.

கடற்கரைச் சுற்றுலாப் பண்ணையில் இலட்சக்கணக்கில் இலாபத்தை அறுவடை செய்ய வேண்டுமானால் பரந்த மணல் பரப்பு வேண்டும், வான்வழி, இரயில், சாலை வசதிகள் வேண்டும். மேல், கீழ், நடுத்தர வர்க்கங்களின் பணப்பைகளுக்கேற்ற விடுதிகளும், உணவகங்களும் வேண்டும்; இயற்கைக் காட்சிகளை இரசிக்க, படகுசவாரி போக, நீர்விளையாட்டுகளில் ஈடுபட, கடலடியில் புகைப்படம் எடுக்க வசதிகள் வேண்டும். பாமர மக்கள் வாழும் கடற்கரைப் பகுதிகளில் அரசு நிலத்தை சென்டுக்கு ஐந்து காசு பத்துகாசு குத்தகையில் வாங்கிச் சேர்த்துக் கொண்டு அங்கு குடியிருக்கும் மக்களை விரட்டிவிட்டு இந்நாட்டு, பன்னாட்டுப் பணமுதலைகளால் பண்ணைச் சுற்றுலா சாம்ராஜ்யங்கள் கட்டியெழுப்பப்படுகின்றன.

லண்டன், பிராங்ஃபர்ட் முதலிய ஐரோப்பிய நாடுகளிலிருந்து தனி விமானங்களில் நூற்றுக்கணக்கான வெள்ளையர்கள் மும்பை, கோவா, கொச்சி என்று வந்து இறங்குகிறார்கள். வெளிநாட்டு சுற்றுலாப் பயணிகள் தென்திருவிதாங்கூர் கடற் கரைகளை நோக்கிப் படையெடுக்கத் தொடங்கிவிட்டார்கள். கடலும் காயலும் நிலமும் ஆகாயமும் சந்திக்கும் இடத்திலிருந்து வீசுகிற காற்றில் பிராணவாயுவுக்குக் குறைவில்லை. அந்தக் காற்றை சுவாசிப்பதற்கும் மனஅழுத்தம் போக்குவதற்கும் கடற்கரைக்குப்போ என்று மருத்துவர்கள் சொல்லத் தொடங்கினார் கள். எல்லோரும் கூட்டம் கூட்டமாய்க் கடற்கரையில் இறங்கத் தொடங்கினர். கடற்கரைகள் கட்டடங்களாலும் கேளிக்கை

விடுதிகளாலும் நிரம்பின. மீன் பிடித்து வாழ்க்கை நடத்திக் கொண்டிருந்த மனிதர்களுக்குத் திக்குத் தெரியாமற் போனது. கேரளத்தின் தென்கோடி மாவட்டமான திருவனந்தபுரம் கடற்கரையின் பெரும்பகுதி ஆக்கிரமிக்கப்பட்டுவிட்டது. 'கடலும் மணலும்', 'சூரியனும் சமுத்திரமும்', 'காதல்கூடு', 'ஆயுர்வேதா பீச்', 'தீவுச்சுற்றுலா' என்று வினோத நாமதேயங்களில் தினமும் ரிசார்ட்டுகள் உதித்துக் கொண்டிருந்தன. குமரகம் ஈறாக வேம்பநாடு காயல், அஷ்டமுடி காயல் என்று கேரளத்தின் கடலோர உவர்நீர்ப் பரப்புகளில் ஒன்றுவிடாமல் குரியன் – செரியன் சாம்ராஜ்யங்கள் வியாபித்துவிட்டன. பன்னாட்டுப் பெருந்தொழில் சுற்றுலா என்கிற ஆக்டோபசின் ஒருகை அரயநாட்டின்மேல் விழுந்தபோது அரயநாடு சோம்பல் முறித்துக்கொண்டது.

சிப்பித்துறைக்கும் அரயநாடுக்கும் இடையில் ஆயிரத்தை நூறு மாறு இடைப்பாடு இருக்கலாம். இடைப்பாடு தென்னம்புரையிடத்தை வாங்கிய ஜோண் செரியன் போனவாரம் வலைவீசும் காணி புறம்போக்கையும் செங்குத்துப் பாறைகளையும் அடைத்துக் கம்பிவேலி போட்டுக் கொண்டிருக்கிறான். அரயநாடுக்கும் தோப்பந்துறை துறைமுகத்துக்கும் இடையிலிருந்த இடைப்பாடும் கடல் புறம்போக்கு நிலமும் ஆறுமாதத்துக்கு முன்னால் மதிற்சுவருக்குள் சிறைப்பட்டு விட்டன. கடல்குதிரை சுற்றுலாப் பண்ணை என்று யாரோ ஒரு பரமேஸ்வரன் நாயர் சுற்றுலா விடுதி கட்டத் தொடங்கிவிட்டார். முக்கோலை – புளிங்குடி மேற்குக் கடற்கரை நெடுஞ்சாலையிலிருந்து அரயநாடுக்குப் போகவர மிஞ்சியிருப்பது ஒரே வழிதான். அது ராஜசேகரன் தம்பியின் தென்னந்தோப்பில் இருக்கிறது. அரயநாடு குடியிருப்பு இருப்பது அரசு புறம்போக்கு நிலத்தில்தான். ராஜசேகரன் தம்பியின் குடும்பம் வழுதக்காடுக்கு இடம்பெயர்ந்து பதினைந்து ஆண்டுகளாயிற்று. அவர் பிள்ளைகள் இரண்டும் கனடாவிலும் ஃப்ளோரிடாவிலுமாக செட்டில் ஆகிவிட்டார்கள். இராஜசேகரன் தம்பி ஓய்வுபெற்ற தாசில்தார். அரயநாடு தென்னந்தோப்பைக் கவனித்துக்கொள்ளும் சௌகரியமும் ஆரோக்கியமும் இப்போது அவருக்கு இல்லை. ஜோண் செரியன் ஏஜெண்டுகள் மூலமாக நல்ல விலை சொல்லி ராஜசேகரன்தம்பிக்கு ஆசை காட்டி விட்டான். ராஜசேகரன்தம்பியின் தென்னந்தோப்பை விலை முடிக்கும் வேலையும் சிப்பித்துறை இடைப்பாடு நிலத்தை ஆக்கிரமித்து கம்பிவேலி போடும் வேலையும் ஏக காலத்தில் நடந்து கொண்டிருந்தது. 'காள வாலு பொக்கியால் எந்து சம்பவிக்கும்' என்பதை சங்குண்ணி அறிந்திருந்தான், சிப்பித்துறை முக்குவர்களும் அறிந்திருந்தார்கள். அரயநாடுக்கு நேரப்போகும்

விதியென்னவென்பதை சங்குண்ணியின் உள்ளுணர்வு இனம் காணத் தொடங்கி மாதங்கள் ஆகின்றன.

முக்கோலையிலும் பாலராமபுரத்திலும் வாழுகிற ஈழவ சமுதாயத்தினருடைய கமிட்டிகளிடம் பலதடவை போய்ப் பேசிப் பார்த்துவிட்டான். இலவச ஆலோசனைகளைச் சுட்டுத் தின்னவா முடியும்? இராஜசேகரன்தம்பியின் நிலத்துக்குப் பக்கத்து நிலத்தின் முதலாளியிடம் பாதை கேட்டுப் பார்த்தாகி விட்டது. பாதை கொடுத்து நிலம் துண்டுப்பட்டுப் போனால் விலையாகாதாம். பாரம்பரியமாய் தாமசம் பண்ணின ஒரு கிராமம் துண்டுபட்டுப் போவதோ அழிந்துபோவதோ யாருக்கும் பிரச்சினை இல்லை, எல்லா வாயில்களும் அடைத்துப் போனது. சங்குண்ணிக்குக் கடைசியாய்த் தோன்றிய உபாயம்தான் சிப்பித்துறை முக்குவர்களிடம் உதவி கேட்பது. இரண்டு கிழமை களுக்கு முன்புதான் ஒரு ஞாயிற்றுக்கிழமை ராமன்பிள்ளையும் வெங்கடேசனையும் சாமிநாதனையும் அழைத்துக்கொண்டு சிப்பித்துறை பாதிரியையும் கமிட்டிக்காரர்களையும் பார்க்கப் போனான்.

'ஞாயறாழ்ச்ச பூஜ தீர்ந்நு' ஊர்ப்பாதிரி பள்ளிமேடை அலுவலகத்தில் கம்பீரமாக உட்கார்ந்திருந்தார். சங்குண்ணியும் கூட்டாளிகளும் மேடை வாயிலில் நின்று 'அச்சோ' என்று விளித்தபோது கமிட்டி கைக்காரன்மார் சிலபேர் வெள்ளை வேட்டி வெள்ளைச் சட்டையுடன் உள்ளே உட்கார்ந்திருந்தார்கள்.

"ஆரா அது, அகத்தேய்க்கு வரு."

பள்ளியிலச்சன் பதிலுக்கு சொன்னார்.

"நமஸ்காரம் அச்சோ. ஞங்ஙள் அரயநாடாணு. அச்சனோடு ஒரு அத்தியாவசிய காரியத்தெக்குறிச்சு சம்ஸாரிக்கானாணு ஞங்ஙள் வந்நது."

சங்குண்ணி தொடங்கினான்.

"எந்தா, பறயு."

பள்ளியிலச்சன்.

"ஞங்ஙள் இருபத்தேழு குடும்பங்ஙள் இவிடயடுத்து அரயநாடில் தாமஸிச்சு வரிகயாணு அச்சோ. படிஞ்ஞாறன் இடவழியெ ஆறுமாசத்தினு மும்பே அவர் அடச்சு களஞ்ஞு. இப்போள் ஞங்ஙள்க்கு ஆகெயுள்ளது கிழக்குவசத்துள்ள இடவழி மாத்ரமாணு. ஆ செறியன் அதும் வேலியடச்சு துடங்ஙி. பின்னே வடக்கு வசத்துள்ள ராஜசேகரன்தம்பியுட பறம்பும் விற்று கழிஞ்ஞு

எந்நாணு அறிவு. ஞங்ஙள ரெக்ஷிக்கணம். ஞங்ஙள்க்கு வேறெ மார்க்கம் இல்லா. . .”

சங்குண்ணி பராதியை சமர்ப்பித்துக்கொண்டு கூட்டாளி களுடன் கைகட்டி நின்று கொண்டிருந்தான். பள்ளியிலச்சன் சங்குண்ணியையும் கூட்டளிகளையும் ஒரு பொருட்டின்றி நோக்கினார். பிறகு கைக்காரன்மாரைப் பார்த்தார்.

“வஸ்து வாங்கிச்சவர் ஸொந்தம் தற வேலியடைக்குந்நு. இதில் நம்மள் எந்து செய்யானா?”

“அதல்லா அச்சா, வாங்கிச்ச ஸ்தலம் மாத்ரமல்லல்லோ அவர் வேலிகெட்டிப் பிடிப்பிக்குந்நது. வலவீசும் காணி எந்நு பறையுந்நது நம்முடெ மாத்றம் அவகாசமல்லியோ? வலவீசும் காணியும் சேர்த்தாணு அவர் அடய்க்குந்நது. நிங்ஙட இடவகயில் நிந்து ஹைவேய்க்கு ஒரு செறிய றோடெங்கிலும் ஒண்டல்லோ. ஜோண் செறியான் ஆ வலவீசும்காணி போயிட்டு பாக்கி அவர் விலவாங்கிய ஸ்தலம் மாத்ரம் அடைச்செடுக்குந்நதில் ஞங்ஙள்க்கு விரோதமில்லா. ஞங்ஙள்க்கு நிங்ஙள்டெ ஈ றோடு வழிதன்னே சுகமாயிட்டு சஞ்சரிக்காமல்லோ?”

கடல்குதிரை பீச் ரிசார்ட்டும் பாரடைஸ் பீச் ரிசார்ட்டும் கடற்கரையில் கட்டியெழுப்பிய காங்கிரீட் காடுகளுக்கிடை யில் விழிபிதுங்கி நின்றது அரயநாடு. மிச்ச உலகத்தோடு தொடர்பு கொள்வதற்குத் தரைவழியாய் சிப்பித்துறை வழியைத் தவிர்த்து வேறு மார்க்கமில்லை. சிப்பித்துறை பாதிரிக்கு நிலைமை புரிந்த தனால் தானோ என்னவோ மார்த்தாண்டவர்மா திருமேனி மாதிரி தோரணை காட்டுகிறார். பீச் ரிசார்ட் ரோட்டை அரய நாடு மக்கள் பயன்படுத்த விடுகிற வாய்ப்பில்லை. யோசிக்க யோசிக்க ஜோண் செரியனின் திட்டமே அதுதான் என்பதும் சங்குண்ணிக்குப் புரிந்தது. பாதிரியாருக்கும் அது தெளிவாய்ப் புரிந்தது.

கடற்புற கிராமங்கள் ஒன்றுக்கொன்று தொடர்புகொள்ள முடியாமல் கடற்கரைப் பண்ணை விடுதி முதலாளிகள் ‘கடல் பார்வையில்’ கட்டிடங்கள் அமைப்பதற்காக அரசாங்கத்தையும் அரசு அதிகாரிகளையும் சரிக்கட்டி கடற்கரைப் புறம்போக்கு நிலங்களை வளைத்துப் பிடிக்கிறார்கள். ‘ஈ முக்குவன்மாரில் வித்தியாப்பியாசம் உள்ளவராருமில்லே? ஆர்க்கும் இது மனஸ்ஸி லாவுந்நில்லே? எந்தே ஆரும் பிரதீகரிக்காத்தது? அத்ற மண்டன் மாராணோ இவரொக்க? ஸஹ மனுஷ்யரக் குறிச்சு ஸஹதாபம் தோந்நாதெ போயல்லோ பகவானே!’

சங்குண்ணியின் மனசு உல்ஸவத்தில் கழுத்தறுபடும் கோழி மாதிரி அடித்துக்கொண்டது.

"ஞங்ஙள்க்கு இதில் இடபெடான் அதிகாரமில்லா. ஞானொந்நு ஸ்ரமிச்சு நோக்கட்டே. ஏதாயாலும் ரெண்டாழ்ச்ச கழிஞ்ஞு வா, நோக்காம்."

பாதிரி மூடுமந்திரம் போடுகிறமாதிரி பிடிகொடுக்காமல் பேசினார்.

"எந்நால் ஞங்ஙள் திரிக்கட்டே. ஞங்ஙள்க்கு எங்ஙனயெங்கிலும் ஒரு பொதுவழி உண்டாக்கித் தரணும் அச்சோ."

இரண்டு வாரங்கள்... அரயநாடு தன் தலைவிதியைத் தெரிந்துகொள்ளக் காத்துக்கிடந்தது. சிலரிடம் சிறு நம்பிக்கை மிச்சமிருந்தது. நுகத்தடியுடன் நகரும் கிழட்டுச் செக்குமாடுபோல இரண்டு வாரங்கள் நகர்ந்தன.

சங்குண்ணியும் கூட்டாளிகளும் சிப்பித்துறை பள்ளிமேடையில் ஞாயிற்றுக்கிழமை மீண்டும் ஆஜரானார்கள். மேடையில் கைக்காரன்மாரின் எண்ணிக்கை அதிகமாக இருந்தது.

"வா வா, இவிடயிரிக்கு. சங்குண்ணியல்லே நிங்ஙட பேரு?"

"அதேயச்சா. எல்லாவர்க்கும் நமஸ்காரம்."

சங்குண்ணி உட்கார்ந்திருந்த எல்லோரையும் கும்பிட்டுவிட்டுக் கை கட்டிக்கொண்டு உட்கார்ந்தான். அவன் கூட்டாளிகள் அங்கே உட்காரும் தைரியம் காட்டவில்லை.

"காரியம் பிரயாஸமாணு கேட்டா சங்குண்ணி. ஆ ஜோண் செரியனோடு ஞான் ஸம்ஸாரிச்சு. அத்ர எளுப்பத்தில் இளகுந்ந கக்ஷியல்லா அயாள். அவர் இவிடெ வஸ்துக்கள் வாங்ஙிக்கூட்டுந்நது தன்னே ஈ தீரப்பிரதேசத்தினு வேண்டியாணு. இக்கார்யம் குறிச்சு இடவக கம்மற்றி அங்ஙங்ஙளோடு ஞான் டிஸ்கஸ் செய்து கழிஞ்ஞு. அரமனையில் செந்நு திருமேனியோடும் சோதிச்சு. வளச்சு கெட்டுந்நில்லா. ஞான் காரியம் வெக்தமாயிட்டு பறயாம். இடவகக்கார் இதில் இடபெடணமெங்கில் ஒற்றயொரு வழியேயுள்ளு. நிங்ஙள் ஒந்நடங்கம் மாமூதிஸ ஸ்வீகரிக்கான் தால்ப்பர்யமாணெங்கில் ஈ பிரஷ்னம் நம்மள் பரிகரிக்காம்."

பாதிரியின் முகத்தில் சாக்ஷால் மார்த்தாண்டவர்மா திருமேனியின் தோரணை. கதியற்ற ஜனங்களின் சிறு கூட்டத்திற்கு கருணை கூர்ந்து ஒரு தீர்வைத் தேடித்தந்துவிட்ட மகானின் தேஜஸ்.

சங்குண்ணியின் மனம் ஒரு கணம் நடுங்கித் தணிந்தது. செய்வதறியாது ஸ்தம்பித்தது நின்றவன் மனதைத் திடப்படுத்திக்

கொண்டான். தனது அதிர்ச்சியை வெளிக்காட்டிக் கொள்ளவில்லை புலிக்கூண்டுக்குள் நின்றுகொண்டிருப்பவன் முதலில் ஜாக்கிரதை யாக வெளியேறும் உபாயத்தைக் கையாள வேண்டும். சங்குண்ணி பக்கத்தில் நின்றுகொண்டிருக்கும் தன் கூட்டாளிகளின் முகத்தை ஒருமுறை பார்த்துக் கொண்டான். பிறகு பாதிரியாரை நேராய்ப் பார்த்தான்.

“வல்ய உபகாரம் அச்சா. ஞங்ஙள்டே ஆள்காரோடு ஞானொந்நு ஆலோஜிக்கட்டே... எல்லாவர்க்கும் நந்நியுண்டு.”

கூப்பிய கையுடன் எழுந்த சங்குண்ணி காற்றில் பரவும் தீயின் வேகத்தில் நண்பர்களுடன் பள்ளிமேடையிலிருந்து வெளியேறினான்.

போகிற வழியில் நெடுநேரம் சங்குண்ணி வாயைத் திறக்க வில்லை. கூட்டாளிகளும் மௌனம் காத்தபடி கூட நடந்தார்கள்.

கடலை அடைத்துப் பிடிக்கிறான் ஒரு சுறியானி. அபயம் கேட்டால் மதம் மாறச் சொல்கிறார் ஒரு லத்தீன் பாதிரி. யாரைச் சொல்லி அழுவது? கண்ணை மூடி உட்கார்ந்திருக்கும் அரசாங்கத் தையா, கைகட்டி உட்கார்ந்திருக்கும் தர்மபரிபாலன சமூகத்தையா, உலகத்தின் கடைக்கோடி மனிதனையும் கர்த்தரிடம் அழைத்து வருவதற்குத் துடியாய்த் துடிக்கும் கத்தோலிக்க பாதிரிகளையா, சாதி இந்துக்களின் அதிகார வெறிக்குப் பலியாகி சகசமூகங் களைப் பலியிடத்துடிக்கும் இந்துத்துவக் காவலர்களையா? ஈழவர்களுக்கு ஒரு நாராயணகுரு வந்தார். புலயர்களுக்கு ஒரு ஐய்யன்காளி வந்தார். நுளையர்களை ஏனென்று கேட்க ஒருவனும் வரவில்லையே...

கடலுக்கும் கடற்புற நிலத்துக்கும் பட்டா போட்டது யார்? நினைவு தெரிந்த காலத்திலிருந்து இங்கேதான் வாழுகிறோம். அன்று யாருமே நம் பாட்டன் பூட்டமாரிடம் பட்டா வைத்திருக் கிறாயா என்று கேட்டதில்லை. இப்போது இந்த நிலம் எங்கேயோ இருந்துகொண்டு பணக்கட்டுகளை வீசியெறிகிற சில வந்தேறி களுக்குச் சொந்தமாகிவிட்டது. இமைப்பொழுதில் நாம் புறம் போக்குகள் ஆகிவிட்டோம். அகதிகள்.

அகதி என்ற நினைப்பு ஏற்பட்டபோது நெஞ்சில் ஒருமுறை தாங்கமுடியாத சுமை ஏறி இறங்கிய வலியைச் சங்குண்ணி உணர்ந்தான்.

சங்குண்ணியின் பாட்டன் சரித்திரத்தைப் பிரஸ்தாபிப் பதில் சமர்த்தன். நானூறு ஐநூறு கொல்லங்களுக்கு முன்னால் முத்துக்குளித்துறைப் பரவன்மார் ‘சத்தியவேதம்’ ஸ்வீகரித்த

கதையைப் பாட்டனார் சொல்லக் கேட்டிருக்கிறான் சங்குண்ணி. பரவனின் தலைக்கு ரண்டு பணமென்று அரேபிய மூர்கள் பகிரங்கமாய் பிரகடனம் செய்தனர். பரவர்களை இனப்படு கொலை செய்த காலத்தில் பெண்டு பிள்ளைகளைக் காப்பாற்ற வழியறியாது திணறிநின்ற பரவப் பட்டங்கெட்டிமார் எண்பத் தைந்துபேர் வாஸ் என்கிற வணிகனின் வழிகாட்டுதலில் போர்ச்சுகீசிய தளபதியைப் பார்க்கக் கொச்சிக்கு ஓடி அவன் காலில் சாஷ்டாங்க மாய் விழுந்தார்களாம். "நாயன்மாரே, எங்க சந்ததியெல்லாம் அழிஞ்சுக்கிட்டிருக்கு, எங்கள காப்பாத்து" எண்ணு இவன்மார் கேட்டபோது "சத்திய வேதத்தில் நீங்க சேந்தா போர்த்துக்கீசிய பிரஜைகளை அடிக்கிறே எண்ணு மூர்கள்கிட்ட நாங்கள் போருக்குப் போகலாம், அல்லாமல் வேறு ஒன்றும் செய்ய முடியாது" என்றானாம் தளபதி. அப்படி சந்ததியக் காப்பாத்தறதுக்குத் தான் பரவன்மார் சத்தியவேதத்துல சேந்தான்களாம். அவன் மாருக்குப் புறகே ஆயிரக்கணக்கில முத்துக்குளித்துறை மொத்தமும் வேதத்துல சேந்துச்சாம். சங்குண்ணியின் பாட்டனார் கதையை அங்கேயே விட்டிருந்தால் பரவாயில்லை.

"எந்நிட்டு போச்சுகீசுகார் ஆ முக்குவன்மார்க்கு எந்து செய்தூ எந்நறியாமோடா சங்குண்ணி? றாணிக்கு பாதரக்ஷா அலங்கரிக்கான் வேண்டியிட்டு அவன்மார் முத்தினுபோயி கரயிலெத்திச்ச முத்துகளொக்கெயும் போர்ச்சுகீசுகார் கையடக்கி. ஒரு தவண மாத்றம் ஏழு சாக்கு நிறச்சாணு விலப்பட்ட முத்துகள் அவிடெந்து கொண்டுபோயது. அவசானம் போர்ச்சுகீசுகாரு நாடுவாழியாயி, ஸ்வதேசிகள் அடிமகளுமாயி. சொந்தம் நாட்டில் அடிமகளாயிட்டு கழியுந்ந கெதிகேடு நம்மளில் ஆர்க்குமினி ஸம்பவிக்காதிரிக்கட்டே" என்று முடித்தார் பாட்டனார்.

சங்குண்ணியின் மனம் உருகிப் பிரார்த்தித்துக் கொண்டது.

"நம்ம குடில்களையும் மனைவி மக்களையும் செரியானிட மிருந்து காப்பாத்த ஒரே உபாயம் நாம எல்லோரும் சத்திய வேதத்தில் சேரணுமுண்ணு பாதிரி சொல்லுகிறார். உங்க யோசனை என்ன?"

கூட்டாளிகளிடம் கேட்டான் சங்குண்ணி.

"அவம்மாருடெ அவஸானத்த அடவாணிது. எந்நால் சொந்தம் அம்மயெ களஞ்சிட்டு கழியுந்ந பிரஷ்னமேயில்லா!"

ராமன்பிள்ளை பட்டென்று சொன்னான் வெங்கடேசனும் சாமிநாதனும் அதே தெளிவுடன் சங்குண்ணியின் முகத்தை ஏறெடுத்துப் பார்த்தார்கள். ஆமாம். தாயைப் புறக்கணித்து விட்டுப் புதிய உறவுகளைத் தேடுவதில் அர்த்தமென்ன.

நான்கு பேரின் நடையிலும் தீர்க்கம் தெரிந்தது. ■

வட்டார வழக்குகள்

ஏனத்தில்	:	(உணவு உண்ணும்) தட்டில்
கப்ப	:	மரவள்ளிக் கிழங்கு
இடைப்பாடு	:	இரண்டு கடலோரக் குடியிருப்புகளுக்கு இடையில் அமைந்த மடிவலை இழுக்கும் இடம் (இடை+பாடு)
அகத்தேய்க்கு	:	உள்ளே
வரு	:	வா
ரெக்ஷிக்கணம்	:	காப்பாற்றுங்கள்
அவகாசம்	:	உரிமை
வலைவீசும் காணி	:	கடலோரப் புறம்போக்கு (நிலம்)
விரோதமில்லா	:	ஆட்சேபனையில்லை
சஞ்சரிக்காம்	:	பயணிக்கலாம் (புழங்கலாம்)
இடபெடான்	:	இடையீடு செய்ய/தலையிட
வித்யாப்பியாசம்	:	படிப்பறிவு
ஸஹதாபம்	:	சகவுயிர் மீது அக்கறை
ப்ரயாஸம்	:	கடினம்
அவஸானத்த	:	கடைசி

3
வெட்டாப்பு

கொல்லம் பஸ்டாண்டுல நானும் மரியநாயகம் சித்தப்பாவும் ஏறங்கும்ப வுடியகாலம் அஞ்சுமணி. மார்களி மாசத்துப் பனி போச்சலுளுந்து கெடக்கி. தெவர்த்தத் தலயசுத்தி இறுவ கெட்டு கொண்டு ரெண்டுவேருமாட்டு கடப்பெறத்த பாத்து அயிந்த மேளத்துல நடந்து போறோம். எங்க செவுஞ்சிஸ்கா அக்காளுக மாப்புளய தெரக்கி ஊர்லேந்து நேத்து உச்சக்கு பெறப்புட்டது. மரியநாடு அஞ்சுதெங்கக்க அலஞ்சுகொண்டு ஆள் புடியெத்தாம கொல்லத்துக்கு வண்டியாறுனோம். கௌக்க இத்துபோல வெட்டம் போடுத தேரத்துக்கெல்லாங் கடப்பெறத்த பிடிச்சி யாச்சு நாங்க.

பெறப்புடும்பளே மரியநாயகம் சித்தப்பா சொல்லுச்சு— புள்ளிகாறன அலெக்சு கும்பாயிரிக வீட்டுலதான் காணுமண்ணு. தொட்டதுக்கும் புடிச்சதுக்கும் பெண்டாடிய அடிச்சுகொண்டு வளக்கா போறதும் பிடிகிட்டாப் புள்ளியபோல எங்கயணி இல்லாம நடக்குததும் கிட்டுத எடத்துல தின்னுண்டு கெடக்குதது மாக்கும் மச்சானுக்க ஸ்தெரம் சோலி. கடவுள் சகாயிச்சு றாளு வலயில இத்துபோல பாடு களிஞ்சா காணும், எங்கயில்லாத பவுறும் பாவுலாவும் எல்லாம் காட்டுகொண்டு கிட்டுத பங்க வலகாரனண்ட போயி ரவுசியமா கைப்பத்துகொண்டு எங்கயாவது பெருக்குடு வாரு. கையிலவுள்ள பைசா தீருமுட்டும் ஆளத் தேடாண்டாம். வாரகணக்குல பெண்டாடியண்ட வளக்கா போறதும் அக்காளுக்க மறுக்கம் பொறுக்காம எங்க தொளிலயும் களஞ்சு கொண்டு நானும் மரியநாயகம் சித்தப்பாவும் இந்த மனியன தேடுத்தேடி நடந்து வூள உளிச்சுகொண்டு வாறதும், மூத்தவ பெறந்தது லேருந்தி இதியாம் பரிபாடி.

கலியாணங்கெட்டுத தேரத்தில செல்லம்போலயிருந்த மனியந்தான். கொட்டக்கு பத்த வரும்பதாம் மாங்கக்க புளிப்பு தெரியுமணி பளயவம் சென்னதுபோல, நாளு களியகளியத்தாம் மனியனுக்க தனி சுபாவம் தெரியுது. அக்காளண்ட கொரங்கஞ் சிறாக்குட்டியப்போல சாடிசாடி வுளுதது. மக்களுக முன்னவச்சி

அறுப்பறுத்தி அவளுக்க வயத்திலயும் இளியிலயுஞ் சமுண்டுடுதது. அக்கா களத்தி தூரவச்சுத மக்களுக்க பொட்டுப்பொடி உருப் படிவள கண்ணத்துப்பி எடுத்துகொண்டு போவி வித்து குடுச்சுதது...

கடப்பறம் புடிச்சால மேக்கமாற நடந்தோம். பொளுது கௌக்க ரண்டுதொளவ ஒசரத்துக்கு எளும்புத சமயம் கொண்டு நாங்க அலெக்சு கும்பாயிரிக வூட்டப் புடிச்சியாச்சு. பஸ்டாண்டு லயிருந்து கும்பாயிரிக்க வூடுக்கு ஒரு தொல உண்டு. மரிய நாயகம் சித்தப்பா வூட்டுகுள்ள பெய்ய எத்திபாத்துச்சு. அவத்த ஒரு மனுசரும் இல்ல. வேட்டிய உரிஞ்சி தலவாக்குல மூடுண்டு படிப்பெரயில ஒறங்குத ஆசான் நம்ம ஆளாத்தான் இருக்கும்.

“டே, புறோஸ்பரு! இன்னும் தேரம் வெளுக்கேலயாப்பா, எளும்பு. இங்க யாரு வந்திருக்காணி பாரு, ஒனக்க மச்சினம் மல்கூசு. தொளிலுகு ஒண்ணும் போவாட்டயா. வள்ளங்களுக்கு இங்க நல்ல பாடு களியிதணியல்ல வேளம்?”

மச்சாம் மூஞ்சிவாக்குல மூடுண்டு கெடந்த வேட்டிய பெய்ய வெலக்குகொண்டு மரியநாயகம் சித்தப்பா கேட்டுச்சு.

“மாமனா. எப்பம் பெறப்பிட்டவு ஊர்லேந்தி?”

எளும்பி சடவு முறிச்ச மச்சாங்காறம் எனக்க பக்கம் கறங்கி பாக்குதாரில்ல.

“தேரமும் சமயமும் பாக்குத சீருலயா எங்கள வச்சிருக்க? கிறிசுமுசுக்கு பினியும் எத்திர நாளு கெடக்கி? ஒன்னத் தேடி தெரக்கி அன்னதண்ணி இல்லாம காடுநாடா அலயிதம். சொல்லச் சொல்ல பெத்ததால நீ? புத்திய மாத்தமாண்ட யாக்கும்? நல்லநாளுமாட்டி அங்க மக்கமூணும் கெடந்து கரஞ்சி உருவுதுவ. மக்களுக்க மறுக்கத்தயாவது பாக்கமாண்ட யால. எத்திர வெச இப்புடி தொளிலு மெனக்கெட்டு ஒன்னய தெரக்கி தெரக்கி நடக்கணுமாம்? ஒனக்க பெண்டாடி அங்க கெடந்தி மறுவி மரிச்சுதா. . .”

“மாமம் அவளுக நாயத்த மாத்திரம் என்னண்ட செல்லாண்டாம். சேலா சோறு தரமாண்டா. அவளண்ட போவி இருந்தி என்னத் துக்கு. நாம் வூள வருல்ல.”

மொயத்த மாறுவச்சுண்டு மச்சான் யாரண்டயோ வேளஞ் செல்லுததுபோல மொனங்குனாரு.

“லே, இந்த கவுட்டுகு தாளவுள்ள வர்த்தமானமக என்னண்ட சென்னா உண்டே, பல்லம்புடும் தெறச்சுபோவுடும் பாத்துக்க! குளிச்சி சீலமாத்துண்டு பெறப்பிடு எங்ககூட. நீ அந்த பாவப் பட்ட பெண்ணடிய இளியடக்கி சமுண்டுண்டு இங்க வந்தி

ஒளிச்சி கெடக்க என்னா? அவ வைத்தியனண்ட வறுமத்துக்கு மருந்து தின்னுண்டிருக்கா. ஓலகத்தில ஒரு மச்சினம்மாரும் மல்கூசபோல பொறுதியெடுக்கமாண்டான். ஒருக்கா அவனுக கை கொண்டா ஒன்னய கெடயில கெடத்தி பீ மோத்திரம் அள்ளணுமணி பாக்குதேன். நா வேணுமணா எனக்க இளிய கண்ண நக்கணிவுள்ள சீருல நீ நடக்குத, ஒனக்க பெண்டாடி ஒன்னய தாளதறையில வச்சுதாளில்ல. பீய மெச்சுததுக்கு ஈதாம் வேணும்."

சித்தப்பா பேசட்டணியாம் நாங் கல்லுபோல நிண்ணு வச்சேன்.

அலெக்சு கும்பாயிரிக பெஞ்சாதி கொடமுந் தண்ணியுமா அப்பந்தாம் வூள வந்தி யாறுது. அடுத்த தெருவு மொனம்புல போவிதாங் குடிதண்ணி எடுக்கணும். ஆளு வாறதக் கண்டால சித்தப்பா வேளத்த மடக்குட்டது.

"ஐ, யாரக வந்திருக்கி! மாமனுக்கு எங்கவூட்டுகு இப்பந்தாம் வளி தெரிஞ்சதாப்பா? எங்களயக மறந்துகாணுமணியல்ல நெனச்சோம். உள்ள வந்தி பாயபோட்டு இரியுங்க. சீவாளுக ஐயா றாளுவல போயிரிக்கி. புறோஸ்பரண்ணஞ் சடவாயிருக்கணி சொன்னாக்கில இவுங்க வேறவொரு கொளந்தய புடிச்சி கூடயாத்துண்டு போயிருக்கி. ஊர்ல என்னவும் விசேசமா மாமன், வுடிய நேரம் வந்திருக்கி?. . . இருந்துகொள்ளுங்க மாமன், நாம் போயி வெள்ளகுடி வாங்குண்டு ஓடுவாறேன்."

கொடத்த எறக்கி வச்சுண்டு வெள்ளகுடி வாங்குண்டு வர கர்மேவியா மைனி பிளாப்பெட்டிய எடுத்தது.

எங்க கும்பாயிரிக பெஞ்சாதி தங்கத்திலயுந் தங்கம். சொந்த மணி சென்னா சதய அரிஞ்சு குடுப்பா. அவளண்ட பளவின ஒரு சனம் அவள வாங்கியிரி நீங்கியிரியணு செல்லிகாணாது.

"கொள்ளாங் கொள்ளாங் கர்மேலியா. நீ ஆக்கி ஆக்கி தட்டு புறோஸ்பருக்கு. அவனும் இதியாந்தொக்கணி நகம் நனயாம இருந்து தின்னு பெருக்கட்டு. நம்பிவந்த பெண்ணடியும் மூணு மக்களுமாட்டு அங்க தூங்கி சாவட்டு. . ."

"நாஞ் சொல்லாமயா இருக்கேன் மாமன். வந்த பித்தா நாளே சீவாளுக ஐயாவும் சொல்லுது, கிறிசுமசுமுட்டும் மக்களுக கூட நிண்ணுகொண்டு வருசபெறப்புக்கு முந்தி வருங்க, இங்க ஸ்தெரமா நிண்ணி தொளில் செய்யிலாமணி. நம்மஞ் செல்லுத வேளத்த வகவச்சுத ஆளா? வூள செல்லுண்டு வந்தாணியல்ல செல்லுச்சு என்னண்ட!"

"எங்கயுஞ் சோறு கெடச்சுமண்ணுள்ள தைரியந்தாம் புறோஸ்பருக்கு. அதுனாலயல்ல இப்புடி எம்போக்கியபோல ஊரு தெண்டுண்டு நடக்குதான்... சரியம்மா, நாங்க மூணு

வேரும் செணம் கெணத்திலபோவி குளிபோட்டுண்டு வந்துடுதோம். ராத்திரி முச்சூடும் பஸ்டாண்டிலயும் பஸ்சிலயுமா கெடந்தி சடவா இருக்கி. சீணம்போவ குளிச்சட்டு, வாளியுங் கவறயும் இங்க எடு."

"மூணுவேரும் தலயில எண்ண பெரட்டுண்டு போங்க இன்னா."

கும்பாயிரி பெஞ்சாதி ராமச்சம் வேரும் சீரவமும் போட்டு காச்சின எண்ணய கொண்டு தந்துச்சு. நல்ல மணம்.

எளந்தொறயில போவி புறோஸ்பரணி கேட்டா யாருக்குந் தெரியாது, எங்க மச்சானுக்கு ஊர்ல கவுட்ட காலனணியாக்கும் பேரு. எங்க செவுஞ்சிஸ்கா அக்கா மச்சான நல்லா பாக்கும். வட்டாள வசிகளுவி கோவுரம்போல சோறுவச்சி குடுக்கும். அக்கா மீங்கறி வச்சுத கைப்பாகம் நல்லா இருக்கும் பாத்து கொள்ளுங்க. எங்கம்மக்க கைப்பாகம் கடசீல அவளண்டயாம் வந்து சேந்தது. இந்த மனியன் இருந்தி ஒத்தைக்கு வெட்டுவாரு. தாற மீனம்புடயும் தின்னுகொண்டு சட்டியில ஒண்ணும் இல்லையாம்பே, ரண்டு துண்டுகூட வச்சிதா எணி மனசாச்சி இல்லாம கேக்கும் மச்சான். ஒம்மாண மச்சாம் வெறுமாணம் எணி பளயவஞ் சென்ன கணக்குல இந்த மனியனுக்கு வெளம்பி தீத்தபெறவு கறிச்சட்டியில பாத்தா வெறும் ஆணந்தாங் கெடக்கும். மக்களுக்கு வசிவள்ள மண்ணத்தாம் அள்ளுவச்சி குடுக்கணும். யாப்பம் வருமுட்டும் இருந்து தின்னுவாரு மச்சான். கடசீல வசியில பெறகாணுத சைசுல ஒரு அருவுல இத்துபோல சோத்த மிச்சம் வச்சுகொண்டு 'அம்புடும் கல்லு கல்லா கெடக்கி, நீயாந் தின்னம்ப' எணி வசிய சாய தள்ளுவுடுவாரு. இந்தாளுக வயத்துல அப்புடி என்ன கோளியும் குஞ்சுமா கெடக்கி? வெளியில சொன்னா கேவலம், அண்ணக்கு எங்க அக்கா மீனாஞ்சு கறிகாச்சு வச்சுகொண்டு அடுப்புல அரி தட்டுபோடுத சமயம் லாறியில வெறவு எறங்குத எரப்பு கேட்டுச்சணி வெறவு பங்குவச்சு வாங்குததுக்கு சுட்டி அங்ஙின ஓடுபோவுண்டு வாறதுக்குள்ள கறிச்சட்டியில ஓலமடி பெறத்த கெடக்காம். பாத்தா வெறும் ஆணம்! பூச்சயபோல அம்புடு மீனயும் அரிச்சு பெறக்கி தின்னு கொண்டு பெருக்குட்டாராம் ஆசான்!

மச்சான் ஊர்ல ஒரு ஏத்துனத்துகும் ஸ்தெரமா நாலு ஆச்ச ஏறிபோன சரித்திரங் கெடயாது. வலக்காறம் பங்கு பைந்துகுடுக்குத பணத்துல பாதிய சட்டையில போட்டுகொள்ளு வாரு. இதுக்கணி ஆசாங் கமுக்கூட்டுகு கீள அவத்தோடி ஒரு கள்ளசேப்பு வச்சியாஞ் சட்ட தெச்சுதது. சால முக்குல ஒத்தயில காப்பி குடுச்ச போவாரு. ஒரு நாளெங்கிலும் அந்த

மூத்த பயல காப்பிகுடுச்ச உளிச்சுகொண்டு போவிபாக்கட்டு? இண்ணுவர இந்த ஆளு எங்க போவுண்டு வந்தாலும் கையில அஞ்சுரூவா சக்கறத்துக்கு பண்டமோ பலகாரமோ வாங்கு கொண்டுவந்தி அந்த மக்களுக்க கையில குடுத்து தெரியாது.

மடிவ பருமாறுத காலத்தில குதுப்பும் மஞ்சகாரயுமாட்டு அஞ்சொமலு ஆறொமல்ல கொண்டு கொண்டு வரும். கவுரெளுப் பத்துக்கு மடிப்போனா மறுநாளு பொளுது எளும்புத நேரத்துக்கு தாம் மடிவ கரைய அடையும். வெளுப்புக்கு முன்ன செம்புல பளயதும் கருப்பிடி துண்டுமாட்டு கடப்பெறத்துல பன்னாவுக நெணல்ல எங்க அக்கா காவகெடக்கும். குளுவர நச்சத்தில கல்லுல மடிப்போனா அடஞ்சவொடன குடுக்குதுக்கணி பருத்தி கொட்ட பாலுல மருந்து கஞ்சி வச்சி சூடோட கடப்பெறத்துல கொண்டு வச்சுகொண்டு காத்து நிக்கும். மடி கரயடஞ்சி காணாது, தொளக்குத தொளவய சாயபோட்டுண்டு மச்சான் அக்காளண்ட போவி கஞ்சிய வாங்கி மடக்கு மடக்கணி குடுச்சும். தொளவய மலத்திவச்சி மஞ்சகாரயும் பாரகுட்டியும் ஊறமும் கெளச்சியுமாட்டு பங்குமீன தொளவ நீளத்துக்கு நெறச்சி வூளகொண்டு குடுத்துகொண்டு காரய கெளங்கு கூட்ட மஞ்சதண்ணி வையணி சொல்லும். கொளத்தில ஓடுபோவி ரண்டு முங்கல் போட்டுண்டு கள்ளுகடயிலபோவி இரண்டு மூணு பட்ட கள்ளுங் குடுச்சுகொண்டு பரபராணு வூள வரும். மக்ககுட்டிக்கணு ஒருபொடி மிச்சம் வச்சாம சட்டியோட கெளங்கும் மீனுமா ஒத்தயில தின்னு ஒளிச்சுடும் மச்சான். தொளிலுக்கு போவாம ஓயிக்க இருந்துச்சணா அடையித வலவளண்ட போவி மரந்தூக்கு குடுக்குதது போல நிண்ணு கொண்டு மீனு ஏலம்போடுத நேரத்துல கூட்டத்த இடிச்சு வெலக்குண்டு நடுவுலபோவி நிண்ணுகொள்ளும். 'மதிச்சி கேளுங்கல ஏலத்த, என்னா சும்மாலா தட்டுபோட்டிருக்காம் மீன' எணி காரியமா சொல்லுகொண்டு உள்ளதுல நல்ல சைசான மீன எடது காலு தள்ளவெரலுக்கெடயில இடுக்கி இளுத்து கிட்ட போட்டுகொள்ளும். யாராவது செறுத்தா கூட்ட அறுப்புதான். கூலிக்கு போறவனுவ மோரய கறுத்து வச்சுண்டு நிக்குவானுவ. எளவுடுத்தவன் இதோட போவி தொலயட்டு மனசே பொறு நெஞ்சே பொறணி வலக்காறங் கல்லுபோல நிண்ணுகொள்ளுவான்.

கடலுமேல மச்சான் காட்டுத கைக்கறுமமணாங்கி செல்லி முந்தாது. மேலா வெலங்கோட்டு பாவச்சி ஓடுபோவும்ப வலவ போட்டு கெடக்குதத கண்டா நம்மளணா என்னேவோம், அணியத்து பலவய எளுப்புட்டுகொள்ளுவோம். இந்த ஆளு இருக்கே, பலவயில வலய கொளுவவுட்டு இளுத்துண்டு போவாரு.

வலபோட்டு கெடக்குதவம் தள்ளய்க்கும் பெண்டாடிக்கும் செமுக்க காணும் அறுக்குவான். வாற தேச்சியத்துல கையில கிட்டுனா சங்க கடிச்சு துப்புடுவானுவ. பலவயில இளுத்துண்டு வாற வல கிளிஞ்சாணாதான் மச்சானுக்கு அண்ணக்கு தொண்டயில சோறெறங்கும். இண்ணுவர சொந்தமாட்டு ஒரு சித்தேத்தினம் வச்சு பரிபாலிச்சு காணாது. அப்புடி நடத்துதவனண்ணாங்கி அந்த வருத்தம் தெரியப்பாத்தது. கவுரெளுப்பத்துக்கு தள்ளுத பரியவளப்பு வலவள சைசா நோட்டம் பாத்துவச்சு கொள்ளுவாரு. கவுரடக்கத்துக்கு இவரு ஏத்தினம் எளக்குண்டு போவும்ப ரெண்டு ஏத்தினத்திலயாவது கொடுக்கு வலய எளுப்பி மேவலயில பட்டுகெடக்க மச்சத்த நைசா களிச்சி ஒமல்ல போட்டுண்டு தாம் போவாரு. இப்புடி கடல்ல வல போடுததுக்கு முந்தியே அடுத்தவனுக்க யாத்தினங்கள்ள பட்டுகெடக்குத மீனக் களவாணு தவனுக்கு கடலம்ம ஒசுவனங் குடுக்குவாளா? சிலுவத்திரிக பேரன் தானப்புளுவுக வலயில அண்ணகு இப்புடி மீன களிச்சு எடுக்குதத அவங் கண்டுகொண்டாம். அவுனுக சவுலம் தான்லாசு கடப்பெறத்துல வச்சி மாறிகேட்டானணு செல்லி மறுவாரத்தில தெக்க கோட்டுமால்ல வலிச்சு வச்சிருந்த அவனுக பரிய வளப்பு வலயத் துண்டுதுண்டா கொத்துபோட்டது இந்த ஆளு. ஊருகூட்டத்தில இந்த நாயம் வந்தி, எப்புடியோ கறக்குவுட்டோம்.

கடப்பெறத்துலயும் கடல்மேலயும் மச்சானுக டிறாமா இப்புடியணா நாடாகுடியில போவி இந்தாளு காட்டுத சுளிவேலய பத்தி கேக்காண்டாம். நாடாகுடிய பாத்து மச்சாம் போச்சணாங்கி நாமம் நெனச்சு கொள்ளணும், ஒரு எளவ வலிச்சி போட்டுண்டுதாந் திரும்ப வரும் ஆளு. எளந்தொறயில பகுதி ஆளுவளுக்கு துணி வெளுத்து குடுக்குதது சுப்பயன் வண்ணானாக்கும். சுப்பயன் வேல நல்ல சுத்தம். அவம் வெள்ளாவி வச்சு நீலமுக்கி அசநெடுவ காயபோட்டுருந்ததுலயிந்தி அளகான கரபோட்ட ஒரு டவுள் வேஸ்டியும் ஒரு பாளிஸ்டர் சட்டையுமாட்டு ஆசான் எடுத்துண்டு பறிஞ்சிட்டாரு. வேட்டியாவது லேசுல லேவ கண்டுபுடுச்ச முடியாதணி செல்லுங்க, சட்டய களஞ்சவம் லேவ கண்டாணாங்கி வுட்டுண்டா தேடுவான்? மாறமாற அறுத்தி அடிவச்சி றோட்ல உருண்டி சட்டகிளிஞ்சது. கிளிஞ்ச சட்டய களத்தி ஒனக்கு பிச்சயடாணி சொல்லி அவனுக மோரயில உட்டெறியிதாராம் மச்சான்.

முக்கு றோட்டுக தெக்கு விளயில செவலிங்கநாடான் வீட்டடியில பத்துநூறு போல தேங்க வெதபாவி வச்சிருந்தது. சாலமுக்குல காப்பியுங் குடுச்சுண்டு வந்த மனுசனல்ல அதில குருந்துவுட்டு நிண்ண ரண்டு தேங்கய புடுங்கியெடுத்துண்டு போவி அதுக்கு பத்தவுள்ள விளயில குத்துகல்லுல ஒடச்சி

தவுணத் தின்னுண்டு நிக்குதாராம்! செவலிங்க நாடான் இந்த நேரம்பாத்தி விளயில வந்தவன் லேவ கண்டுகொண்டான். இரண்டு மூணு ஆளுவளோட ஓடுவந்தி எங்க மச்சானப் புடிச்சி தெங்குல கெட்டுவச்சு போட்டானுவ நாடாம்மாரு. விசியந் தெரிஞ்சி, வேண்டப்பட்ட அஞ்சாறு பெரியாளுவளுமா போவி செவலிங்கத்திட்ட நாயனே பொறு தங்கமே பொறு எணி கெஞ்சி கெரவி பொறுதி சொல்லி ஆள உருவி வூளகொண்டு சேத்தோம்.

பருமாத்தமெல்லாம் ஒத்தயிலயாம். மடிச்சீலயில அஞ்சு காயி இல்லாட்டலும் துணிஞ்சி எங்கயும் வண்டியேறுடுதது. அண்ணாகயத்தில ஒரு பேனாகத்தி மட்டும் எப்பமும் காணும். வெத்தில போயில சுருட்டுவலி பளக்கமொண்ணும் கெடயாது, குடி மாத்திரந்தான். பள்ளவயறு நெறச்சு குடிச்சணும், பானையில இருக்குத அம்புடையும் வவுத்தில கமுத்தி தட்டுகொண்டு எங்கயும் வச்சி நடக்கணும். எவம் பெண்டாடி எவங்கூடபோனா எனக்கென்ன மயிரணி உள்ள நட...

சாலமுக்குலயிருந்தி கௌக்கவாக்குல போற றோட்டங்கரை யோட ஒருவாடு மாந்தோப்புவளாட்டி இருக்கி பாத்திருக்கவுளா? அதுல செள்ளுபோலயாம் பிடிச்சிகெடக்கும். செலய சீசனுவள்ள செட்டுவெட்டி மாங்க காச்சா கொப்புவ தரிச்சாம தாந்து தாந்து கெடக்கும் பாத்துகொள்ளுங்க. நம்ம ஆசான் ஒருநாளு அதுலபோவி ஒருமாவுக தாள தலேதுண்ட விரிச்சு போட்டு கொண்டு பரபரா மாங்கவள பறச்சி அதுல போட்டுகொண்டிருக் காராம். இந்த சமயம்பாத்தி விளகாறி வந்துட்டாளாம். குட்டிநாடானுக பெஞ்சாதி ஒரு கறுப்பி நெடுநெடா இருப்பாளே, பூச்ச கரஞ்சதுபோல பளக்கஞ்சொல்லுவாளே, அவ. ஊர கூட்டுதுதுபோல போடுதாளாம் உளி.

“ஆருவுல இஞ்ச, தோப்புக்குள்ள யாறி மாங்கா களவாங்கது?”

புள்ளிகாறம் முன்னயும் பின்னயும் பாக்கலே. அவளபாத்தி மாறி நிண்ணுகொண்டு கக்கமடிகெட்டியிருந்த ஒத்த வேட்டிய இடுப்புக்குமேல ஒயித்துகொண்டு கொல்லகு போற சைசுல குத்தவச்சி இருந்துட்டாராம். குட்டிநாடாம் பெஞ்சாதி அந்தால வெக்கிச்சி ரண்டு கைகொண்டு மோரய பொத்துகொண்டு ஓடுதாளாம். அவ ஆளு கூட்டுண்டு வாற தேரத்துக்குள்ள ஆசான் விக்கிரமாதித்தங் கூடுவுட்டு கூடுபாயித சேலுல களவாண்ட மாங்கயோட தேசங்கடந்தியாச்சாம். ஆரண்டயாவது கொண்டு வித்து குடிச்சுகாணும். இத அண்ணகு கோயில் முத்தலுல எளந்தாரி பயக்களுக நடுக்க நிண்ணி பீத்துண்டு நிக்குதாரு பெரிய சாமர்த்தியமணி.

ஊர்ல கலியாண ஊடுவளணி வந்துட்டா காணும், காடு தரேலேணாலும் விமரிசயா ஆஜர் வச்சியாவும் மச்சான். அதிலயும் ஆணு கலியாணமணாங்கி கேக்காண்டாம். மாப்புள வூள கலியாணத்துகு முந்தின நாளு மொகத்துமுடி எடுக்குத சடங்கணி நடத்துவாவுளே. அதில பொதுவே சொந்தகாறவுங்கள்ளேந்தி ஆம்புளவ மாத்திரந்தாம் போறது. காடு குடுத்திருந்தாலும் மொகத்துமுடி சடங்குகு நேரம் ஆவும்ப நேரபோவி வுளிச்சாதாம் ஆளுவ வரும். எங்க மச்சானாகும் மொதமொத மொகத்து முடியெடுக்குத சடங்குகு றேடியாவுல அலவுன்சு பண்ணுத பளக்கத்த ஊர்ல உண்டாக்குனது. மைக்கு எங்க கெடச்சாலும் மச்சான் உடமாண்டாரு.

'அன்பும் அறனும் உடைத்தாயின் இல்வாழ்க்கை
பண்பும் பயனு மது

என்ற வள்ளுவன் வாய்மொளிக்கு இணங்க, மணமகனுக்கு முகஅளகுபடுத்தும் நேரம் நெருங்கிவிட்டபடியால் அளைக்கப் பட்டு அளைப்பிதள் பெற்ற உற்றார் உறவினர் நண்பர்கள் அனைவரும் மணமகன் இல்லத்தில் வந்து கூடுமாறு அன்புடன் கேட்டுக் கொள்ளப் படுகிறோம்' எணி வா சளிச்ச மைக்குல உளிச்சுண்டு கெடப்பாரு. அண்ணு ஒரு நாளத்த குடியும் சோறும் ஆச்சு. எங்கக்காகாறி மக்களுககூட கொலப்பட்டணி கெடக்குத சமயமணாலும் இந்த மனுசந் திரிஞ்சு பாக்குமாண்டாரு. வூள அடுப்பெரியேல எண்ணு அவருக்கு மசிரளவும் சங்கடமில்ல. நேர நாடாகுடி தெருவுவள்ள போவி காஞ்ச பனவோலயில பட்ட புடுச்சு தாள உத்துபோல கீறி பீத்த போட்டுகொண்டு நாலஞ்சு வீடுவள்ள போவி, 'தாயே வயறு காந்துதம்மா, உத்துப்போல கஞ்சி தருங்கம்மா'ணி தருமம் எடுத்தி நல்ல பிறாட்டீசுள்ள ஆளுவளமாயிரி கேக்குவாரு. அந்த பாக்கியாட்டி வளும் பாவம்பாத்தி கஞ்சியும் பருக்கையுமா கொண்டுவந்து ஊத்தி குடுப்பாளுவ. கஞ்சிதண்ணி அம்புடும் பீத்தயிலோடி தாள வடியும்.

"பட்டய சரியா பிடியும் ஓய், எல்லாங் கீளல்லா சிந்துவு" எண்ணு அவ சொன்னா இவுரு சேலா மறுமொளி குடுப்பாரு.

"சிந்துபோறது சிந்தட்டு அம்மச்சி. ஓபகாரமாதா நமக்கு அளந்தது பட்டயில கெடக்கும். கருப்புடியோ சம்மந்தியோ வல்லதும் உண்டணாங்கி இத்துப்போல தருங்க செல்ல அம்மச்சி."

கஞ்சிகேட்டு குடுக்காத வூடுவள மச்சான் லேவபாத்து வச்சுகொள்ளும். அஞ்சாறு நாளு களிஞ்சி கருக்கலுல சாலமுக்குல காப்பி குடிச்சுண்டு வாறநேரம் தலேதுண்டுல அஞ்சாற கல்லுவள

பெறக்கி முடிஞ்சு போட்டுகொள்ளுதது. ஆளு நடமாட்டத்த கெவுனிச்சுகொண்டு சடசடாணி அந்த வூட்டு கூரவள்ள எறஞ்சுண்டு பெருக்குடுதது. தெக்க ஏலம் போடும்ப மீனெடுக்க வுடாத்த வலக்காறம்மாரு வூடுவள்ளயும் இப்புடுதாஞ் சாமத்தில கல்லெறியிதது. ஊருல வாதவ பருமாறுதணி ஆளுவ பேடிச்சி மலேகங்காணியணி வடக்கயிருந்தி ஒரு மந்திரவாதிய வுளிச்சு கொண்டுவந்தி கோளியக வெலிகுடுத்து பாத்தாவு. கல்லு வுளுதது எங்க நிக்க? கவுட்டகாலனுக வேலயாட்டுதாம் இருக்கும் இதக்கணி குசுகுசா ஆளுவ பேசுகொண்டாவு. மச்சாங்காறனண்ட கேக்கணுமணாங்கி எல்லாவனுக்கும் பேடி. அடுத்த நாளு சாமத்தில அவுனுவளுக பெண்டாடிமாருகூட வூட்டுல கெடந்து ஒறங்க உடாட்டாலோ. நாங்க அண்ணந்தம்பி ரெண்டுவேரும் அக்கம்பக்கத்துல இருக்கதுனால அக்காளுக மூணுமக்களுகும் கும்பி நனையுது. அக்காகாறி எண்ணகும் கொலப்பட்டணியாம். பங்குமீன்லயும் பைந்துண்டு வாற பணத்திலயும் என்னக்கொண்டு களியுத ஒருவீதம் அக்காளுகும் குடுப்பேன். எனக்க அண்ணனுக பெண்டாடி கஞ்ச பிசுநாறியணாலும் அக்கா ஒலபோடேலேணு அறிஞ்சாணாங்கி மக்கள உளிச்சி சோறு குடுத்தியாவும். எனக்கும் பெண்ணு கெட்டுத பிறாயங் களிஞ்சுபோறு. எனக்கணி ஒத்தி வந்தாணாக இதப்போல அந்த மக்கள கெவுனிச்ச சம்மதிச்சு வாளாக்கும்?

இதயக நெனச்சும்ப எனக்கு மனசில நல்ல சங்கடம் உண்டு.

கர்மேலியா மைனி இருக்கே, மனுசி ஒரு நெறஞ்ச பெம்பிள யாக்கும். எந்த சாமத்தில அந்த வூட்ல போவி ஏறுங்க, சந்தோசமா உள்ள பருக்கையில நமக்கு ஒரு வீதங் கிட்டும். வெள்ளகுடி களிஞ்சி பத்துபத்தரபோல நாங்க மூணுவேரும் யாத்திர கேட்டுண்டு பெறப்புடும்ப மைனிக்கு எங்கள வுட மனசில்ல. ஒல போட்டுட்டேம் மாமன், உச்சகு சோறுதின்னுகொண்டு போவுலாங் கெளப்புல தின்னாண்டாமணி கூடியமட்டும் சித்தப்பாவுக கையபுடுச்சி கெரவுச்சு. ‘வூடுபோய் சேர ஒரு தொல கெடக்கி கர்மேலியா, இப்பமே பெறப்புட்டாதாம் இருட்டுகு முந்தி எடம் புடுச்சலாம். அலெக்சு வந்தா கேட்டுண்டு போனாணு சொல்லம்மா. அந்த பாவபட்ட பெண்ணடி எங்கள பாத்து பாத்துண்டிருப்பாள’ணி சித்தப்பாதாம் எங்கள வுளிச்சுகொண்டு வந்தது. மார்களி மாசத்து சுண்டு வெடுச்சுத வெயிலு, சுள்ளணி அடிச்சது உச்சிமண்டயில. பதினொரு மணிப் போல கொல்லம் பஸ்டாண்டிலேந்தி திருவந்தரத்துக்கு வண்டி யெத்துச்சு. மூணுவேருக்கும் சேந்தியிருக்குததுக்கு கணக்கா சீற்று அம்புட்டது. சித்தப்பாவ நடுக்க இருத்தினோம். சித்தப்பா

மடிச்சீலயிலயிருந்தி ரூவாயெடுக்க போச்சு. நாம் முந்துகொண்டேன். கண்ட்றேட்டண்ட ரூவாய நீட்டி மூணு திக்கற்றெடுத்தேன். அவரு ஒத்த வரவுள்ள சம்சாரி. வுளிச்சவொடன தொளிலு மெனக்கெட்டு வாறதே வலிய காரியம். பணம் என்னா மரத்திலயா காச்சுது.

ஊரு பாடுவளும் றாளு கணவ கம்போள காரியங்களுமாட்டு எங்க வேளம் போச்சு. கொல்லத்துல வள்ளம் வலயும் சூண்ட தொளிலும் செல்லம்போல நடக்கணி மச்சாஞ் சொன்னாரு. கருத்தா ஒருமாசம் நிண்ணு தொளில் செய்யிதவனுக்கு மக்களுக வயத்துபாடு களிச்சிததுக்குள்ள ஒசுவனம் கெடச்சும். ஆனா இப்பங் கொஞ்சம் வருசமாட்டு கேரளத்துகாறம்மாரு நல்லா ஒவுத்திரவம் காட்டுதானுவளாம். நாலு வருசத்துக்கு முந்தி தமிளம்மாருக்க போட்டுவளணு செல்லி நெறய எண்ணத்த கொளுத்துனானுவ. இனி கூடுதல் நாளுக்கு கொல்லமும் நமக்கு சதமில்ல எண்ணு ஆச்சு. எல்லா எடத்துலயும் பெரச்சனவதாம். சொந்த நாட்டுல நின்னு தொளில் பாக்குத பாக்கியமுங் கூட நமக்கு இல்ல.

மரியநாயகம் சித்தப்பா மரியாதிவுள்ள ஆளாக்கும். நல்ல கருத்துண்டு. நாட்டு நடப்பக்க படிச்சு மனசிலாக்குகொள்ளுவாரு. தலபோற சோலி கெடந்தாலும் நாளுதவறாம நடுத் தெருவுல உள்ள வாசிப்புசாலைல போவி அண்ணத்த பேப்பறு படிச்சியாவும். யாரண்டயும் கூடுதலாட்டு வா குடுக்கமாண்டாரு. ஊரு கமுட்டியில எத்திர மொறயோ உளிச்சு பாத்தானுவ, இவரு நிமுந்துட்டாரு போவமாண்டேனணி. ‘குனிஞ்சி நிமுந்தி வேலசெஞ்சி நாலு காயி சம்பாதிச்சி மக்கள வளத்த களியாத ஒயிரப்பேருவ செலயவனுவ செய்யித களவுக்கும் சதியா லோசனவளுக்கும் கூட்டு நிண்ணமணி சென்னா நம்ம ஆத்துமம் ரெச்சபடாது’ எணி செல்லுவாரு. மீம்பாடும் சேலுக்க வேளமும் நடக்கும்பளே ஊர்ல போடப்போற வரியபத்தின வேளத்த மச்சான் எடுத்து போட்டது.

“வாற அப்பிசியில ஊர்ல திருளா வருமே? இந்த வரியம் என்னவும் விசேசமாட்டி காணுமா மல்கூசு?”

மச்சான் பெய்ய என்னண்ட கேட்டது.

“மச்சான் அறியேலயா விசயம், கோயில இடுச்சு கெட்ட போறாவுளாம். ஊரக்க அதியாம் வேளமா கெடக்கி. இந்த வரியம் மூணுநா திருளாவோட நெறுத்துண்டு அடுத்த வரியம் கோயிலு பாலுகாய்ப்போட ஆடம்பரமா திருளா எடுத்தி அசனமெல்லாங் குடுக்குலாமணி பெறதானிமாரக யோசனை போட்டுண்டிருக்குதாவுளாம்.”

“அல, கோயிலு செல்லம்போலயல்ல இருக்கி, என்னத்துக்கு அத இடிச்ச போறானுவளாம்? கோயிலு கட்டி எத்தின வருசம் ஆவுட்டதாம்!”

மச்சாங் கேட்டது.

“புறோஸ்பருக்கு அப்பம் நம்ம அரயம்மாருக்க சீரு தெரியா தாக்கும்? கோயிலும் குருசடியும் அப்புடியே இருந்தாணாங்கி பெறதானிவளுக்கு பௌப்பு எங்கோடி நடக்கும்? அஸ்திவார மட்டத்துலயும் கூர வார்க்காமயும் நிக்குத சொந்த வூடுவள எங்கோடி கெட்டு முடிச்ச? ஊருல கோயிலு மண்டபமணி என்னத்தயும் ஒண்ணக் கெட்டுண்டி இருந்தாலல்ல இவனு வளுக்க மடிச்சீலயில காயி ஒதுங்கும்? செலய ஐயாறெட்டு வளுக பெண்டாடிமாரக பருந்தாலி போட்டு மினுக்கொண்டு நடக்காண்டாமா. களிஞ்ச வரியம் ஆனியாடி பொசலுல சரிஞ்சிகெடக்குத பள்ளிகூட கூரய நல்லாக்க நேரமில்ல...”

சித்தப்பா சொல்லுச்சு.

“இப்பங் கோயிலு கெட்டவணி அஞ்சுவரியும் பத்துவரியும் போட்டுத் தள்ளுவானுவளே கமுட்டியில?”

மச்சானுக்கு வருத்தம்போல இருந்தது.

“ஓ. ஒனக்கு இத்திர வருத்தம் என்னத்துக்கப்பா? வரி குடுத்து சடஞ்சு போனவனப்போல! எங்களப் போல தொள்ளாளிவ எங்க அப்பம்பாட்டம்மாரு காலத்திலயிருந்தியே கோயிலுக்கும் சப்பறம் எடுக்குததுக்கும் ஊரடிக்குமாட்டு குடுத்தி குடுத்தி நரச்சி கெடக்கம். கெடச்சுத ஒத்த கடலுவரவ எடுத்தியாந் தூணுபோல வளந்துநிக்குத கொமருவள எறக்கணும், வூட்டுபாடக் களிச்சணும், பின்ன, இருக்குத சித்தேத்துனங்களயும் பாத்து பரிபாலிச்சணும். சாமிமாருக்கு என்ன பாக்கணும், மணியடிச்சா மேசயில சோறு வாறு. மொதலாளிக்க ஜீவிதமில்ல? நிக்கறு போடாம குளிச்சாம சாம்பயனபோல நிக்குத சின்னமக்களப் போட்டா புடுச்சணும், வெளிநாட்டுகு அனுப்பணும். ரெவுசியமா பணங்களயெடுத்தி பேங்குவள்ள போடணும். கெவறுமின்றுகு கணக்கு குடுக்காண்டாம். ஒன்னுவளுக்கு பின்ன எளுத்து வாசிச்சவுந் தெரியாது. அரமனயில மெத்ராணியாருக்க மூக்குக்குந் தாளயிருந்தி வலிய வலிய களவு செய்யிதவங்களுக்கு சாமிமாருக்க சின்ன சின்ன களவுவளப் பாக்க எங்க தேரம்? குளிவோத வுளிச்சாணாங்கி அரக்கை சட்டையும் பெல்ட்டுமாட்டு கூளிங்கிளாசு போட்ட காறுவள்ள வந்து எறங்குதானுவ. களுத்துல அஞ்சாறு பவுணுக்கு மைனர் செயினு, ரண்டும் மூணும் செல்போணு. அவனுவளுக்கு விதிச்சதப்போல யாருக்கு உண்டு?”

சித்தப்பா சங்கடஞ் சொன்னாரு.

“தாளந்தொறகாறனுவ ஒயிந்த கோவுரம் வச்சி குருசு கோயிலல்ல கெட்டுனானுவ? குருசுக மேல மெர்க்றி லைற்று போட்டு இப்பங் கடல்மேல ப்ளாச்சணி வெட்டம் காணுது. நாயித்துகெளம பூசக்கு கோயில்ல எடங்காணாதணி கொஞ்சம் போலதாம் இடுச்சுகெட்ட போனானுவளாம். பணம் ஒண்ணர கோடிய வுளுங்குண்டு நிக்கி கோயிலு. தறயக்க மார்புளாம், கோயில சுத்தி இரும்புல அளியாம். பீடத்துக ஒயிக்க அண்ணாந்து பாத்தா சேசுநாதரு றெத்தவேர்வ சிந்துததுபோலயும் குருசுல மரிச்சுதது போலயும் போட்டாபுடுச்சதுபோல கண்ணாடியில அச்சடயாளமாட்டு வரச்சலாம். அதக்காட்டியும் வலியதாட்டு நம்மம் கெட்டணுமணி தெம்மாடி முக்குல எளந்தாரி பயவ கொஞ்சவேரு அண்ணக்கு செல்லுண்டிருந்தானுவ.”

நாஞ் சொன்னேன்.

“லே மல்கூசு, மேலவூருகாறனுவளுக்க கத ஒனக்கு தெரியா தாக்கும்? சுனாமி வந்தி அவனுவளுக வலமரமக கடலு கொண்டு போச்சு. சனமக சீவங்கெடந்தா புல்லுபறிச்சு தின்னுலாமமணி கையில கிட்டுனதயுங்கொண்டு வடக்கநீக்கி ஓடுச்சு. புரொட்ட சாந்து, தாலியறுத்தான் வேத கோயிலுவள்ளதான் எடங் குடுத்தி வாரக்கணக்குல சோறாக்கிபோட்டானுவ. பாட்டம் பூட்டங் காலத்திலயிருந்தியே கோயிலுக்கு வரிகுடுத்து அரமனய வளத்துனவனுவ நாமளாக்கும். எத்திர சாமிமாரக்க பெரிய பெரிய காறுவ வச்சிருக்கானுவ? ஒருத்தனெங்கிலும் ஒரு வாகனத்தக் கொண்டு வரவோ அரியோ புளியோ கொண்டு குடுக்கவோ செய்யேல. இந்த சனமான சனத்துக்கு அரமனசெலவுல ஒரு சாக்கு அரி போவி காணாது. மறுசாதிவதாம் மறுக்கபட்டு மனசெரங்கி சோறும் உடுதுணிவளும் குடுத்ததுவ. இவுனுவ அந்த நெருக்கத்தில ஓடுஓடி வூடியோவும் போட்டாவுமாட்டி எடுத்து தள்ளுனானுவ. அப்பமே நான் நெனச்சுகொண்டேன், இன்னுஞ் சாமிமாருக்கு கொஞ்ச காலத்துக்கு பணத்துக்கு தட்டு வராதணி. போட்டாவும் படமுமா அமெரிக்காவுலயும் வேற நாடுவள்ளயும் இருக்குத நம்ம சாமிவளுக்கு அனுப்பி குடுத்தானுவ. வெளிநாட்டுல போவி சம்பாதிச்சி சொந்த குடும்பத்த வளத்துததுக்கு சுட்டி நம்மம் வரிப்போட்டு சிமினேரியில படிச்சவச்சுதோம் இவனுவள. பணம் வந்தி சொரியுது இங்க ஒவ்வொரு சாமிக்கும். எவனுக்கு எத்திரகோடி வந்துசேந்த தணி பாக்குததுக்கும் கேக்குததுக்கும் யாருக்கு இங்க தேரம்? மருத்துவாமல பத்த இருவது ஏக்கறு, சுங்காங்கட மலக்க

பத்த பதினாலு ஏக்கறு, றாதாபுரத்துல நாப்பத்ரண்டு, பாவநாசத்தில பதினெட்டு ஏக்கறணி வாங்குத் தள்ளுதானுவளாம் சாமிமாரு. அரமனயில பணந்தட்டுபோச்சணு சென்னா இந்த பணக்காற சாமிவளண்டயாங் கடங்கேக்குதாவுளாம். செலய சாமிவளுக்கு நாரோயில் டவுணுல வஸ்தும் வீடுமாட்டி வாங்கு போட்டிருக்கி. பெண்ணு பருமாத்தமக்க பளய காலம்போல ஒளிச்சியும் மறச்சியுங் கெடயாது. பைவுளூல மோக பாவத்துக்கு சுட்டி சோதோம் கொமறா பட்டணத்த அழிச்ச ஆண்டவரு இப்பம் சும்மாலா இருக்காரு. . .?"

மரியநாயகம் சித்தப்பா சொல்லி வாமூடுக்குமுன்ன எங்க மச்சான் எடுத்து உடுது:

"பளயவம் அண்ணக்கே எளுதிவச்சிருக்கானே,

'ஒரு பெண் வேண்டாமென்று
கொள்வோம் சன்னியாசம்
ஊரிலுள்ள பெண்கள் மீதெல்லாம் நேசம்
பருகப் பசியில்லா கோதுமை வாசம்
பசித்தால் ஒரு பானை பருக்கையும் நாசம்
புண்ணியம்போல் பாவம் – மனமே
புரிந்தோம் நாம் தினமே'

இவனுவ செல்லம்போல ஒரு பெண்ணயுங் கெட்டுண்டு குடும்பமாட்டு இருந்தாணாங்கி ஊர்லவுள்ள பெம்பிளவளக்க பத்திரமா இருக்க பாத்தாளே? இவன் ஒளுங்கா இருக்கேலேணா இவனுக்க பெண்டாடி இவனுக்க குஞ்சிய அரிஞ்சி புளியுமொளவும் வச்சி காக்கக்கு எறஞ்சு போட்டுடுவாளே? இப்பம் இவனுவள கேக்க யாரு இருக்கா?... அல்லேணா களவாணுதவனுக்க கைய வெட்டுத அறபிவள போல இங்கயும் சட்டங்கொண்டு வரணும். பெண்ணுபுடுச்ச போறவனுக்க சாமானத்த வெட்டுடணும். எவனணாலுஞ் சரியான்..."

"அண்ணகு குடுச்ச கஞ்சியில்லாம கெடந்த கௌக்குத் தெரு மெனக்கெட்டான் செவக்கீனுக குடும்பத்துல பாத்தவுளாடே? ஒரு பயம் தொண்டவாளயபோல நரங்கு நரங்குண்டு கெடந் தானே, அவம் சிமினேரியில போவுண்டு ஒரு லோவயும் போட்டுண்டு வந்துட்டாம். மெனக்கெட்டான இண்ணக்கு பாரு, றோளிங் செயினாக்கும் போட்டுருக்காங் களுத்துல. தம்பிக கையில நாலுபவுணு இருக்கும் பிறேஸ்லெற்று. ஊருக்கு வடக்க வஸ்து வாங்கி பத்து அம்பது லெச்சத்துல ஒரு வூடு போட்டிருக்கி. தங்கச்சி மாரு ரண்டுவேர பந்திரண்டு சாமிமார நெறுத்தி செயலலிதா நடத்தின சீருல அசிசி கோயில்ல வச்சி கெட்டு குடுத்தாம். லெச்சுமண மகால்லயாக்கும் சாப்பாடு! ..."

“இவுனுவளுக்க கதயக்க ஒரு அருவுல கெடக்கட்டு, கெவுறு மின்றுயாம் நமக்கு வேண்டி என்னத்தய செஞ்சுட்டானாம்? சுனாமியில ஒருபாடு ஆளுவளுக்கு வீடு போச்சு, யாத்தினம் மொத்தமும் கடல்ல போச்சே? வூடு கெட்டி தாறோம், வள்ளம்வல தாறோமணி வருசக்கணக்குல ஏச்சங்காட்டுண்டிருக்கான். நாமளும் பொறுக்குமுட்டும் பொறுதியெடுத்து பெறவு ஊருலேருந்தி போயி கலேட்டரப் பாக்குலாமணி பாத்தா இவுனுவ கோயில்ல அலவுண்சு பண்ணுதானுவ, அரமனயில செல்லியிருக்காம், போவப்புடாதாம். அறஸ்ற்றாக்கி செயில்ல போட்டுடுவானாம். இவுனுவளாட்டு நமக்கு வேண்டி ஒண்ணும் செய்யவும் மாண்டானுவ, நம்மம் ஒரு காரியத்தில எறங்கிச் செய்யவும் உடமாண்டானுவ. வக்கபடப்புக்க மேல யாறிகெடக்க பட்டிய போல. அப்புடி ஒரு அரமனயும் ராட்சியமுமாட்டியாக்கும் நாமளக்க வாளுதோம். மறுசாதிவ சிரிச்சு துப்புதானுவ. அல, நாமம் இந்துவாட்டி இருந்தாலுமே நம்ம பாடோ பளியோணி நம்ம காரியத்த பாத்துண்டிருக்கப் பாத்ததே இங்ஙினவுள்ள முக்குவம்மார போல? மனசு பொறுக்காம நாமம் வல்லமும் செல்லுட்டோமணா தெய்வ துரோகமணி சொல்லுவானுவ.”

சித்தப்பாவுக மனசுல எத்திரகாலம் இதயக்க வச்சுண்டிருந் தாரோ. இண்ணகு கக்குதாரு.

“ஒமும் ஒமும்... மாமஞ் சொல்லுத ஞாயமக சேலுதாம். எண்ணாலும் நம்மளக்கொண்டு என்னத்த செய்ய களியும்?”

மச்சாங் கேட்டாரு.

“சித்தப்பா, இப்பம் புத்தனாட்டு ஊர்ல கொஞ்சநாளா ஒரு ஆவிக்கூட்டடந் தொடங்கியிரிக்கி தெரியுமா? அங்கயும் பத்துக்கொண்ணணு வரியாம். பைவுளுல செல்லியிருக்காமே, பத்துல ஒண்ணு குடுக்கேலேணாங்கி அனனியா சாப்பிராள போல மூச்சுமுட்டி செத்து போவமணி?... பெறவு ஊர்ல பளய கமுட்டியில கொமஞ்சுகெடக்க வேளமக்க சித்தப்பா அறியேலயா? பளய கமுட்டி காலாவதியாயி வருசம் ஒண்ணு களிஞ்சிபோறு. ஆறேளு வருசமாட்டி நாலஞ்சு அரயம்மாருவ கூட்டஞ்சேந்தி களவாண்டு தின்னுபெருத்தானுவ. இவனுவள கடத்தடி போட்டு எளக்கி எப்புடியோ புத்தங்கமுட்டி எடுக்கிலா மணி பாத்தா கணக்க வச்சுகொண்டு எளவணுமே? புத்தங்க முட்டியும் எடுத்தி இப்பம் மாசம் ஒண்ணு களிஞ்சியாச்சு. பெருத்து ஆளுவ கேரளத்துக்கு தொளிலுக்கு போவியிருக்குத தேரம்பாத்தி வல்லாந்தல்லையுமாட்டு பளய கமுட்டி அரயம்மாரு ஊர்கூட்டத்துல கணக்க வச்சானுவளாம்.”

“பெறவு?”

“பர்ணபாசுக மொவம் குண்டுவெடி இருக்கானே, அவம் ஊருகூட்டத்தில எல்லாத்தையுங் கேட்டுகொண்டு நிண்ணானாம். கொடிமரம் இத்திர ரூவாலுக்கு, கொடிமரம் வாங்க போறதுக்கு இத்தில ரூவாலு, கொடி தெச்சுததுக்கு இத்திர, கொடி தெச்சு வாங்க போவ இத்திர ரூவாலணி படிச்சுண்டு போறானாம் அம்புறோசுக மொவன் காரிஸ்தன். குண்டுவெடி அந்தால வாயவச்சுகொண்டு சும்மா இருக்கமாண்டானா, ‘பெலயாடி மக்கா, ஒவ்வொரு சாமானத்த வாங்குததுக்கு ஒவ்வொரு தேரமும் போறாவுளாக்கும்? அல, கொடிமரம் வாங்க போற தேரத்தில கொடிகவுறு வாங்க அயித்தா போச்சாம்? கொடி கவுறு ஒரு தேரமும் கொடி தெச்ச ஒருதேரமும் தூரதூரயா வண்டிபுடிச்சு போனாவுளாம்? பலவறவோளி பட்டணி கெடந்த சேலாட்டியல்ல இருக்கி? கேக்க ஒருதேரம், பாக்க ஒருதேரம், எடுக்க ஒருதேரம்?... பரமாத்தகுரு கதய அவம் படிச்சுதானாம் பைவுளுபோல, சற்பிரசாதத்த ஒயித்துதத போல நாமளும் பைத்தியாறகூதிமக்க பணிமுட்டுபோட்டு கேட்டுண்டிருக்கணுமாக்கும்?’ எணி இவங்கேட்டானாம். கொளப்பத்துக்கு தேரமா செல்லும்? நெலவரம் கலவரம்! மாறிமாறி அறுத்தி அடிவச்சி உருண்டு ஊருகூட்டம் கொமஞ்சி யாச்சாம். ‘பினியும் புத்தங்கமுட்டி பொறுப்பெடுக்குத சேல நாங்க பாக்கட்ட’ணி வாதுகூறுவச்சுகொண்டு போயிருக்காம் அம்புறோசுக மொவம் கேட்டவுளா?”

நாஞ் சொன்னேன்.

“இதக்க நடக்கும்ப சாமியாரு கிட்ட நிக்காட்டாரா?”

சித்தப்பா என்னண்ட கேட்டுச்சு.

“பின்ன, அவுரு இல்லாமயா? மரத்துல கெட்டுட்ட செவுஸ்தியாரப்போல பெறங்கையுங் கெட்டுகொண்டு நெல.”

“அதியானே பாத்தேம்! எல்லாவனும் மாறுமாறி அடிவச்சி நடு மண்டய பௌக்கட்டணி எல்லா கதயயுஞ் சூத்திரஞ் செஞ்சு வச்சுகொண்டு அச்சீட்ட சூசப்பரப்போல இருந்துவச்சணும், பெறவு கேசு நடத்தவணு செல்லியும் பெறத்தியமா பணம் களவாணுலாமே. இதுக்குதாலா பத்துவருசம் சிமினேரியில றெயினிங்கு.”

“மாமா, முத்தியிலே நம்ம எடங்கள்ள நடக்காத்த கதவளா? மசிரத்திர விசயத்துக்கு சுட்டி தாளந்தொறகாறனண்ட அடிவச்சி பந்திரண்டு வரியங் கேசு நடத்தி அளிஞ்சுபோன ஊரல்ல நம்மம்? ஆனக்குட்டிக்கு அவுலு வாங்குவாவு, புலிக்குட்டிக்கு புல்லு

வாங்குவாவு, வக்கீலு புடுச்சயனும் போலீசு டீஸ்பிய புடுச்சயனும் செலவெளுதுவாவு. எல்லாம் அரயம்மாருக்கு எளுதி வச்சிருக்க அதியாரம். வண்ணாத்தி மோத்திரம் தண்ணியோட தண்ணி. நம்மளபோல பாவப்பட்ட ஆளுவ அவனுவளண்ட போவி வல்ல ஞாயமும் கேட்டாணாங்கி, 'வடுவம் மாருக்கு இங்க என்னடா ஞாயமண்ணு' கேக்குவானுவ. சாமிய புடுச்சாலும் சாமி அடுமவள கையில புடுச்ச முடியாது!"

மச்சானுக்கு வெவரத்துக்கு கொறவில்ல.

"அல, இதுக்கெல்லாம் ஒரே வளிதாம் இருக்கி. மக்கள படிச்ச வச்சணும். அதுவ நாலெளுத்து படிச்சி வெவரந்தெரிஞ்சுட்ட தணாங்கி சாமிக்கூட்டங்களண்டயும் பெறதானி பெறக்குபட்டி வளண்டயும் இப்புடி அடுமப்பட்டு கெடக்காண்டாம். நம்ம வொளப்புல அவனுவள வளத்தயும் வேண்டாம். சாமிமாரு செய்யித காரியங்கள செல்லுண்டிருந்தாணாங்கி சம்சாரிக்க ஜீவிதந்தாம் பாளாவும். அவனுவ தின்னுத உப்புக்கு அவனுவள தெய்வம் வெள்ளங்குடிச்ச வச்சட்டு..."

"... புறோஸ்பரு, ஒன்னண்ட நாஞ்செல்லட்டு, இப்புடி தெகயில்லாம குடுச்சுமுட்டுண்டு ஊரு தெண்டுண்டு நடந்த யணாங்கி ஒனக்கு பெறந்த மக்க நாளக்கு தெருவுல நிக்கும். நீ பாத்துகொண்டுதானே இருக்க என்னய, சாதா தொள்ளாளியாம் நானும். எனக்க ஒத்த கடல் வரவுலதாம் ரெண்டு பெம்புள மக்களயும் கூடுன படித்தத்துக்கு அனுப்புனேன். கடலுமேல றெத்தங்கக்கி நான் மரிச்சாலும் சாரமில்ல, எனக்க மக்கள படிச்சவச்சி வளத்துடுவேனணி அண்ணகு மாதாவண்ட பிரதிக்கின எடுத்ததியான். வஸ்த்துவக உண்டாக்கி வச்சிருக்க நாடாம்மார பாக்குதவுளால, கும்பிய நனச்சாம குருவி சேக்குதத போல அவஞ் சேத்திசேத்தி வச்சியாம் மக்களுக்கு வல்லமும் உண்டாக்கி குடுக்குதான். நம்மம் அவனுவள பரியாசடிச்சுதோம். நம்ம மக்களுக்கு சுட்டி நாமம் மாறேலே, சாமிமாரு எப்புடி மாறுவானாம்? எனக்க நல்ல பிறாயத்தில நாங்குடிச்சாத்த குடியா. நீ ஊருல ஸ்தெரமா நிண்ணு ஒரு மடிக்கோ வலக்கோ ஏறுபோவி பாடுபட்டு கொண்டு வந்தி மக்களுக்கு ஆகாரம் குடுத்து கூடயிருந்தி தின்னுபாரு பாப்போம்! சம்சாரிக்க ஜீவிதத்தபோல ஒலகத்துல வேறவொரு சொகம் கெடயாது."

சித்தப்பா பேசிண்டிருந்தது. கீக்கண்ணு போட்டு பாக்குதேம், மச்சானுக மொவத்தில யோசனயாட்டு இருந்துச்சு. மூச்சு காட்டாம சித்தப்பா சென்னத கேட்டுண்டிருக்கி ஆசான். லூர்து மாதாவே, எங்கக்காளுக்க பாவத்த பாத்தியெங்கிலும் இந்த ஆள திருத்தி தந்துடமாண்டீராணி மனசில செவம் படிச்சு கொண்டேன்.

வண்டி நாரோயிலு வடசேரி பஸ்டாண்டில கொண்டு பிடிச்சும்ப மேக்க பொத்தலா கெடந்திச்சு. மரிய நாயகம் சித்தப்பா மச்சானண்ட நூறு ரூவா நோட்ட குடுத்து மக்களுக்கு முட்டாய் வாங்க சொல்லுச்சு. உச்ச களிஞ்சு மூணுமணியெல்லாம் ஆச்சு நாங்க மூணுவேரும் வூடெத்த வண்டியிலயிருந்தி நாங்க எறங்கச்சில கோயிலுமுத்தத்தில நிண்ண அக்காளுக மக்கமூணும் மச்சான பாத்துட்டது. 'அப்பா' எணி சொல்லுகொண்டு பக்கியபோல பறந்துவந்தி மச்சான காலோட அப்புட்டதுவ. மச்சான் முட்டாய் பொதிய மூத்தவனண்ட குடுத்துகொண்டு எளயத செந்தூக்கியலா தூக்கி முத்துண்டி கையில தூக்குகொண்டு வூடப்பாத்தி நடந்தது. சித்தப்பா கண்ணகாட்டி என்ன அங்ஙினயே செறுத்துட்டது.

மேலா வெலங்க கடலுமேல வெட்டாப்பு போல கண்டது. இருட்டவுட்டு லூர்துமாதா கெவியில மொளுதிரி வேண்டி கொளுத்தணுமணி நேந்துகொண்டேன்.

கர்த்தர் பெறப்பு ராப்பூசக்கு போன சடவுல கண்ணயிந்தி காலயில எங்க படிப்பெரயில கெடந்தேன். கூட்டாளிவ நாரோயில்ல பளய எம்சியாரு படம் ஓடுதணு உளிச்சானுவ. நாம் போவல. நல்லநாளும் அதுவுமா என்னத்துக்கு வண்டியாத்தம், வூள கெடந்து வச்சட்டெணியாம்.

உச்ச திரியேல பாத்துகொள்ளுங்க, எங்கக்காளுக்க ரண்டாவது காறி மாமா மாமாணி என்ன எளுப்புதா. யாங்கி யாங்கி கரச்ச. 'குளோறி, என்னத்துக்கு கரயிதயம்மா' எணி கேட்டதுயாந் தாமசம், 'மாமா, அம்ம தெவக்கம்போட்டு கெடக்கி அப்பா அடிச்சி...' எணி விக்கிவிக்கி செல்லுதா. 'நீ கரயாதயம்மா கரயாத' எணி அவள ஆசுவாசப்படுத்துண்டு சட்டணு எளும்பி அசயில கெடந்த வெளுத்த சட்டய எடுத்தி போட்டுகொண்டு குளோறிய வுளிச்சுகொண்டு அக்காளுக்க வூள போனேன். படிப்பெரக்கு முன்ன உள்ள காச்சய பாத்தாலயே எனக்கு கும்பி யாங்குட்டது. ஒரு கரயில எறச்சியும் சட்டியும் மண்ணுல எறஞ்சி போட்டு ஒடஞ்சு கெடக்கி, பானையுஞ்சோறும் கமுந்து கெடக்கி, மறுகரயில பச்சணங்களயக்க எறஞ்சிபோட்டி காக்கவ ஒண்ணொண்ணா தூக்கு தூக்குண்டு போறு. மாப்புளய சாவ குடுத்தவளபோல அக்கா நடுவூட்டு வாசல்ல முடிய பிரிச்சு போட்டுண்டு கமுந்து கெடக்கா. 'எக்கா, எக்கா, எளும்பு' எணி அவள எளக்குமுட்டும் எளக்கி பாக்குதேன், அனங்குதாளில்ல. பெய்ய முடிய வெலக்குண்டு பாத்தா குளோறி சென்னது போலயாம் விசயம். பல்லும் நாக்கும் பூண்டு கெடக்கா அக்கா. மச்சாங்காறம் முடியலாத்தி அடிச்சுகாணும். வெசவந்தா அந்தாளு ஒரு முறுவத்த போலயாம். மேக்குவூட்டு விரிசித்தாள

அந்தால போவி வுளிச்சுண்டுவந்தேன். அந்த மனுசிக்கு சித்து போல வைத்திய மொறயக்க தெரியும். விரிசித்தா திரிப்போட்டு அக்காளுக்க நாசியில புடிச்சி வல்லாந்தல்லயுமா எப்புடியோ கண்ணு முளிச்சா. முளிச்சவ எனக்க மொவத்த கண்டதியாந் தாமசம், ஒவெணி தறயிலயும் மண்டையிலயும் மாறமாற ரண்டு கையயும் போட்டி அடிச்சி கரயிதா.

'தம்பியா !... ஆண்டவம் எனக்கெளுதின விதியப் பாத்தயா. . . இந்த மூணு மக்களயும் நாம் எப்புடி கரயேத்துவேன். . . எண்ணெண்ணும் கண்ணீரும் சோறுமணியா எனக்கு எளுதினாம் அந்த ஆண்டவம். . . கிளியப்போல வளத்தி என்னய அந்தக் காட்டு பூச்சயண்ட குடுத்தீரே. . . ஐய, சிறுவத்தபோல காலத்த பச்சணந்தின்னுகொண்டு மக்களண்ட வேளஞ் செல்லுண்டிருந்த மனுசனல்ல, அந்த மத்திப்பிள்ளக மொவம் மூணாவதுகாற வாரியயினி வூள வந்து வுளிச்சு கொண்டுபோவி சாராயம் வாங்கு குடுத்தானாம். . . சேசுவே குடுச்சா வயத்தில கெடக்காதா? ... "ம்பே, கூட்டாளிவ தெக்க நிக்குதானுவ, அவனுவள குடுச்ச வுளிச்சுகொண்டு போவணும் இருநூறு ரூவா எடு' எணி கேக்குதாரு. "நீரும் வொளப்பாளி சம்பாதிச்ச றொக்கத்தயக்க அங்க கொல்லத் திலயல்ல நெறுத்துட்டுருக்கேரு? வேங்கா இரிக்கி இங்க சுச்சு தட்டுனால றெடியா நோட்டு வந்து சொரியுததுக்கு? கோடி உடுப் பில்லாம எவ பெத்த மக்களாவது கிறிசுமசு பூசக்கு வந்ததுவளா... எனக்க மக்க மூணும் பழையத உடுத்துண்டு கோயிலுக்கு போச்சு. நல்ல நாளும் அதுவுமாட்டு மக்கள பட்டணி போடணுமேயணி செல்லி கண்டவளண்ட கடம் வேங்கி காச்சி மூட்டி வச்சிருக்கேன். எனக்க கையில சல்லிப் பைசா இல்லயணி செல்லுமுட்டும் செல்லி கெரவுனேந் தம்பியா. பாளறுவானுக்க நெஞ்சில ஈரந்தாம் இருக்காதா, ஆக்கி வச்சிருந்த தயக்க முத்தல்ல எடுத்து எறிஞ்சுகொண்டு என்னய உச்சிமுடிய லாத்தி நெலயோட வச்சி அடிச்சு போட்டு கொண்டு பெருக்குட்டாம் பாளறுவான்... இந்த நீசன நம்பி இந்த மரளவளஞ் எப்புடி வளத்துவேஞ் செல்லு தம்பியா. . . ஒரு சகோதரமணி எத்திர நாளக்குதாம் என்னயப் பாடு பாப்பவு எல்லாரும்? இத்துபோல வெசம் வேங்கி தந்துடு தம்பியா. . . இனியும் இந்த மக்களும் நானும் சீவனோட இருந்தி ஒண்ணுங் காணாண்டாம்... நல்லதங்காள போல நானும் எனக்க மக்களும் சாவட்டு... அந்தப் பரதேசி வடுவம் சொகமா எரந்து வயறு வளத்துகொள்ளட்டு . . ."

பண்டமும் சோறுமாட்டு நாலு வாக்கிலயுங் கெடக்குத முத்தத்தப் பாத்தேன். வைராவெள கிறுக்கி நாடாத்தி கரய கரய றோட்டோட படிச்சுண்டு நடக்குத பாட்டுதாம் எனக்கு ஓர்ம வாறு.

'திருச்செந்தூர்ல ராயா வாறாராம் ராயா.
அங்கு ஆடுவரும் பாடுவரும் ரூரூண்ணி ஊருவரும்
கல்லிக்காத் தேங்கா ஓடச்சுவரும் காளாப் பரத்துவரும்
அந்த கண்ணான பாவிமட்ட கங்கறங்கி நிச்சுவாளே. . .' ■

வட்டார வழக்குகள்

அயிந்த மேளத்துல : அயர்ந்து
செல்லம்போல : செம்மையாக
களியகளிய : போகப்போக
இளியில : இடுப்பில்
நல்லநாளு : விழாக்காலம்
வூள : வீட்டில்
வெள்ளகுடி : காலைச் சிற்றுண்டி
எம்போக்கியபோல: போக்கிரி போல
ஸ்தெரமா : நிரந்தரமாக
கமுக்கூட்டுக்கு : கச்சத்தின்
பன்னா : அலைவாய்கரைக் கூடாரம்
தேச்சியத்துல : கோபத்தில்
சுளிவேல : சேட்டை
தள்ளவெரலு : தாய் (பெரு) விரல்
குளுவர நச்சத்தில : தண்ணென்ற குளிர்காலக் கடல் நீரில்
செள்ளுபோல : (மீன்) செதில் போல
கக்கமடி கெட்டியிருந்த : மடித்துக் கட்டியிருந்த
மொகத்துமுடி சடங்கு : முகத்தை மழிக்கும் சடங்கு
வயறு காந்துதம்மா : (பசியால்) வயிறு வலிக்கிறதம்மா
அரயம்மாரு : ஊர்ப் பிரதானிகள்
ஆணம் : (சமைத்த) மீன் குழம்பு மசாலா
கெளப்புல : உணவு விடுதியில்
கம்போளம் : சந்தை
அப்பிசி : ஐப்பசி
குளிவோத : கல்லறைக் குழி அர்ச்சிக்க
வரச்சல் : ஓவியம்
தட்டுபோச்சு : பற்றாமல் போயிற்று
மெனக்கெட்டான் : (கடலில்) மீன்பிடிக்கப் போகாமல்
சோம்பிக் கிடப்பவன்
அருவுல : ஓரமாக
ஆவிக்கூட்டம் : பெந்தெகோஸ்த்தே சபைக் கூட்டம்
சற்பிரசாதம் : (யேசுவின்) திருவுடல்
வாதுகூறுவச்சுகொண்டு : சவால் விட்டுக் கொண்டு
படிப்பெரக்கு : திண்ணைக்கு

4
வரிச்சல்

பதினொரு மணிக்குக் கோவளத்திலிருந்து வருகிற பேருந்தைப் பிடித்தாக வேண்டும். அதைத் தவறவிட்டால் இன்னும் ஒரு மணிநேரம் காத்து நிற்கவேண்டியிருக்கும். ஐந்தே நிமிட பொடி நடையில் விழிஞ்ஞம் பேருந்து நிலையத்துக்குப் போய்ச் சேர்ந்து விடலாம். அனால் மணி–ஹா– 10.50! எனது லேப்டாப்பை அணைத்து, கேபிள்களை டிஸ்கனெக்ட் செய்து, ஜன்னல்களைத் தாழ்ப்பாளிட்டு, லேப்டாப்பைப் பரபரவென்று ப்ரீஃபில் நுழைத்துத் தோளில் போட்டுக் கொண்டு அலுவலக அறையைப் பூட்டி மாடியிலிருந்து இறங்கி வெங்ஙானூர் ரோடு சந்திப்பைக் கடந்து ஓட்டமும் நடையுமாக விழிஞ்ஞம் பேருந்து நிலையத்தை எட்டு வதற்கும் கோவளம்– பூவார் பேருந்து உள்ளே நுழைவதற்கும் சரியாக இருந்தது.

பைபிளில் சொல்லப்படுகிற இறுதித் தீர்ப்பு நாள் போல அங்கே காத்திருந்த பெருங்கூட்டம் பரபரத்தது. பால் குடிக்கும் குட்டிகளைச் சட்டைசெய்யாமல் தன்பாட்டுக்குப்போகும் தாய்ப்பன்றி போல கேரளா பேருந்து நகர, கூட்டம் படிக்கட்டை நோக்கி முண்டியடித்தது. கூட்டத்தில் நானும் ஒருவனாய் லேப்டாப் பிரீஃபுடன் ஒருவழியாகப் பேருந்தில் தொற்றி ஏறிவிட்டேன். மீன்பிடி தளவாடங்கள், மீன் சருவங்கள், காய்கறி மூட்டைகள் என்று அங்கிங்கெனாதபடி எங்கும் வியாபித்திருக்க, இருக்கை ஏதேனும் தட்டுப்படுகிறதா என்று அவசரமாய்த் தேடினேன். முன்பகுதியில் ஒரே ஒரு இருக்கை காலி. கணப்பொழுதும் தாமதியாமல் தாவிச் சென்று அந்த இருக்கையை ஆக்கிரமித்துக் கொண்டேன். எள் போட்டால் எண்ணை வழிகிற கல்செக்கில் சிக்கியதுமாதிரி இருந்தது நெரிசல். விழிஞ்ஞம் மீன்பிடி துறைமுக உபயம். இத்தனை ஜனங்கள் எங்கிருந்துதான் உற்பத்தியாகிறார்களோ.

‘டிங் டிங்’

நடத்துனரின் இரட்டை மணி அசைப்பு கேட்டதுதான் தாமதம், தீயை மிதித்துவிட்ட காலைப் பெயர்த்துத் தண்ணீரில் அமிழ்த்தும் அவசரத்துடன் ஓட்டுனர் கிளட்சிலிருந்து இடது

காலைத் தூக்கிய அதேவேளையில் வலது காலை பிரேக்கிலிருந்து பெயர்த்து அக்ஸலரேட்டரில் அழுத்தினார். கேரள அரசுப் பேருந்து ஓட்டுநர்களின் இலாவகத்தைக் கவிதை பாடலாம். சில நேரம் தெருப்பையன்கள்போல் வார்த்தைகளால் அர்ச்சனை செய்துகொள்வார்கள். 'ஆனைமேல் அம்பாரி' அவர்களது பாணி. பேருந்தில் எது இருக்கிறதோ இல்லையோ, ஒரு பெல்லும் பிரேக்கும் இருக்கும். ஒரு சரக்கு லாரி டிரைவரின் அலட்சியத் துடன் அவர்கள் பிரேக்கைப் பிரயோகிக்கும் ஸ்டைலே தனிதான்.

பேருந்தைப் பிடிக்கும் அவசரத்தில் உங்களிடம் என்னை அறிமுகப்படுத்த மறந்துவிட்டேன்! புதுதில்லியைத் தலைமை யிடமாகக் கொண்டு இயங்கும் ஒரு பன்னாட்டு மென்பொருள் நிறுவனத்தில் நான் மூத்த கலந்தறிவாளன். வர்த்தமான காலத்தில் என் வயது 46. 'ஹோம் ஆஃபீஸ்' ஏற்பாட்டில் பூவார் அருகில் ஒரு கடலோர கிராமத்தில் குடும்பத்துடன் வாசம். என் ஆருயிர்க் கண்ணாள் அருகேயுள்ள மேனிலைப் பள்ளியில் மூதறிவியல் ஆசிரியர்.

கன்னியாகுமரியின் மேற்கு விளிம்பிலிருக்கும் ஒரு கடலோர கிராமத்தில் நான் பிறந்தேன். எனது பரம்பரையில் கடலை விட்டு வெளியேறிய முதல் ஆள். கணிதத்தில் மூதறிவியல் முடித்த கையோடு திருவனந்தபுரத்தில் மீனவர்களை முன்வைத்து இயங்கும் ஒரு பெரிய தொண்டு நிறுவனத்தில் சில வருடங்கள் வேலை பார்த்தேன். எத்தனை ஈடுபாட்டுடன் உழைத்தாலும் மனம் சில வேளைகளில் சங்கடப்பட்டது. தொண்டு நிறுவனங்கள் இயங்கும் முறைமையில் ஏதோவொன்று சுருதி சேராமல் கிடப்பது போல் ஒரு உணர்வு. அதிகாரத்தையும் பணத்தையும் குறிவைத்து மூன்றாம்தர அரசியல் நடத்தும் பிறவிகளுடன் நீண்டநாள் வேலைபார்ப்பது சிக்கலான விஷயம் என்பதை மனம் விளங்கிக் கொள்ள வெகுநாள் ஆகவில்லை.

"இந்த வேலை உனக்குச் சரிப்பட்டு வராது. ஆற்றிலோ கடலிலோ வேண்டுமானால் நீந்தலாம், இது கொதிநீர்த் தொட்டி. உன்னுடைய பட்டப்படிப்புக்குப் பொருத்தமான ஒரு துறைக்கு சீக்கிரமாய்ப் போய்விடுவதுதான் உனது உசிதமானது. வேறொரு துறையில் கால்பதித்தபிறகு வேண்டுமானால் வசதிப்படுகிறபோது என்னைப் போல சின்னச் சின்ன சமூகப் பணிகளில் ஈடுபடலாம்."

எனது பேராசிரியர் சகலை என்னை வற்புறுத்திக் கொண்டிருந் தார்.

"கம்ப்யூட்டர் துறையில்தான் பிரகாசமான வாய்ப்புகள் இருக்கிறதே, மார்க்கட் இருக்கிற ஸ்பெஷல் கோர்ஸ் ஏதாவது முடித்துவிட்டு ஏன் அந்தத் துறையில் குதிக்கக்கூடாது?"

கேட்டவர் என் சகலைதான்.

வக்கத்தவன் வாத்தியான், போக்கத்தவன் போலீஸ், இரண்டுங் கெட்டான் சாமியார் என்பது ஊர்ப்பேச்சு. இதில் எதிலும் சேர்வதற்கு இலாயக்கற்றவன் ஜோல்னாப் பையைத் தோளில் போட்டுக்கொண்டு ப்ராஜக்ட் எழுதி வெளிநாட்டு நிதி வாங்கி என்ஜிஓ என்கிற தொண்டு நிறுவனம் நடத்துகிறான் என்பது என் பட்டறிவு. Asylum for invalids. நான் வேலை பார்க்கும் என்ஜிஓவின் தலைமையகத்தில் களப்பணியாளர்களைப் பயிற்று விக்கும் பணி என்னுடையது. விடியோகிராஃபி, விஷுவல் மீடியா, டாக்குமென்டேஷன் முதலிய பல்வேறு நுட்பங்களில் குறிப்பிட்ட காலப் பயிற்சிகளுக்கு அனுப்பப்பட்டு அந்த வேலைகளையும் பழகியிருந்தேன். ஆனால் அங்கே உலவிய கடற்கரை மலையாளி பவர் பாலிடிக்ஸில் எனக்கு மூச்சு முட்டியது. பெருச்சாளி களின் ஒலிம்பிக்ஸ் அது. சில விதிவிலக்குகள் நீங்கலாக அங்கு வேலை பார்த்த எல்லோருக்கும் இந்த பாலிடிக்ஸ் ஆக்சிஜன் மாதிரி. அனுபவித்தும் பேசியும் பங்குகொண்டும் அதைக் கொண்டாடினார்கள். எனது வெளிப்படையான பணி உத்திகள் அங்கே அதிகார இருக்கைகளைக் குறிவைத்துக் காய்களை நகர்த்திக்கொண்டிருந்த ஊச்சாளிகளுக்கு இத்தனை எரிச்சலை ஏற்படுத்தும் என்பதை அப்போது நான் புரிந்திருக்கவில்லை. இன்னொருவனுக்கான இடத்தை ஆக்கிரமித்துவிட்டு அவனைச் சூசகமாகப் புகைபோட்டு வெளியேற்றிவிடும் வித்தையில் ஏறத்தாழ எல்லோருமே கில்லாடிகளாயிருந்தார்கள். இரத்தத்தில் ஊறிப்போன குயுக்தி. அவ்வளவுக்கு ஒன்றும் நான் கதியற்று கிடக்கவில்லை. கையில் இருக்கவே இருக்கிறது முதுநிலை கணிதவியல் பட்டம். இந்தப் பெருச்சாளிகளின் ரேஸ் எனக்கானதல்ல என்பதை இரண்டு வருடத்தில் உணர்ந்து கொண்டேன். எத்தனை சீக்கிரத்தில் எனது கல்வித் தகுதிக்குப் பொருத்தமானதொரு வேலையில் சேர்ந்து விடுவது உத்தமம். அவ்வளவுக்கு அந்தச் சூழல் சிலவேளைகளில் எனக்கு அருவருப்பாய் இருந்தது. வீட்டைவிட்டுத் தொலைதூரம் போவதில்– குறிப்பாக வெளிநாடு போவதில் எனக்கு இனம்புரியாத மனத்தடை இருந்தது. என்றாலும் எனது சகலையின் பேச்சின் யதார்த்தம் எனக்கு உறைக்கத் தொடங்கியிருந்தது.

ஒருநாள் திருவனந்தபுரம் தொண்டு நிறுவனத்திலிருந்து அலுவலகப்பணி முடிந்து கிளம்புவதற்குள் இருட்டிவிட்டது. பாளையம் ஸ்டாச்யூவைத் தாண்டி ஓவர்பிரிட்ஜை நோக்கி நடந்து கொண்டிருக்கையில் இயற்கை உபாதையினால் அவசரமாக ஒரு சந்துக்குள் இறங்கினேன். அலுவலகத்திலேயே கடனை

முடித்திருக்கலாம். அவசரத்தில் மறந்துவிட்டேன். ஒன்றிரண்டு பேர் சிறுநீர் பெய்து கொண்டிருந்த மாதிரி அங்கிருந்த சின்ன வெளிச்சத்தில் தெரிந்தது. ஒரு மூலையில் போய் எனது அவசரத் தேவையை முடித்துவிட்டுத் திரும்பினால் அந்த இரண்டு பேரில் ஒருவன் எனக்குப் பின்னால் கத்தியைக் காட்டியபடி நின்று கொண்டிருந்தான்! மற்றவன் அந்தச் சந்து சாலையில் சேருமிடத்தில் கண்காணித்துக் கொண்டிருந்தான். தாழ்ந்த குரலில் 'கையிலுள்ளது ஊரியெடுக்கு' என்று எனது இடதுகை மோதிரவிரலில் இருந்த பளபளக்கும் உலோகத்தைச் சுட்டினான். என் திருமண மோதிரம். வழிப்பறி ஜோடி தொழிலில் தேர்ந்தவர்கள் மாதிரி தெரிந்தது. பேசாமல் கேட்ட பொருளைக் கொடுத்து விட்டு பட்டென்று இடத்தைக் காலிசெய்து விடுவதுதான் புத்திசாலித்தனம். வீர பராக்கிரமம் எதையாவது செய்து அவர்களிடமிருந்து தப்பிச் செல்வது என் ஒற்றைநாடி உடம்புக்குச் சாத்தியமானதல்ல. கழுத்தில் கிடந்த மாப்பிள்ளை சங்கிலி அவர்கள் கண்ணில் படவில்லை என்பதில் ஒரு ஆறுதல்.

மறுநாள் காலையில் அலுவலகத்துக்குக் கிளம்பும்போதுதான் என் புதுமனைவி அதைக் கவனித்தாள். "மோதிரம் எங்கே? என்று ஆச்சரியத்துடன் கேட்டாள். 'ஆஃபீஸ் டாய்லட்டில் தவறிவிட்டது. மேன்ஹோலைத் திறந்து தேடிப் பார்த்தார்கள், அகப்படவில்லை' என்று ரிகர்சல் செய்துவைத்திருந்த பொய்யைச் சொல்லிவிட்டு இன்னொரு கேள்விக்கு அவகாசம் கொடாமல் விருட்டென்று கிளம்பிவிட்டேன். என்னைப் பற்றி இந்நேரம் அவள் என்ன கணக்குப் போட்டிருப்பாளோ? வேறு என்னதான் சொல்வதற்கு? இந்தியாவின் பாதுகாப்பான நகரங்களில் ஒன்றாக நான் கற்பனை செய்து வைத்திருந்த திருவனந்தபுரம் தந்த அனுபவம், வீட்டைத் தவிர எல்லா இடமும் பாதுகாப்பற்றது தான் என்கிற உணர்வை ஏற்படுத்தி விட்டது. வெளியூரோ வெளிநாடோ எதுவும் பாதுகாப்பானதல்ல என்கிற எனது அப்போதைய மனத்தடையின் பின்னணி இதுவாக இருக்கலாம்.

திருவனந்தபுரத்தில் வேலை பார்க்கும்போதே அங்கிருந்த ஒரு சர்ட்டிஃபைடு நிறுவனத்தில் ஸாஃப்ட்வேர் அப்ளிகேஷனில் உயர்நிலைப் பட்டயம் பயின்று வந்தேன். மாலத்தீவில் பள்ளி ஆசிரியர் பணியமர்த்தலுக்குச் சில அதிகாரிகள் இந்தியா வந்து தென்னிந்திய நகரங்களில் தங்கியிருந்து நேர்காணல்கள் நடத்திக் கொண்டிருந்த செய்தியை பட்டவகுப்பு நண்பன் ஒருவன் சொன்னான். கணிதத்தில் மூதறிவியல் முடித்ததையோடு பிஎட் ஆசிரியர் பயிற்சிப் பட்டப் படிப்பையும் முடித்திருந்தேன். புகைமூட்டமாயிருந்த அப்போதைய பணிச்சூழலிலிருந்து

விடுதலைபெறும் அவசரத்தில் ஒரு முகவரைப் போய்ப் பார்த்தேன். அதிக சிரமமில்லாமல் ஒப்பந்தக் கடிதத்துடன் பள்ளி ஆசிரியர் வேலைக்கு மாலத்தீவுக்கு விமானமேறினேன். வெறும் இருபத்தைந்து நிமிட நேரப் பயணம். சின்னச் சின்னத் தீவுகள். ஒன்றிலிருந்து மற்றொன்றுக்குப் போக குறிப்பிட்ட சமயங்களில் மட்டும் படகு சவாரிகள்.

மாலத்தீவில் பணியில் சேர்ந்த சில வாரங்களில் என் உலகம் அந்தக் குட்டித் தீவுகளின் சிறு நிலப்பரப்புக்குள் சிறைப் பட்டுப்போன உணர்வு என்னை அழுத்தத் தொடங்கியது. அதன் நீல பளிங்கு போன்ற கடலும் உலகம் முழுவதிலுமிருந்து சுற்றுலாப் பயணிகளை ஈர்க்கும் பவளப் பாறைகளும் ஏற்படுத்திய சுவாரஸ்யம் நீண்ட நாட்கள் நீடிக்கவில்லை. எனது ஜென்மம் இந்த உயர்நிலைப்பள்ளி வகுப்புகளில் கரைந்துவிடுமோ என்கிற சங்கடம் தலைகாட்டத் தொடங்கியது. வார நாட்களில் பிற்பகல் தொடங்கி இரவு முழுவதும் ஓய்வுப் பொழுதுதான். வாரயிறுதி ஓய்வுநாள் என்றால் கேட்கவே வேண்டாம்.

என்னைப்போல் இந்தியாவிலிருந்தும் இலங்கையிலிருந்தும் சிலநூறு பட்டதாரிகள் பள்ளிகளில் வேலை பார்த்துக் கொண்டிருந் தார்கள். முற்பகல் பள்ளி வகுப்புகள் முடிந்தால் அத்தனை பேரும் 'பிஸி' ஆகிவிடுவார்கள். விக்கிரமாதித்தன் கூடுவிட்டுக் கூடுபாய்கிற கணக்கில் மிதிவண்டியில் மணிக்கொருமுறை வீட்டுக்குவீடு சிட்டாய்ப் பகிந்து போவார்கள். டியூஷன் கிளிகள் என்று அவர்கள் செல்லமாய் விளிக்கப்பட்டார்கள். பிற்பகலும் மாலைப்பொழுதுமாக ஐந்தாறு மணிநேரம் ஓடிக் கரைந்து விடும். வீடுதோறும் டியூஷன் சொல்லிக் கொடுப்பதில் கிடைக்கும் உபரி வருமானமும் வீட்டு உபசரிப்புகளும் இவர்களுக்கு முக்கியமானது. அதை விட்டால் மாலத்தீவில் நேரத்தைக் கொல்வதெப்படி? தொண்டையும் மண்டையும் தொலைந்தாலும் பரவாயில்லை, வீட்டுக்கு மாதம்தோறும் அனுப்புவதற்குக் கொஞ்சம் பணம் அதிகமாய்க் கிடைக்கும். இந்தியாவில் இருக்கும் குடும்பத்தின் பொருளாதாரத் தேவைகளை ஓரளவேனும் பூர்த்திசெய்யலாம் என்கிற நப்பாசைதான்.

உடம்பைத் தொலைத்து ஓடும் இந்த நெடும் பந்தயத்தில் என் மனம் கொஞ்சம் கூட ஒட்டவில்லை. வகுப்பு முடிந்தால் குவாட்டர்சுக்கு வருவேன், படுக்கையில் மல்லாந்து கிடந்து கூரையை வெறித்துப் பார்த்துக் கொண்டிருப்பேன். வேறு எதையோ சாதிக்கப் பிறந்திருக்கிறேன் என்று மனம் மெகாஃபோன் வைத்து உச்சஸ்தாயியில் சொல்லிக்கொண்டே இருந்தது. ஆனால் எப்படி? சிரமப்பட்டு வாங்கிய சாஃப்ட்வேர் ஹையர்

டிப்ளேமா பெட்டியில் தூங்குகிறது. கம்ப்யூட்டரைப் பார்த்தே ஐந்தாறு மாதங்கள் ஓடிவிட்டன. டச் விட்டுப்போனால் தலையில் ஏற்றிய எல்லாம் தானாய் இறங்கிப் போய்விடுமோ என்கிற பயம் வேறு.

இப்படிக் கையைப் பிசைந்து கொண்டிருந்த வேளையில் ஒருநாள் எனக்கொரு பார்சல் வந்தது. யுஎஸ்ஏயிலிருந்து கொரியர் செய்யப்பட்டிருந்தது. எச்1பி விசாவில் யுஎஸ்ஏயில் நுழைந்து இப்போது கிரீன் கார்ட் ஹோல்டராகியிருக்கும் என் இளைய மைத்துனர் அனுப்பியிருந்தார். திறந்து பார்த்தால் ஒரு லேப்டாப்! அதனுடன் சில சாஃப்ட்வேர் சிடிக்களும் ஸ்மால் டாக் ஸாஃப்ட் வேரும். வாராது வந்த மாமணிபோல் என் கையிலும் ஆயிற்று ஒரு லேப்டாப். டியூஷன் கிளிகளின் சாபமிகுந்த வாழ்க்கை யிலிருந்து ஒரு விமோசனம். பிற்பகல் ஓய்வு, மோட்டுவளை வெறிப்பு, போர் எல்லாவற்றுக்கும் குட் பை. ஸ்மால் டாக் (தமிழில் குசலம், அறட்டை என்று கொள்ளலாமோ?) மென்பொருளில் தேர்ச்சி பெற்றவர்களுக்கு அமெரிக்காவில் அப்போது ஏக கிராக்கி. மைத்துனரின் அறிவுறுத்தலின் பேரில் ஸ்மால் டாக்கை 'ஸெல்ஃப் ஸ்டடி' செய்தேன். ஐயங்களை அவருடனும் ஐதராபாத், புதுதில்லி நண்பர்களுடனும் தொலைபேசியில் தெளிவுபடுத்திக் கொண்டேன். ஓரளவுக்கு பிடிமானம் கிடைத்தது. சில மாதங் களுக்குப் பிறகு மாலத்தீவு ஆசிரியர் வேலையை உதறிவிட்டு இந்தியாவுக்கு வந்து இதே மென்பொருளில் உயர்நிலைப் பயிற்சி மேற்கொள்ள ஹைதராபாதுக்குப் போனேன். பயிற்சி முடித்தால் அவர்களே யுஎஸ் பணியமர்த்தலுக்கு ஆவன செய்வதாய் உடன்பாடு.

இருங்கள் இருங்கள், என் கதைக்கு அப்புறமாக வருகிறேன். நான் உட்கார்ந்திருக்கும் சீட்டில் விளிம்புக்கு வந்திருக்கிறேன். பேருந்து ஒரு திருப்பத்தில் வேகமாய்த் திரும்பியபோது ஒரு சர்க்கஸ்காரன் மாதிரி என் ஒரு பிருஷ்டமும் தொடையுமே சீட்டில். மடியில் லேப்டாப் ப்ரீஃப். இப்போதுதான் எனக்கு என்ன ஆகியிருக்கிறது என்று உறைத்தது. அடுத்த திருப்பத்தில் கேரளா ஓட்டுனர் தன் வழக்கமான ஸ்டைலில் பேருந்தைத் திருப்பும்போது எனக்கு இருக்கை சாசுவதமில்லை. ஜன்னல் புறமாக இருக்கும் என் சக பிரயாணியை இப்போதுதான் ஏறெடுத்துப் பார்த்தேன்.

உப்புத் தண்ணீரும் வெய்யிலும் பத்து இருபத்தைந்து வருடங் களாகப் பாடம் செய்த கருப்பு உடம்பு. இளவயதில் மனிதர் மாநிறமாக இருந்திருக்க வேண்டும். தாட்டியான உருவம். இரட்டை இருக்கையில் நான்கில் மூன்று பங்குக்கு மேல் சர்வ

சுதந்திரமாக ஆக்கிரமித்துவிட்டு, போனால் போகிறது என்று நான்கைந்து இஞ்ச் இடத்தை விட்டிருந்தார். வேஷ்டியை செப்டிக் டாங்க் கிளீனிங்குக்கு இறங்குபவர்போல மேலே தூக்கிக் கட்டியிருந்தார். சட்டைக் கையைச் சுருட்டி முண்டா தெரிகிற மாதிரி முழங்கைக்கும் தோளுக்கும் இடையில் விட்டிருந்தார். கடாமீசை. முகச்சவரம் செய்து ஒரு வாரமிருக்கலாம். ஹெர்குலிஸ் உலகத்தைத் தாங்கிப்பிடிக்கிற கர்மசிரத்தையுடன் கம்பா பிடித்துக் காய்ப்பேறிய உள்ளங்கைகளை முன்சீட்டின் கம்பியில் இறுகப் பிடித்திருந்தார். தொடைகள் இரண்டையும் டிரப்பீஸ் பிளேயர்போல் விரித்திருந்தார். பஞ்சதந்திரக் கதையில் தன் மீது ஏறிவிளையாடி தூக்கத்தைக் கலைத்துவிட்ட சுண்டெலியைச் ‘சீ அற்பப் பதரே’ என்கிற மாதிரி பார்க்கும் சிங்கத்தின் அலட்சியமும் எரிச்சலும் தோய்ந்த பார்வையை அவ்வப்போது என்மீது வீசிக்கொண்டிருந்ததை என்னால் கவனிக்க முடிந்தது. தாமரைக் கனி ஸ்டைலில் இரண்டு மோதிர விரல்களிலும் கேடய வடிவில் மோதிரங்கள் போட்டிருந்தார். அவற்றில் எம்.ஜி.ஆர். இருந்தாரா என்பதை கேரளப் பேருந்தின் மந்தமான வெளிச்சத்தில் உறுதி செய்து கொள்ள முடியவில்லை. சட்டையில் மேலாக இரண்டு பட்டன்களை அவிழ்த்து விட்டு கழுத்துப்பட்டை வாக்கில் பின்னால் தூக்கி விட்டிருந்தார். கழுத்திலிருந்த தங்கச்சங்கிலி ஐந்து சரவன் இருக்கலாம். வல்லார்பாடத்திலோ தோப்பன்பாடி துறைமுகத்திலோ மீன்பிடி விசைப்படகைக் கட்டிப் போட்டுவிட்டு வாரயிறுதியில் ஊருக்குத் திரும்பிக் கொண்டிருக்கும். தொழிலாளியாக இருக்கலாம். அவரைப்போல் பலர் பேருந்தில் கொல்லத்திலும் விழிஞ்ஞத்திலும் அவுட்போர்டு படகுத் தொழில் நிலவரம் குறித்து பேசிக்கொண்டிருந்தார்கள்.

பேருந்து விழிஞ்ஞத்திலிருந்து புறப்பட்டு மேற்குக் கடற்கரை நெடுஞ்சாலை வழியாகப் பூவாரை நோக்கி ஓடிக்கொண்டிருந்தது. முக்கோலையில் திரும்பியபோது என் சகபிரயாணி தன் தோள்வலியை என்னிடம் நிறுவத் தொடங்கினார். வண்டி குலுங்கும் ஒவ்வொரு முறையும் சீட் விளிம்பிலிருந்து என்னை வெளியேற்றும் விதமாக அந்த மனிதரின் தோள்களும் தொடைகளும் அகன்று விரிந்தன. என் மடியிலிருந்த லேப்டாப் ப்ரீஃப் அவர் மீது பட்டுவிடாமல் வெகு கவனமாக இருந்தேன். நான் ஒற்றை நாடி சரீரம். உட்கார்வதற்கு எனக்கு மிகக்குறைவான இடம் போதுமானது. சக பிரயாணி என் இருப்பை ஒரு பொருட்டாக்க வில்லை போலும். இருப்புக்காகத்தான் வாழ்க்கை முழுவதும் போராடிக் கொண்டிருக்கிறோம். சில சமயங்களில் இருக்கைக் காகவும் போராட வேண்டியிருக்கிறது. அவர் திருமனசு அருளியிருந்த மிகக்குறைவான இடத்தில் என் திறமையையெல்லாம் ஒன்று திரட்டி உட்கார்ந்திருந்தேன்.

வண்டி சொவ்வர நிறுத்தத்தில் நின்றபோது நெரிசல் சற்று குறைந்திருந்தது. சகபிரயாணி எனக்குத் தந்துகொண்டிருந்த நெருக்கடியில் எள்முனையளவும் ஆசுவாசமில்லை. வேற்றுக் கிரகத்திலிருந்து தன் வீட்டுக்குள் நுழைந்துவிட்ட ஐந்துவைப் பார்ப்பதுபோல் அவர் என்னை நோட்டமிடுவதும் அவருடன் வந்த கூட்டாளிகளுடன் பரஸ்பரம் ஜாடைமொழியில் ஏதோ பரிமாறிக் கொள்வதுமாக இருந்தார். “நீ சட்டையும் கொளலும் இட்டுண்டு வந்தா திருவிதாங்கூர் மஹாராஜாவாடா? நீ படிச்சவனண்ணா எனிக்குப் புல்லடா. நீ வந்நாலுடன் ஞான் நீங்ஙித் தருமெந்நு விஜாரிச்சோடா? என்று என்னைக் கேட்பது போலிருந்தது அவரது செய்கைகள். அல்லது இவையெல்லாம் எனது கற்பனைகளாகவும் இருக்கலாம். அவ்வப்போது நீர்யானை போல் பெருமூச்செறிந்து அந்த மனிதர் தன் தோள்களை இன்னமும் விசாலாமாய்த் தோன்றச் செய்தார். தன் தொடை களுக்கிடையில் மிகுந்த சிரமத்துடன் குதுப்மினாரைப் பிடுங்கி நிறுத்தியிருப்பவர்போல் அவ்வப்போது அட்ஜஸ்ட் செய்து கொண்டார். அந்த வாட்டசாட்டமான உடம்புக்குள் இப்போது என்ன யோசனை ஓடிக்கொண்டிருக்கும் என்று என்னால் ஊகிக்க முடியவில்லை.

திருப்பங்களில் வண்டி சாய்ந்தும் சரிந்தும் ஓடியபோது லேப்டாப் ப்ரீஃப் கீழே நழுவிவிடாமல் பார்த்துக் கொள்வதிலேயே என் கவனமும் சக்தியும் செலவழிந்துகொண்டிருந்தது. எங்கள் இருவருக்குமிடையில் ஏறக்குறைய ஒரு பெரியமீன் – சின்ன மீன் ஆட்டம் நடந்து கொண்டிருந்தது. கடலிலும் நிலத்திலும் மனித வாழ்க்கை நியதி அதுதானே.

அலைகள் எத்தனை உயரமாக வந்து கட்டுமரத்தை மூழ் கடிக்கப் பார்த்தாலும் மனக்கிலேசம் கொள்ளாமல் கட்டுமர நடுக்கெட்டியில் கவிழ்ந்து கிடந்து குறுக்கு வரிச்சலைப் பலமாகப் பிடித்துக்கொள்ள வேண்டும். முத்த சேலாளி முன்கூட்டியே எச்சரிப்பார்– வரிச்சல உட்டுடாதேல என்று. கரைநோக்கி வரிசையாகத் தொடர்ந்து வந்து மிரட்டும் அலைகளைக் கடந்து உட்கடலுக்குள் செல்லும் உத்திகளில் இது முக்கிய மானது. முன்னிருக்கையின் கம்பியை அந்தக் குதுப்மினார் மனிதர் வரிச்சலாகவும் என்னை ஒரு கொச்சு மாரியாவாகவும் வரித்துக்கொண்டிருக்க வேண்டும்.

கடலின் மகனான கடலோடி, நிலம் சார்ந்த மனிதர்களைத் தன் கடலனுபவத்தின் பின்னணியில் எதிர்கொள்கிறான். அவனுடைய கடல் தொழில் கலாச்சாரம்தான் நிலம் சார்ந்த வாழ்க்கையிலும் வெளிப்படுகிறது. கடலின் தன்மை அவனுக்குள்

ஆழப்பதிந்து கிடக்கிறது. மீனின் உத்திகளை வென்று அதைக் கொன்றெடுப்பதில்தான் அவனது இருத்தல் அடங்கியிருக்கிறது. எதிர்கொள்பவை அனைத்தையும் மேற்கொண்டாக வேண்டு மென்ற இனம்புரியாத நிர்பந்தம் அவன் தோள்களில் உட்கார்ந் திருப்பது போன்ற உணர்வுடன் அவன் வாழ்க்கை கழிகிறது. தன் அனுபவங்களை ஆறாவது புலனின் பரிசீலனைக்கு உட்படுத்தும் உத்தி கடலோடிக்கு வசப்படாமல் இருக்கிறது. அது வாழ்வின் தேவை என்பதை அறிந்துகொள்ளும் பிரத்தியேக சூழலைச் சந்தித்திராத சமூகம் அவனுடையது. கடல் ஏற்படுத்தும் பெரும் இழப்புகளோ நெருங்கியவர்களின் மரணங்களோ மூக்கு உடை பட விழத்தாட்டும் தோல்விகளோ– எவற்றிலிருந்தும் அவன் கற்றுக்கொள்வதில்லை. இன்றில்லையானால் நாளை ஜெயிப்போம்; இன்று கிடைக்கவில்லையானால் நாளை மீன்பாடு இருக்கும் என்கிற நம்பிக்கையின் சக்கரம்தான் அவனை நகர்த்திச் செல்கிறது...

ஹைதராபாதிலிருந்து புதுதில்லியில் ஒரு நிறுவனத்துக்குப் போய் வேலை பார்த்தேன் என்று சொன்னேன் அல்லவா? இரண்டே வருடத்தில் ஏதேதோ காரணங்களைச் சொல்லி அந்த நிறுவனத்துக்கு மூடுவிழா ஆயிற்று. எனது யுஎஸ் மைத்துனரின் அழைப்பின்பேரில் புது தில்லியிலிருந்து யுஎஸ் பயணம். அங்கு பெரும்பான்மை மென்பொருள் நிறுவனங்களும் 'பாடி ஷாப்பர்ஸ்' என்கிற முகமைகள் மூலமாகவே பணியமர்த்தல்கள் செய்து கொள்கின்றன. சில நேர்காணல்களுக்குப் போய்வந்தேன். என்னிடம் கணிப்பொறி மென்பொருள் பொறியியல் பட்டமோ எம்சிஏ பட்டமோ இல்லை என்பது மைனஸ் பாயின்ட். சில மாதங்கள் நடத்திய தொடர் முயற்சிக்கு வெற்றி கிட்டவில்லை. முன்வைத்த காலைப் பின்வைப்பதாயில்லை. இந்தியாவிலேயே முயற்சி செய்யலாம் என்று நாடு திரும்பத் தீர்மானித்தேன். கஜினி முஹம்மதுவைவிட அதிகமாக தில்லியில் மோதினேன் – நேர்காணல்களுக்காக ஒருவாறாக ஒரு பன்னாட்டு கார்ப்பொரேட் நிறுவனத்தில் 'ஸ்மால் டாக்' கலந்தறிவாளராகப் பணிநியமனம் பெற்றேன். ஸ்மால் டாக் எனது தனித்தேர்ச்சிப் புலம்.

ஸாஃப்ட்வேர் கம்பெனியில் நுழைந்துவிட்டால் சொர்க்கமே கையில் வந்துவிடும் என்பதெல்லாம் வெறும் பிரம்மை. அங்கே வேலைபார்க்கத் தொடங்கியபோது நாமக்கல் கோழிபண்ணை தான் நினைவுக்கு வந்தது. ஒரு அடி உயரத் தடுப்பைத் தாண்டி போகமுடியாத கறிக்கோழிகள் நாங்கள். தீவனம் தண்ணீர் எல்லாம் கோழியின் முன்னால் வைக்கப்பட்டிருக்கும். ஆகையால் உட்கார்ந்து தின்று எச்சமிட வேண்டும், முட்டையும் இட வேண்டும். தீவனத்தை முட்டை, இறைச்சியாக மாற்றும் உயிருள்ள

இயந்திரம் பிராய்லர் கோழி. இரவும் பகலும் கோழிப்பண்ணையில் விளக்கு எரிந்துகொண்டிருக்க வேண்டும். ஏசி அறையில் எங்களுக்கும் சின்னச் சின்ன கியூபிக்கிள். குளிர்பானம், நொறுக்குத் தீனி அத்தனையும் ஃபிரிட்ஜில் இருக்கும். எதற்கும் எழுந்து வெகுதூரம் போகவேண்டியதில்லை. இன்டர்காம் கையெட்டும் தொலைவில் இருக்கும். வாஷ்ரூம்கூட. தான் உருவாக்கிய எந்திரங்களிடம் சிறைப்பட்டுப்போன என்னைப் போன்ற மனித இயந்திரங்களை சைபர் பிராய்லர் என்றாலும் தவறில்லை.

தில்லியில் இரண்டாண்டு தனியறைச் சிறைவாசம். என் வாழ்க்கைத் துணைவியின் மேனிலைப்பள்ளி ஆசிரியைப் பணிநிமித்தமாக பூவார் அருகே என் குடும்பம் ஏற்கனவே குடிபெயர்ந்திருந்தது. நான் பணிபுரியும் நிறுவனம் கன்சல்ட்டன்ட் பதவியில் இருப்பவர்களுக்கு விருப்ப முறையில் 'ஹோம் ஆஃபீஸ்' ஆஃபரை அறிமுகப்படுத்தியது. ஒத்துக்கொண்டால் குடிமாற்றச் செலவையும் வேறுசில சலுகைகளையும் நிறுவனமே வழங்குவதாக அறிவித்தது. பாஜியும் ஆலூ பராத்தாவும் தின்று தின்று குடலும் உடலும் மரத்துப்போயிருந்தது. எத்தனை வருடம்தான் வனவாசம் நடத்துவது? வீட்டுச் சாப்பாடு கிடைத்தால் நாக்கு வேண்டாமென்றா சொல்லும்? மனதில் ஆசை எட்டிப் பார்த்தது. ஹோம் ஆஃபீஸ் ஆஃபரை ஏற்பதில் பாதகங்களும் இல்லாமலில்லை. சக பணியாளர்களோடு இப்போது மாதிரி நெருங்கிய தொடர்புகள் வைத்துக்கொள்ள முடியாது. நிறுவனத்தின் உள் அரசியலையும் நீக்குப் போக்குகளையும் தெரிந்துகொள்ள முடியாது, இளநிலைப் பணியாளர்களுக்கு இயல்பாகவே நம்மீது பொறாமை தோன்றிவிடும். சகலையுடன் கலந்தாலோசித் தேன். எல்லாவற்றையும் எடைபோட்டுப் பார்த்தபிறகு ஹோம் ஆஃபீஸ் ஆஃபரை ஏற்க முடிவு செய்தேன்.

தரைவழித் தொலைபேசி வழங்கும் பிராட்பேண்ட் வசதியைப் பயன்படுத்திப் பணிகளை வீட்டின் ஒரு அறையிலிருந்தே அழகாய்ச் செய்யலாம்தான். மென்பொருள் உருவாக்கம், மெருகேற்றல், சோதித்தல், மதிப்பீடு செய்தல், மின் கடிதம், சாட் என்று அலுவல் சார்ந்த எல்லாவற்றையுமே இணையதளம் வழியாகச் செய்து விடலாம். வீட்டில் இருபத்துநான்கு மணி நேரமும் தடையில்லா பவர் சப்ளையை உறுதிசெய்துகொள்ள இன்வெர்ட்டர், பாட்டரி சமாச்சாரங்கள், சிக்னல் ரிசீவ் செய்யும் ரூட்டர் எல்லாம் நிறுவியாயிற்று. தரைவழித் தொலை பேசி, கேபிள் என்று படித்த வித்தை பதினெட்டும் செய்து பார்த்தாகிவிட்டது. நேரமும் பணமும்தான் கரைந்ததே தவிர ஒன்றும் உருப்படியாய் அமையவில்லை. அரசு நிறுவனமோ

தனியார் நிறுவனமோ எதுவும் நான் குடியிருந்த கடற்கரைக் கிராமத்தில் என் தேவைக்கான சேவையைத் தருகிறமாதிரி இல்லை. திருவனந்தபுரத்திலிருந்து என் குடியிருப்பு 22 கிலோ மீட்டர்தான்.

இணையதளத்தில் தகவல் பரிமாற்றம் நடந்து கொண்டிருக்கும் போது கனெக்ஷன் கட் ஆகிவிடும். பயனாளி நிறுவனமும் எனது தலைமையகமும் என்னுடன் வீடியோ கான்ஃபரன்சிங் செய்து கொண்டிருக்கும்போது கோளாறாகிவிடும். நகரத்திலிருந்து நான் தொலைவில் இருப்பதானால்தான் இந்தச் சிக்கலாம். தொலைபேசி இணையதள சேவை வழங்குபவர்கள் அப்படித்தான் சொன்னார்கள். இப்படியாக, அலுவலகப் பணிகள் முடங்காதிருக்க தலைநகருக்கு ஓரளவு நெருக்கமான தலத்தில் பேருந்து நிலையத்தின் அருகில் மாடி அறையொன்றை வாடகைக்கு எடுத்துக்கொண்டேன். எனது விழிஞ்ஞம் பணிமுனையத்தில் ரிஷிமூலம் இதுதான்.

இந்தியத் தொலைபேசித் துறையின் இணையிலாச் சேவை மெருகின் காரணமாகவும் நான் தேர்ந்தெடுத்த தனியார் கேபிள் பிராட் பேண்ட் சேவையின் வள்ளன்மையின் பொருட்டாகவும் நான் அடிக்கடி விழிஞ்ஞம் அறைக்குப் போக நேர்ந்தது. பணி நிமித்தமாக லேப்டாப் பிரீஃபைச் சுமந்து கொண்டு பேருந்தில் ஏறுவதும் குதுப்மினார் மனிதர்களுடன் நாலரை இஞ்ச் இடத்துக்குப் போராடுவதும் எனக்கு வாடிக்கையாகிவிட்டது.

வண்டி இப்போது சப்பாத்து நிறுத்தத்தில் வந்து நின்றது. இந்த நிறுத்தத்தோடு சில சருவம், சாக்குமூட்டை ஒழிய பேருந்துக்குள் நின்று பயணிக்குமிடம் காலியாகியிருந்தது. சில சீட்களும் ஒழிந்திருந்தன. இன்னும் நான்கு கிலோமீட்டர்தான்; எட்டு பத்து நிமிடங்களில் நான் இறங்கவேண்டிய இடம் வந்து விடும். அதற்குள் இருக்கை மாறி உட்காருவானேன் என்று நினைத்துக் கொண்டேன்.

காலரியில் இருக்கும் பார்வையாளர்கள் மீது பெருமிதப் பார்வையை வீசும் டிரப்பீஸ் ப்ளேயரின் தோரணையில் குதுப்மினார் பிரயாணி தன் சகாக்களை ஒருமுறை பார்த்துக் கொண்டு ஜப்பான் சுமோபோல மூச்சுப்பெருக்கியவாறு தன் நெஞ்சை நிமிர்த்தித் தோள்களையும் தொடைகளையும் இன்னும் விரித்துக் கொண்டார். 'ஒழிஞ்சு கெடக்குத சீட்டுல போய் இருடா' என்பது எனக்கு விடுக்கப்பட்ட உடல்மொழிச் செய்தி. ஒரு சக பயணியை வெற்றி கொள்ளும் ஆனந்தமும் திருப்தியும் கிடைக்காமல் அவர் அடங்க மாட்டார்போல் தெரிந்தது.

பேருந்து திடீரென ஒரு டானா வளைவில் ஒடிந்து திரும்பியது. சகபயணி விருட்டென்று தோள்களை எகிறி இடதுபுறமாய்க் குலுக்கினார். பதற்றத்தில் எனது கைகளிரண்டும் முன்னிருக்கைக் கம்பியைப் பற்றிக்கொள்ள முயல, மடியிலிருந்த லேப்டாப் ப்ரீஃப் பக்கவாட்டில் தெறித்து விழுந்தது. நான் சீட்டுக்கு இடதுபுறம் சாய்த்துப்போட்டிருந்த சாக்கு மூட்டையில் ஒருக்களித்து விழுந்து, சறுக்கிக் கீழே கிடந்தேன். என் இடது புட்டி நன்றாய் வலித்தது. என் மொத்த உழைப்பையும் தேக்கி வைத்திருக்கும் லேப்டாப் சேதமாகியிருக்குமோ என்கிற அங்கலாய்ப்பில் வாரிச்சுருட்டிக்கொண்டு எழுந்து பட்டென்று ப்ரீஃபைத் தூக்கியெடுத்தேன். குதுப்மினார் மனிதரின் சகாக்களின் கொல்லென்ற சிரிப்பு முழக்கம் என்னைத் தடுமாறச் செய்தது. காலியாகயிருந்த மற்றொரு இருக்கையில் நான் போய் உட்கார்ந்தேன். மற்ற பிரயாணிகள் என்னைப் பரிதாபமாய்ப் பார்த்தார்கள். மனதில் குறுகிப்போன உணர்வு.

அடுத்த மூன்று நிமிடங்கள் சைக்கிள் ஸ்லோ ரைஸ் போல நகர்ந்தது. பேருந்து எனக்கான நிறுத்தத்தில் வந்து நின்றது.

பேருந்திலிருந்து நான் இறங்கியபோது குதுப்மினார் நண்பரின் முகத்தில் வெம்பிள்டன் டைட்டிலை வென்ற ஆண்ட்ரே அகாசியின் பெருமிதம் தெரிந்தது. ■

5

வாஸ்கோ

வாஸ்கோவுலயிருந்தி நாங்க இந்நலதாம் கரவுட்டம். எங்க ஏளு போட்டும் குடும்பகாற போட்டுவ, கூட்டாட்டுதாம் எப்பளும் தொளிலுக்கு போறது. பொளிசூழ்நாடு எங்க சுதேசம். வெலங்கு கடல் தங்கல் தொளிலுக்கு வேண்டி ரண்டு கொல்லமாட்டு கோவாயில போட்டு கொண்டு வந்தி தொழில் பாக்குதம்.

மேலா வெலங்கமாற பத்து பந்திரண்டு நாட்டிகலு ஸ்பீடு வச்சி ஏளு போட்டும் ஒண்ணுக்கு பெறக்க ஒண்ணாட்டி வரிசபுடுச்சி போவுகொண்டிருக்கி. எங்க போட்டு ஏளாங்கடசீல. எங்க ஸ்றாங்கு தற்காத்தூசு மாமன் எப்பளும் பதமாத்தாம் போறது. ஸ்றாங்கணி செல்லுத ஆளுக்கு இஞ்சின்ல அற்றகுற்ற பணியக்க தெரியும். றாத்திரி ஸ்றாங்குக பத்த நிண்ணி நிண்ணி வெளுப்புக்கு எக்க கண்ணு ஆடுது. நல்ல சடவுண்டு எக்கு. இந்நல றேசனக்க செமுந்தி போட்டுல ஏத்தினது நானாக்கும். எல்மறு பதுக்க பெப்ளோறு பத்தபோவி தாள பாக்குத சமயம் நானும் போனேன். மூணு கடப்பண்ணிவ வளத்து பட்டிவள போல போட்டுக்க பெறக்கால வாறது தெளிஞ்சி காணுது. வெள்ளம் ஸ்படிகம் போலயாங் கெடது. இந்நல நாங்க பெறப்புட்டு ரெண்டு மூணு நாட்டிக்கலு களிஞ்சிவாற சமயந்தொட்டு வாறதாக்கும். எல்மறு றோளு பன்னிவச்சிருக்க சூலத்த எடுத்தி பெறக்கால வந்துண்டிருக்குத கடப்பண்ணிவள்ல ஒண்ணுக்க முதுவுபாத்தி ஒத்த வீசக்கம். குத்து சரிக்கும் ஏத்துகொண்டது. அந்த கடப்பண்ணி அந்தால கொளஞ்சு மறிஞ்சது. எல்மறு றோள வலிச்சி பண்ணிய பதுக்க போட்டுல ஏத்தியிட்டு, பெட்டெந்நு செறுதாட்டு கண்டம் போட்டு ஐசுல இட்டது. பினியும் ரண்டோ மூணோ பண்ணி கிட்டிக்களிஞ்சா இந்த ஓட்டுக்குள்ள மட்டு எரச்சு மதியாவும். செறிய பண்ணியணு சென்னா நம்ம கண்ணுகுட்டி எறச்சி இருக்கில்லியா, அதுபோல நல்ல ருசியா இருக்கும்.

பனிப்பிச்ச ஆளு ஓடுபோற போட்ட ஸ்பீடக் கொறச்ச செல்லு கொண்டு கிட்டம் எறக்கி தாவு பாத்துச்சு. பத்து நுப்பத்தாறு மாறுதாம் ஆவியிருக்கி. பினியும் ஏகதேசம் ஒரு தெவசம் மேலா

ஒடுனாத்தாம் ஒது நூத்தியிருவத்தஞ்சு மாறெங்கிலும் எத்தும். அது களிஞ்சியாம் நாங்க மட்டுடுத தாவு பாயின்று வரும். ஐயாவும் பனிப்பிச்ச ஆளுமாட்டு மட்டுக்கு ஏர கொருக்குதுக்கு சுட்டி ஐசு பெட்டியிலயிருந்தி பண்ணி கண்டங்கள பெறத்த எடுத்து இட்டாரு. ஒவ்வொரு கண்டமா பெறக்கி நைசா கீலம் வச்சி சூண்டவள்ள கொருக்கித வேல தொடங்குனாவு. நாஞ் சட்டணு வீலசுல போவி எட்டிபாக்குதேன், எக்க தம்பி சிறிலு நனஞ்ச கோளியபோல தெவங்கி அவத்த கெடக்காம். ரண்டு முட்டும் வாயிலயும் கைரண்டையும் கவுட்டுகவத்தயுமாட்டு வச்சுகொண்டு பூண்ட ஒறக்கம். ராத்திரி முச்சூடும் போட்டுல கக்கி தொளிச்சி ஒரு மனுசரயும் ஒறங்க உடாட்டாம். பயலுக்கு பிறாட்டீசா உண்டு, பொடிக் கொளந்தயில்லீ. பள்ளியில ஒம்பது படிச்சுகொண்டிருந்த மரளய அம்மயல்ல போட்டுல போல எணு செல்லி பிடிச்சுட்டது.

பத்துப் பந்திரண்டு நாளு தங்கலுக்கணி பெறப்புட்ட போட்டுவ. தாவுலோட்டு போவபோவ தண்ணிச்ச முசும்பும் போட்டு அங்கயும் இங்கயும் லாத்துததுமாட்டு ஒருமாயிரிப்பட்ட வம்மாருக்கு கொடலு பெறத்த சாடிகளயும். எங்க ஐயாவுக்கு சிறில போட்டுல வுளிச்சுண்டுபோவ ஒட்டும் மனசில்ல. நல்லா படுச்சுத புள்ளயில்லீ. படிச்ச மாத்திரம் உட்டுச்செங்கி பயம் பஸ்ட்டுல வந்தி பள்ளியில ப்றேஸ் வாங்கபாத்தாம். எக்க அம்மகாறிக்க சல்லியம் பொறுக்காமயாக்கும் ஐயா கூடவுளிச்சுண்டு வாறு. வூட்டுக்கவத்த ரண்டு கொமரு உண்டு. இப்பம் அப்பனும் மொவனுக்குமா எங்க ரண்டு வேருக்க பங்கும் போட்டுக்குள்ள பங்குமாட்டு கிட்டுதா, சிறிலு பினியும் ஒண்ணோ ரண்டோ கொல்லங்களியும்ப முளுப்பங்கு வாங்குத பிறாயத் துக்கு வந்துடுவாம், அவனுக்க பங்கையும் வரவு எடுத்தா கொள்ளா மணியாக்கும் அம்மகாறிக்க பிளானு.

களிஞ்ச ஆச்சக்கு போட்ட கோவாயில கெட்டுலயிட்டு கொண்டு நாட்டுல போனப்பளாக்கும் சிறிலுக்க கத வாறு. நாம் வூட்டுல யாறும்ப இவம் பள்ளிக்குப் போவாத குத்தவச்சுங் கொண்டு இருக்குதான். 'ல சிறிலு, பள்ளிக்குப் போவாட்டயா, வையாதயா இருத?' எணி நாங்கேட்டால மோரய தொங்க போட்டு கொண்டு அந்த இருப்பு.

எங்கம்ம கடயில போவுண்டு அப்பந்தாம் வூட்ல வந்தி யாறுச்சு.

"ஆ, வூள வந்து சேந்தீராப்பா சொகமாட்டி!... நாந்தாம் புள்ளய வெலக்கி வச்சிருக்கி. கண்டவனண்ட அடிகொள்ளத்தானீ

எக்க மக்கள பாலுஞ்சோறும் குடுத்து வளத்துதேம். அப்புடி எக்க புள்ள படிச்சாண்டாம். செல்வேந்திரம் வாத்தியானீ, புள்ளய பெறங்காலுல வங்காள கம்பு கொண்டு அடிச்சி களஞ்சாம். புள்ளக்கு காலக்க வீங்கி நடக்க களியாத அண்ணு உச்சக்கு கூடபடிச்சுத பயவளாட்டு வூளகொண்டு சேத்திருது. கண்டால எக்க கும்பி ஏங்குட்டது. வெஞ்சியில நெறுத்துட்டி பேன்ற பொக்கி வச்சுகொண்டு புள்ளய இந்த அடி அடிச் சிருக்காம் அந்த வேசச்ச மாப்புள. நாலு வாக்கு அவன நல்லது போல கேக்காத கொணமில்லீ அவனுக்கு இத்திரயும் கொளுப்பு? நாம் பள்ளியில போவி அவனுக்கு கணக்கா குடுத்தேம். எல்லா வாத்திச்சி வாத்தியாம்மாரும் பாத்துகொண்டுதாம் நிண்ணாரு."

"ஐ, பள்ளியில மக்களுக்கு வணிதமில்லாட்டா சாறம்மாரு ரண்டு அடி குடுக்கமாண்டாரரா? நீ என்னத்துக்கு போவி பங்கம் பறஞ்சயாம் அவம்மார? பினியும் நம்ம மக்கள காணச்சில அவனுக்கு கலி யாறும்."

நாம் அம்மயண்ட தேச்சியங்காட்டுனேம்.

"இப்பிடியாம் அஞ்சாற வாத்தியானும் வாத்திச்சியும் எட்மாட்டறுக்க முறியில வந்தி எக்கட்ட சென்னாரு. நாம் உட்டுண்டு தேடுத கச்சியானீ, 'தேச்சியமெங்கி அதுக்க கையிலயோ காலுலயோ அல்லேங்கி பூளயிலயோ ரண்டடி குடுக்காட்ட? இங்கம்மச்ச தாலிய பூச்சி அங்கு ஒட்டுவச்சிருக்கணியா நேரே பெறங்காலத் தேடுத்தேடு போறதென்னத்துக்காம்?' எண்ணு நாம் மாறு கேட்டேன். வெக்கிச்ச பட்டியபோல நிக்கிதாம் செல்வேந்திரம் சாறு. 'ஸொந்தம் பெண்டாடிமாரண்டவுள்ள தேச்சியங்கள நாங்க பாலுஞ்சோறும் குடுத்தி வளத்துத மக்களண்ட காணிச்சா உண்டே, சேலா போவுகொள்ளாது பாத்துக்க, எட்மாட்டறும் சாறும் எல்லாங் கொள்ளாம்' எணு செல்லு கொண்டு வந்தேன். பெறவாக்கும் வாறு கத. சிறிலு குறும்பு காட்டுனதுக்கு சுட்டி சாறு அடிகுடுக்காட்டானாம். தொண்ணூத் தொண்ணு மார்க்கு எடுத்தானாம் செல்வேந்திரம் சாறு கணக்கு பரிச்ச இட்டதுல, நூறெடுக்கேலயணி இந்த அடி அடிச்சிருதான். வல்லயெடத்திலயும் இதப்போல உண்டால? படிச்சாத்த மக்களயில்லீ அடிகுடுத்து படிச்ச வச்சுவாரு? இவந் தலக்கு வெளியில்லாதயா பொடிமக்களண்ட இப்புடி காட்டிக் கூட்டுதாம்? படிச்சி ஆப்பீசரானதக்க மதி, ஐயாவுக்க கூட போட்டுல போவயணி செல்லி அவன வூட்டுல புடுச்சி நெறுத்தியிருக்கி..."

அம்மக்கு தெரியுவள்ள நாயத்த அம்ம செல்லுச்சு. அல்லாதயும் அம்ம பணப்பேயாக்கும். ஒண்ண புடுச்சா பருவத்துக்கும்

உடமாண்டா. எப்பம் ஒரு தும்பு கிட்டட்டு, பயல போட்டுல உடுலாமணி காத்திருந்தவளில்லீ.

"ல அம்மா, ஐயா அதுக்கு சம்மதிசேயும்? அன்னா வண்டியிலயிருந்தி எறங்குனால சிலுவதாசங் கும்பாரியண்ட பஸ்டாண்டுல வேளஞ்செல்லுண்டு நிக்குது. உனக்க நாயத்த நீயாம் ஐயாவண்ட செல்லுக்கம்மா."

இம்புடும் செல்லுகொண்டு நாங் சிறில மொயத்தில பாக்குதேம், பயலுக்கு கரச்சயா வாறு. கிளிவண்டுபோல படிச்சுகொண்டிருந்த கொளந்தயிலீ. கிளாசுல எல்லாருக்கும் முன்ன வாறவம். எனக்கியாம் படித்தம் மண்டயில ஏறேல, உப்பு வெள்ளங் குடிச்சி மரிச்சணுமணி எளுதியிரிக்கி. அஞ்சாங் கிளாசிலே வச்சி மதியாக்குண்டு ஐயாவுக்கு கடப்பெறத்துல சகாயிச்சு குடுத்துண்டிருந்தி ஐயா பதுக்க பதுக்க போட்டுல கூட ஏத்துண்டு போவி தொளிலுபளக்கி தந்தது. வூட்டுல ஒருத்தனெங்கிலும் படிச்சி வலிய சோலியில ஏறுவானணு பாத்தா இந்த அம்மகாறி எங்ஙின அவசரங் கிட்டாதாணி காத்துண்டிருந்திருக்கி பயலுக்க படித்தத்த நெறுத்துததுக்கு சுட்டி. பைசாவுக்க விசயத்தில அம்மக்கு அத்தியாகிரகந்தாம். எக்க அம்ம மாத்திரமணியில்ல, இங்கு கொமருள்ள எல்லா அம்மமாரும் அப்புடியாம். எந்த நேரமும் கொமரிருது கொமரிரு தெணு பெலப்பந்தாம்.

அம்ம வளவுக்க அவத்த போனம்பெறவு பதுக்க சிறிலண்ட நாங்கேட்டேன், என்னத்துக்குசுட்டி செல்வேந்திரம் சாறு அடிகுடுத்தாரணி.

"கணக்கு சாறு அண்ணு அரப்பரிச்ச இட்ட பேப்பறு காட்டினாரு. அய்யாளு படிச்சாத்த மக்களயக்க திலிஞ்சியும் பாக்கமாண்டாரு. தொண்ணூறும் தொண்ணூத்தஞ்சும் எடுக்குத அஞ்சாறு பயவளத்தாம் எப்பளும் இட்டு அடிச்சு வீக்குதது. நாங் ஒரு கணக்குக்கு டூ எக்ஸ் த ஹோாள் ஸ்கொயறு இட்டு கொண்டு அது களிஞ்சு அடுத்த வரியில போறெக்ஸ் ஸ்கொயறு இட்டேன். டூ எக்ஸ் ஹோாள் ஸ்கொயறு காட்டுதுக்கு பிறாக்கற்று இடேலேணி சாறு ரண்டு மார்க்க கொறச்சு இட்டுகொண்டு, ஓரோ கணக்குலயும் இதுபோல ஒண்ணும் ரண்டும் மார்க் காட்டு கொறச்சி கொறச்சி அவசானம் எக்கு தொண்ணூத் தொண்ணு மார்க்கு. ஒளுங்கா இட்டெங்கி தொண்ணூத் தெட்டு வரப்பாத்தது. 'என்னத்துக்கல நூறு மார்க்கு எடுக்கேல' எண்ணு செல்லுண்டு நாங்க ஆறு பயிக்களயும் வெஞ்சியில யாத்துட்டுகொண்டு பேன்ற பொக்குவச்சு பெறங்காலு வாக்குல

அடிச்சாரு சாறு. அடிகொண்ட சமயம் எக்கு வையாத தாள இருந்துகளஞ்சேன். கொஞ்சங் களிஞ்சு பாக்கச்சில எக்க பெறங் காலு தவளயபோல தணத்து கெடது. உச்ச சோத்துக்கு மணியடிச்சுத நேரம் எக்கு படியில எறங்கி வர களியேல. எக்க கூட்டுகாற பயவ சேந்தி கைத்தாங்கலிட்டு படியிலயிருந்தி தாளோட்டு எறக்கி வூள கொண்டுட்டானுவ. பயவளாட்டு எக்க புஸ்தவம் நோட்டக்க எடுத்துண்டு வந்துட்டது. அம்ம ஸ்கூளுலபோவி சாற ஒருபாடு தானக்கேடு பறஞ்சுண்டு வந்தது. என்னய பள்ளியில படிச்சபோவண்டாமணி வெலக்கி வச்சிருக்கி."

எக்குசும் கொயறும் எணு சென்னா எக்க தேட்டு மண்டயில ஏறேயும். செல்வேந்திரம் வாத்தியானுக்கும் கொறச்சு கூடியாம் போச்சு. ஆத்தியமே செறுதாட்டு கிறுக்குண்டு அயாளுக்கு. பள்ளியில அவன் பிள்ளசிறாவு. படிச்ச ஆக்கிரகிச்சு வருத மக்களயும் படிச்சாத ஆக்குதது அவம் ஸ்திரம் பணி. எத்திரயெத்திர மக்கள இப்புடி படிச்சாத ஆக்கினவம். இவனுவளக்க நெணல்லயிருந்தி சோறுதின்னயணி நம்ம அப்பம்மாருக்க அத்துவானத்தில ஒரு பள்ளியும் கெட்டு குடுத்திருக்கம். அவம்மாரு சுகிச்சுதாம்...

ஐயா வூட்டுல வந்தியாறுச்சு. கோவாயிலவுள்ள பாடுநாயம் தொடங்குததுக்குள்ள எங்கம்ம செல்வேந்திரம் சாறுக்கும் பெண்டாடி மக்களுக்கும் ஒருபாடு தெறிவுளிச்சது. ஐயாவுக்க கைகொண்டு செல்வேந்திரம் சாறுக்கு நாலு கொள்ளுததுக்கு கணக்காட்டி அம்ம பறஞ்சிண்டிருந்தது.

"அடியக்கிறமத்துக்கு ஒண்ணும் நாமம் போவப்பணி, நம்மளக் கொண்டு பொளிசூழ் நாட்டில ஒரு கொளப்பம் வேண்டாம் புலோமுனம்ம. இப்பம் என்னா, அறியாத அடிச்சுட்டா ரணி எட்மாட்டரும் தீச்சறுமாரும் மாப்பு கேட்டியாச்சிலீ, அத உட்டுகள, சிறிலுபயம் பள்ளிக்கு போவட்டு. எல்லாரும் உப்புவெள்ளங் குடிச்சுண்டு கெடதோம். இந்த பயலெங்கிலும் படிச்சு வல்ல சோலியும் யாறட்டு புலோமுனம்ம. சொடியுள்ள புள்ளயில்லீ. . ."

ஐயா அம்மயண்ட பயிற்றடவு பதினெட்டு அப்பியாசவும் காணிச்சி பாத்தது. எங்கம்மகாறி ஒரு நாயத்துக்கும் ஒதுங்குத கோளில்ல. அவசானம் அம்மக்க சைடுயாஞ் செயிச்சது. இன்னா வீலசுக்கவத்த தெவங்கி கெடக்குதாம் பயங். என்னயப்போல அத்திர எளுப்பத்தில சிறிலு கடலுக்கு பளவுகொள்ளமாண்டாம் போலயாங் காணுது. கடலுமேல என்னத்தயும் யாதார்சீகமாச் சம்பவிச்சகண்டு ஓடன ஆசுபத்திரிக்கு கொண்டு ஓடுததுக்கு றோடும் காறுமா இருக்குது? வனாந்தர சமுத்திரமில்லீ? மாதாதாம் பயல ரெச்சபடுத்தணும்...

கோவாயில நாங்க தங்கி தொளில் பாக்குதது இந்த ரண்டு வருசமாட்டுதாம். எல்லாவனும் நம்மள காணும்ப மேலகூடி சிரிச்சுகொள்ளுவானுவ. உள்ளில அசூய உண்டு. வரத்தம்மாரு இங்குவந்து என்ன செளுப்பாட்டி மீம்புடுச்சி வளந்துண்டு போவுதானுவ, நமக்கு ஒரு ஓசுவனமில்ல எண்ணு அவம்மாருக்கு கண்ணுகடி. நம்மளகொண்டு அவம்மாரு வளந்து போறது கண்ணு காணாது.

சொந்த போட்டு. சொந்த போட்டணு தீத்து செல்லயுங் களியாது. ஆறாவதும் ஏளாவதுமா நிண்ண ரண்டமூண சீட்டுவள புடுச்சி, பெந்துக்களுக்க உருப்படிவள ரண்டும் மூணும் பைசா பலிசய்க்கு குடியில வச்சி, வேற செலய ஆளுவளண்ட கொமரு வளுக்க ஆவசியத்துக்கு வச்சிருத பணங்கள கடம் வாங்கியு மாக்கும் போட்டு இட்டது. ஐயா அவருக்க நல்ல பிறாயத்தில நல்ல தொள்ளாளி. நாட்டுல கடப்புள்ளணியாக்கும் பேரு. எங்களுக்கு வலிய போட்டாக்கும். நூறு நூத்தம்பது மாறுல வலயும் சிறாவு மட்டுமாட்டு பருமாறுத போட்டு. எங்க தொளிலு இங்ஙின கரையிலகூடியில்ல. பெருவாதி சூரயும் நெம்மீனும் சிறாவுமாட்டு பிடிச்சுகொண்டு வருததுல எங்க லூர்துமாதா போட்டுக்க வேளந்தாம் எப்பளும் கேக்கும். மாதாவுக்க சகாயத்தில பொளிசூழ் நாட்டில நாலு போட்டுக் கொப்பம் எங்களுக்கும் பாடு களியும்.

எங்க ஐயாவுக்க போத்தி கடுக்கம்புள்ள அண்ணந்தம்பி மூணுவேருமா கல்லுல மூணு தெவசம் நாலு தெவசத்துக்கு கலவாகெட்டு, செம்மீங்கெட்டுக்கு தங்கல் மட்டு தொளிலு செஞ்ச ஆளு. அப்பளக்க பாவோட்டு மரந்தானீ. கெட்டுச் சோறும் கன்னாசில வெள்ளமுங்கொண்டு கரகாணாத்த சமுத் திரத்தில போவி மூணும் நாலும் தெவசம் நாலுமரக்கண்டத் துக்கு பெறத்தயிருந்தி தொளிலு பாக்குததுக்கு கரலொறப்பு வேணும். எங்க ஐயாவும் அப்பிடியாம். அன்னந்தண்ணியில்லாத அஞ்சு தெவசங் கெடக்க செல்லுங்க, அய்யாளு அனங்காத கெடந்துகொள்ளும். அந்த சமயங்கள்ளவுள்ள பிறாட்டீசுவ அப்புடியாக்கும். இப்பளத்த மக்களணு சென்னா ஒரு தேரத்த தீத்தி அவத்த போவேலேணா ஆளு நாக்கண்டத்த போல கொளஞ்சுவுளும்.

ஆத்தியம் எங்க தொளிலு சத்திகொளங்கரயிலயாக்கும் நடந்துண்டிருந்தது. அங்கு பிளைவேற்று வள்ளங்களுக்க பெகளம்! செள்ளுபோல கூடிகெடக்குத வள்ளங்களுக்க எடயில போட்ட கொண்டு பிடிச்ச முடியாது. அவம்மாரண்ட மொளிகுடுத்தி முந்தாது. அவசானம் நாங்க ஏளு போட்டும் அங்ஙினயிருந்தி

எடங்கடந்தி மொனம்பத்துல வந்தி கொறச்சு தெவசம் தொளிலு பாத்தோம். அங்கு ஸ்டீல்பாடி போட்டுவளுக்க சல்லியம். பத்து நுப்பது காணும் போட்டுவ உண்டு. அவம்மாருக்கு பர்ஸ்நெற்று தொளிலாக்கும். வேணுமணியே கெட்டுல கெடக்குத நம்ம போட்டுவள ஸ்பீடுல வந்தி இடிச்சுவானுவ. நம்ம போட்டுவ பலவகெட்டில்லீ, அவனுக்க இடிகொள்ளும்ப நம்ம போட்டுவ அந்தால கெட்டு கொலஞ்சி பௌந்திடும். அதுக்க பெறவு அது தொளிலுக்கா ஓதவும்? பின்ன, சாயிப்புமாருக்க சல்லியமணா பெறத்த செல்லாண்டாம். பிரயாசப்பட்டு நாமம் புடுச்சு கரசேக்குத மீனுவள அவனுவ சொந்த சாதனம்போல கைகாரியஞ் செய்வானுவ. நமக்குதாம் நாடுட்டு நாடோடுத ஜீவிதமணி ஆவியாச்சிலீ. அங்நயற்றம்வர சமாளிச்சு அப்பிடியே களிஞ்சு கூடுதது. நீண்டகரயிலயும் தோப்பம்பாடியிலயும் இதவுட ஒண்ணும் மேத்திரமில்ல. ஒவ்வொரு ஸ்தலத்திலயும் ஒவ்வொரு சைசுவளுல சிட்டவ. நாமம் அங்க யாரு, வந்தோட்டி வரத் தோட்டிவளில்லீ, சத்தமுச்சு காட்டாம இருந்துகொள்ளணும். அப்புடி ததிடி, தோப்பம்பாடி, மொனம்பம், றெத்தினகிரி, நீண்டகர, சத்திகொளங்கர எண்ணு நாடுநாடா ஓடி, அவசானம் வந்தியெத்தின ஸ்தலமாக்கும் வாஸ்கோ.

பதினஞ்சு வயசுல நாங் போட்டுல ஏறுனது. இப்பம் எக்கு கலியாண பிறாயங் களிஞ்சிபோறு. வெலங்கு கடலுக்கு பத்து பதினஞ்சு தெவசம் தங்கலுக்கு எணி போறது. தங்கலுக்கு ஆவசியப்படுத சகல சாதனமும் ஏத்துவோம் போட்டுல. அரப்பு, புளி, தேங்க, அரி, ஏளெட்டு கேனு குடிவெள்ளம், பின்ன விஸ்கற்று, மிச்சறு, பாலு, பல்பொடி, கள்ளபண்டம்– சுருக்கஞ் சென்னா பெண்ணும் கள்ளும் ஒழிச்சு பாக்கி எல்லா சாதனமும் காணும் போட்டுக்கவந்த. வலவுடக்கண்டு தின்னுதது, வலவலிச்ச பெறவு தின்னுதது, மட்டு உடவுட தின்னுதது, அப்பளக்க தீற்றதாம் நேரம்போக்கு. வலய வலிச்சி நெம்மீனு, சூரயணு நல்ல மீனா பட்டு களிஞ்சா பண்டாரியண்ட அத அறுத்து களுவி அரப்பு சேத்தி கறிவச்ச சொல்லுதது. எல்லாங் கூடுல இருக்குத பொடிவ. நமக்கு கடலுமேல தின்னு போயி மிச்சந் தானீ? துடிச்சி அடங்குததுக்கு முன்ன மீனு நம்ம வவுத்துக்க வத்த போவிகளியும்.

வீலசச் சுத்தி துச்சமாட்டுள்ள ஸ்தலத்திலயாம் ஒறக்க மக்க. நெரப்பாட்டு ஒரு எடமணி வாச்சாது கெடக்க. அம்புடும் வலயும் மட்டும் சாதனங்களுமா அங்ஙின அங்ஙின கெடக்கும். வீலசுல கொறச்சு ஸ்தலந்தாங் காணும். ஒரு தெவசத்த வெயிலும் உப்பு வெள்ளமும் காத்துங் கொள்ளும்பளே தோலக்க உப்பு

பரிஞ்சு கறுக்கத் தொடங்கும். ஊளியுள்ள காலமும் நமக்கு வாடயும் கோடயுந்தானீ. கடலுதாம் வூடு. கரபுடிச்சுததுவர குளியக்க கடவெள்ளத்திலதாம். செலய சமயம் கடல்ல சாடி அஞ்சாற முங்கலுபோட்டு தேகத்த தேச்சுட்டுண்டு போட்டுல ஏறுதது. செலய சமயம் அதுக்கும் மடிச்சி தண்ணியெறச்சு ஊத்துத கன்னாச வச்சி போட்டுல நின்னுகொண்டு கடத் தண்ணிய கோரி தலவாக்குல ஊத்துதது. கரயில வாற தெவசமணா மிச்சம் இருக்குத வெள்ளத்தில தேகத்த நனச்சுகொள்ளுதது. மட்டு உடுததும் வலிச்சுததும் வலவுட்டு வலிச்சுததும் கொளுவுத மீனுவள ஸ்டோர்ல இட்டு ஐசு இடுததுமாட்டு திவசங்க பறந்துகளயும். ஒரு பாயின்றுல மீனு கொத்தக் காணேலேங்கி நங்கூரம் வலிச்சு பினியும் இத்துபோல வெலங்கயோ கரியயோ வாங்குபோவி வேற ஒரு பாயின்றுல கொண்டு நங்கூரம் வச்சுதது. ஸ்டோறு நெறயக்கண்டு தெவசக்கணக்கு பாக்காம கரய பாத்தி போட்ட திரிச்சுதது.

எங்க ஏளு போட்டுலயும் மீனெடுக்குத ஓணறு எங்களண்ட வலிய காரியமாக்கும். நாங்க வாஸ்கோயில போட்டு புடுச்ச இந்த ரண்டு கொல்லத்துக்கவத்த ஓணறு ஒயிந்துட்டான்.

வாஸ்கோயில போட்டக் கொண்டு கரயில ஏத்தமுடியாது. பரப்புவச்சி கெடக்குத கரயாக்கும். தொலையில போட்ட கெட்டியிட்டுண்டு செறிய வள்ளங்கள்ளதாம் மீனும் சாதனங் களுமாட்டு ஏத்துகொண்டு கரயில போவணும். ஏளுபோட்டும் ஒண்ணிச்சியாங் கெட்டுலயிடுததும், ஒண்ணிச்சியான் எளக்குததும்.

கோவாயில ஜீவிதம் பரமசுகமாட்டு களிஞ்சுண்டிருந்தது. எங்க ஏளுபோட்டு ஆளுவளுக்கணி ரண்டமூண வூடுவள ஒதுக்கி தந்திருந்தது ஓணறு. அங்கு கொல்லக்கு போவணு மணாத்தாந் தமாசு. கடப்பெறத்திலதாம் ஆணும் பெண்ணும் ஒண்ணுபோல கொல்லக்கு போறது. ஆணுங்க கரயபாத்தி இருக்கணும், பெண்ணுங்க கடலபாத்தி இருக்கணும். அடி களுவுததுக்கு கடத்தண்ணியில காலுவச்சமாண்டாரு. ஒரு செம்புல பச்சவெள்ளம் கொண்டு போறது. கடலுமேலயணா பெப்ளோறுக்கு நேர மேலயிருந்தியாங் கொல்லக்கு போவணும்.

கரயில அடஞ்சுட்டா நல்லதுபோல குளிச்சியெடுத்தி சோறும் தின்னுகொண்டு நல்லா கால நீட்டி சடவுதீர ஒறங்கி எளும்புதது. சாயங்கால சமயமணா அஞ்சனா பீச்சு போல கோவாயில ஒருபாடு கடப்பெறம் உண்டு, அங்கு போறது. உரிஞ்சிட்ட பீச்சுவளும் செலயது உண்டு. மதாம்மமாரு வாறு போலத்த ஒரு சாதனத்த மாருமேல இட்டுகொண்டு நூலுக்க சைசுல ஒத்த லட்டியும் இட்டுண்டு கமந்து கெடக்குவாளுவ.

வெயிலு கொள்ளுததுக்கு. ஏது சீசனெங்கிலும் அங்கு வையிட்டு பாத்தா சனக்கூட்டம் செள்ளு பத்தினது போலயாங் கெடக்கும். நாங்க எவிடயெங்கிலும் போவி சமயங்களையுதது. பின்ன அங்கு பிறாண்டியும் பீரும் மோளமோள குடுச்சலாம். நம்ம எடத்தபோல அத்திர வெலயாட்டு இல்ல. பாண்டிச்சேரி யிலயும் இங்குபோல மலுவாட்டு விக்குதானாம்.

போட்டுவ சனியாச்சவள்ள கரயில கெட்டுலயிட்டு கெடக்குத சமயமணி சென்னா வையிட்டு சின்னபயக்கள வூடுவள்ள இருத்திகொண்டு நாங்க பிறாயமுள்ள எளந்தாரிமாரும் செலய வலியவங்களும் பைனாவுல போறது. கோவ கடப்பெறங்கள்ள இதுபோல செவப்பு வெளக்கு ஸ்தலமக்க உண்டு. அங்குள்ள பெண்ணுங்களுக்கு ஆச்ச தவறாத மெடிக்கலு செக்கப்பக்க செஞ்சி லைசின்சு குடுத்தி வச்சிருக்கும். ஒருத்தியண்ட போவுண்டு வாறதுக்கு பத்து ரூவாதாம். இதுவகச்சு லைசின்சு இல்லாதவ மாரும் செலயவ அங்கு நிப்பாளுவ. போலீஸ கண்டா மாத்திரம் அவளுவ கறங்கு களயுவாளுவ. குடும்பகாற போட்டுவள்ள நிண்ண எக்க கூட்டாளிவ சேந்தி ஒருதெவசம் என்னய இளுத்துகொண்டு போனாரு. எக்கு பேடி உண்டு, கொதியும் உண்டு. பின்ன என்னேய? திரிச்சி வூட்டுல வந்தால எங்க அம்மாச்சனுக்க மூத்தமொவன் ஒரு கைப்பிடி புளியெடுத்து வசியில வச்சி கொறச்சி வெள்ளம் வீத்தி நல்லா பெனயிதாம். கோர எடுத்து களஞ்சுகொண்டு உப்போ ஒண்ணும் இடாம அப்புடியே குடுச்சுதாம். ‘ல, என்னத்தய எடுத்து குடிச்சுதல’ எணி நாங்கேட்டேன். ‘அங்கு போவுண்டு வாறதில்லீ, மத்த எடத்துல பளுப்புவச்சாம இருக்குததுக்காக்கும். நீயும் பெனஞ்சி குடிலயெண்ணு சென்னான். அவனுக்கு நல்ல பிறாட்டீசு காணும் போல. எளம்செற்றுவ கூடக்கூட பைனாவுல போவுதது வலியவங்க அறிஞ்ச காரியந்தாம், குடும்பத்தக் களஞ்சுகொண்டு அத்துவானக் காட்டுல கெடக்குததில்லீ. அதுகண்டு ஆரும் இதக் காரியம் ஆக்குதில்ல.

கோவாயில கடப்பெறத்து மக்களுக்கு சுவாதந்திரியமான ஜீவிதம். அங்கயக்க வூட்டுல பெண்ணுங்கதாம் நடத்திப்புகாறி. பீரு இல்லாம ஒருத்திக்கும் தீத்தி எறங்காது. கொங்கிணிகாறிவ நம்ம பெண்ணுங்களோட மூணெரட்டி தின்னுதாளுவ. மாப்புள மார கண்ட்றூள்ள வச்சுகொள்ளுவா. மலயாளி தொளி லாளிவள அவளுவளுக்கு நல்ல இஸ்ட்டப்படும். அங்கு ஒருத்தி யையும் புதுசா கிட்டாதும். பள்ளியில படிச்சும்பளே எல்லாத் திலயும் வெளஞ்சுடும். மாப்புளமாரு சிட்டயா புடுச்சானெங்கி, அவன உட்டுகளயுவாளுவ.

கொங்கிணிவளுக்கு ஜீவிதம் எப்பளும் ஜாளியா இருக்கணும். அவம்மாருக்கு மரிச்சா சந்தோசம், ஜெனிச்சா துக்கம். மரிச்ச வூட்டுல போனா அடக்க பூஜ தீந்தி குடும்பகாறம்மாரக்க வூட்டுல வீண்டும் கூடுவாரு. அடக்கத்துக்கு கூடுத சகல ஆளுவளும் மரணவூட்டுக்கு திரிச்சி வந்தியாவணும். அங்கு பிறாண்டியும் கொண்டக்கடல கறியும் வளங்குவாரு. கூடப் பொறுத்த ஓராளுக்கு ஜீவிதத்துல பட்ட எல்லா பாட்டுக்கும் விடுதல கிட்டுச்சு எண்ணுள்ள சந்தோசம். பிள்ள பெறந்த வூடுவள்ள போவி பாத்தமணா பெண்ணுங்களுக்க கரச்சக்க ஒச்சயா கெடக்கும். ஆளாவி, கெட்டி, மக்களப் பெத்தி, அதுவள கரயேத்த இனி என்ன பாடக்க அனுபவிச்சணுமோ எண்ணுள்ள சங்கடம்.

கொங்கிணிகாறம்மாருக்க சீலமக்க இங்கு நம்மளுக்குள்ளதப் போலயில்ல. நம்ம ஊருவள்ள பெண்ணுபாத்து சம்மந்தம் ஒறப்பிச்சி கெட்டு குடுக்குத வளமயில்லீ. அங்கு அந்த பரிபாடி இல்ல. ஒரு ஆம்புளய கொங்கிணிகாறி கெட்டணுமணு சென்னா ஒரு எக்றமென்று செஞ்சி பெண்ணுக்க வூட்டுல அந்த எளந்தாரி மூணுமாசம் தங்கணும். ஆத்தியம் சாமிச்ச மேடயில போவி ஒரு றெஸ்தருண்டு, அதுல ஒப்பிடணும் ரெண்டுவேரும். பெண்ணு மூணுமாசத்துக்கவத்த உண்டாவியிருக்கணும். கெர்ப்பமானாத்தாங் கலியாணம். மொதமாசம் பாக்குவா, இரண்டாம் மாசம் பாக்குவா, மூணாம்மாசமும் அவளுக்கு மாசவெலக்கணா முன்னும் பின்னும் பாக்கமாண்டா. அவன வெரட்டுட்டுண்டு வேற ஒரு ஆளப் போவி புடுச்சுவா. இதாக்கும் அந்தநாட்டு வளம.

தொளிலு எங்களுக்கு சுந்தரமா போவுகொண்டிருந்துச்சு. ஆரண்டயும் ஒரு வளக்கோ தற்கமோ இல்ல. எங்க ஏளுபோட்டு ஒளிஞ்சி வேற போட்டுவளும் கூடுதலா அங்கு இல்ல. சுந்தரமான ஸ்தலம், சுக ஜீவிதம். எங்க ஐயாவுக்கு நல்லா இஸ்டப்பட்டு கொண்டது. எக்கு ஒரு கொங்கிணிகாறிய புடுச்சி கெட்டிதந்தா அங்கு ஸ்திர தாமஸமாவுடலாமணி ஐயா ப்ளாம் போட்டது. ஒரு தெவசம் எக்கட்ட இந்த வேளத்த பதுக்க எடுத்து இட்டது ஐயா.

“மொவன, பாக்க சந்தமாயிருக்குத ஒருத்திய புடிச்சு கெட்டுதாறேன். நம்ம ஏளுபோட்டுக்கும் இங்கு ஸ்திரமாட்டு தாமசிச்சு தொளிலுசெய்யக் கிட்டும் பாத்துக்க. . .”

“ஐயா, என்ன வேளத்த செல்லுதீ? பாசயா தெரியும் நமக்கு. ஆச்சள பாச்சளயணி கொங்கிணியில சலம்புதாளுவ. ஒரு வாக்கெங்கிலும் நமுக்கு மனசிலயா ஆவுது? அவுளுவளுக்க சீலவுடுப்பும் சிரியும்... நம்ம வூட்டு பட்டி மணத்தி பாக்காது”

"ல, பாச தெரியாட்டாணா பகுதி பிரசினம் தீந்ததில்லீ? வேளஞ்செல்லும்பளில்லீ நம்ம வூடுவள்ள அடி உண்டாவுது?"

ஐயா செல்லுமுட்டும் செல்லி பாத்தது, நாங் அசங்கேல. அவளக் கெட்டி வூட்டுல வுட்டுண்டு பத்து தெவசம் போட்டுல போவாம், போட்டணஞ்சி நாமம் கரையெத்தகண்டு அவ வேற ஒருத்தனுக்ககூட போவுடுவா. நம்ம சீவனக்களய முடியாதணி நாங் நிமுந்துட்டேன்.

ரண்டு வருசத்துல சிறிலு நல்ல கருத்தாவுட்டாம். போட்டு தொளிலு ஒருவிதம் அவனுக்கு சேந்துபோறு. எடச்செட கிறிசுமசுக்கும் பாஸ்குக்கும் பொளிசூழ் நாடு மாதா திருளாவுக்கும் போட்ட கெட்டுல இட்டுண்டு பதிவாட்டு நாங்க நாட்டுல போறது.

தடஸ்ஸம் இல்லாத்த தொளிலும் நல்ல கடல் வரவுமாக்கும். போட்டு இடவும் மூத்த கொமர ஏறக்கவும் நாட்டுல வாங்கின கடங்களக்க ஏகதேசந் தீந்திருக்குமணி ஐயா செல்லுச்சு. வெலங்க போனா நம்மந்தாம் ராசா. பத்து நாட்டிக்கலுக்கு வெலங்க அந்த நாட்டிலயிருந்து ஒரு குஞ்சு குறுமா வராது. கடலு நெறச்சி அங்க மல்ஸியங் கெடக்கி.

எங்க ஏளுபோட்டுக்கும் ஜீவிதம் இப்பிடி களிஞ்சிகூடு கொண்டு இருக்கும்பளாக்கும் நாட்டில ஆருக்க கண்ணேறு கொண்டதோ, அல்லெங்கி இங்குள்ளவம் மாருக்கு என்ன கண்ணு கடியோ, எங்களுக்கு பிரசினம் தொடங்குச்சு.

வாஸ்கோ செறிய எடவகயாக்கும். எங்க பொளிசூழ்நாடு எடவகயில அஞ்சாவச்சி ஒருபங்குக்கு வராது. எடவகய நல்ல கண்ட்றூளுல வச்சுகொள்ளுவானுவ. பெட்டெந்நு ஒரு தெவசம் ஊரக்கூட்டுனானுவ. அங்கு பஞ்சாயத்தணா பெலத்த சாதனமாக்கும். அவசர கூட்டம். விசயம் எங்க ஏளுபோட்டுக்க பிரசினம்தானாம். நாங்க தாவுல போவி வலிய மீனுவளயக்க புடுச்சுகளையிதமாம். அதுகொண்டு அவம்மாருக்கு கரியோட்டு கிட்டுத செறிய மீனுவள வெரட்டி கொண்டு வாறதுக்கு கடல்ல வலியமீனுவ இல்லாத ஆச்சாம். கேரளத்துக்காறம்மாருக்க போட்டுவளால அவம்மாருக்க தொளிலு நட்டப்படுதாம். அதுகொண்டு அடுத்தமாசம் ஒண்ணாந் தேதிக்கு முந்தி முக்குவம்மாருக்க ஏளு போட்டுவளயும் கொண்டு நாட்டுக்கு திரிச்சு போவயாம். ஸ்தலம் உடேலயெங்கி எங்களுக்கு உண்டாவுத நஸ்டத்துக்கு அவம்மாரு பொறுப்பேக்க மாண்டானுவளாம். இது ஊரு சிட்ட. கூடவுள்ள போட்டி யாறம்மாரு இத வக வச்சாட்டானுவ. 'ஓலக்குத்தயபோல

இருக்குத இவனுவளுக்கெடயில அப்புடி கரளொறப்புள்ள வொரு குண்டிச்சிமொவம் இருக்கானாக்கும்' எணி எங்க தற்காத்தூசு மாமங் கேட்டது ஐயாவண்ட. 'அப்புடி செல்லப் பணி. இது அவம்மாருக்க ராச்சியமாக்கும். அவம்மாரு ஊருசேந்தி கூட்டம் வச்சும்ப அதுக்கு ஒரு வெலயில்லாதயா போவும்? நாமம் காரியமாட்டுதாம் எடுக்கணும்... ஆனாலும் பெட்டெந்நு எல்லாத்தையும் பெறக்குபோட்டுகொண்டு நாட்டுல போறது அத்திர எளுப்பமான விசயமா? ஓணறண்ணா நாங்க திரிச்சு போறதுக்கு ஒட்டும் சம்மதிச்சமாண்டான். 'அவம்மாரு செல்லுண் டிருக்குவானுவ, ஒண்ணுஞ் செய்துகொள்ளமாண்டானுவ, நாங் உண்டு ஒங்க பெறக்க, தைரியமா இரியுங்க' எண்ணு ஐயாவ சம்மாளிச்சுட்டான்.

ஒண்ணாந்தேதி களிஞ்சது. ரண்டாமறுபடியும் அவம்மாரு பஞ்சாயத்து கூடுனானுவ. 'ஒராழ்ச்சய்க்குள்ள ஏளுபோட்டும் ஊரக் காலிபண்ணுகொண்டு நாட்டுல போவுகொள்ளணும்' எணி வீண்டும் சட்டம் போட்டானுவ. எங்க ஐயா இப்பிறா வசியமும் ஒணறண்ட செல்லுச்சு. ஓணறு தாயளி சிரிச்சு மளுப்பி உட்டுட்டாம் அந்தால. ஒரு போட்டியாறம்மாருக்கும் இந்த எடத்த வுட மனசில்ல. அப்புடியணு சென்னா அந்த கடலு அப்புடி; மட்டயெளக்கப் பொறுக்காது சூரயும் நெம்மீனும். கச்சா வச்சி கோருத சீருலயில்லீ மீம்படுத்துகொண்டு வாறது. அப்பிடி உள்ள கடல களஞ்சுகொண்டு வர மனம் வரேயும்? பின்னேயல்லாத, தாவுலவுள்ள எல்லா கல்லும் பாயின்றும் பச்சவெள்ளம்போல நாங்க படிச்சியாச்சு. எல்லாத்தையும் களையுங்க, அங்கு மலிஞ்சி கெடத பிறாண்டிய உட்டுண்டு வரயா சென்னாம் எளந்தாரிமாரும் பிறாயங்களிஞ்சவனும்? ஐயாவுக்கு எங்கினயோ ஒரு மணம் கிட்டிக்காணும். மொவத்துல செறுதாட்டு சங்கடங் தெரிஞ்சது. எண்ணாலும் எல்லாருக் கொப்பம் நமக்கணு எல்லாத்தையும் மாதாவுக்க பொறுப்புல உட்டுண்டு இருந்திவச்சது.

நாலஞ்சு தெவசம் களிஞ்சி, ஒரு வப்பு தொளிலுக்கு போவுண்டு போட்டக் கெட்டியிட்டிருந்தது. கரையில இருக்கும்ப ராவொறக்கமக்க கடப்பெறத்து மண்ணுலதாம். எல்லாரும் ஒருப்போல கெடக்குதது. நாங்க போட்டுவ கரபிடிச்ச அண்ணாக்கும் சம்பவம் நடந்தது. ஒரு சாமம்போல எனக்கு மோத்திரம் முட்டி மோளட்டணு எளிச்சேன். கண்ண தொறந்து பாக்குதேம். கடப்பெறம் முளுக்க பவுலப்போல ஒரு பெரகாசம்! கடலு ஆளிக்கத்துது! சேசு மரியாயம் சூசே! எங்க போட்டுவ கெட்டி யிருந்த பக்கமில்லீ தீ காணுது? ஐயாவ பெட்டெந்நு எளக்கினேன்.

ஐயா சடவுல கண்ணு முளிச்சி பாத்ததுயாம் உண்டு, 'பாவி மக்கா, நம்ம பெளப்புல மண்ணுளுந்துச்சு மக்களே!' எண்ணு கரச்சயும் வுளியும். அதுக்குள்ள ஒறங்கி கெடந்த எல்லா போட்டியாறம்மாரும் அதறுகொண்டு எளிச்சியாச்சு. அங்குள்ள வம்மாரு எல்லாவனும் சினிம காணுததுபோல கத்திச் சாம்பலாவுத எங்க போட்டுவள பாத்துகொண்டு நிக்குதானுவ. செலய வம்மாரு எங்கள மறுக்கமா பாத்தானுவ. நம்மம் ஆரண்ட போவி பராதி செல்ல, ஆரக்கொண்டு கேசுகுடுக்க? நமக்கு இங்கு பாசயா தெரியும்? ஓணறக்கொண்டு என்னேய? அந்த நாயிண்ட மொவனண்ட ஐயா அண்ணே செல்லுச்சு, சீனி கெழங்கு தின்ன பந்நி செவியறுத்தாலும் நிக்காது. செவுடன போல அவம் இருந்துகளஞ்சாம்...

ஒரு போட்டியாறனுக்கும் இன்சூரன்சு எண்ணுள்ள சாதனம் இல்ல. ஒரு செறிய தொக வருசந்தோறும் கெட்டுததுக்கு மடி. அங்குள்ள அரசாங்கத்தண்டயும் பராதி குடுக்க வொக்காது, பஞ்சாயத்துலயும் செல்லவொக்காது. நல்லதோ கெட்டதோ, அவனுவ ரெண்டு பிறாவசியம் நம்மளண்ட காரியத்த செல்லி செல்லி சமயங்குடுத்தானுவ. நம்ம தேட்டு மண்டயில ஏறுச் சில்லயில்லீ!

பஞ்சாயத்துலே ஒரு வள்ளத்த ஏற்பாடாக்கி அவம்மாரு நாலஞ்சுவேர சொல்லுட்டியாக்கும் போட்டடத் தீ கத்திச்சது. டீசல் டேங்குவள தொறந்துட்டுங்கொண்டு தீப்பந்தத்த அகத்த இட்டிருக்கானுவ, அம்புடுந்தாம். ஒரு பொடி மிச்சமில்ல. பஞ்சாயத்துகாறனுவ போட்டுக்கு ஒரு லெச்சம்வீதம் வீதிச்சி தந்துகொண்டு சென்னானுவ, 'உயிரோட உள்ளதயுங்கொண்டு பெருக்கிகளயுங்க. உங்க நாட்டிலபோவி பெளச்சுகொள்ளுங்க' எண்ணு. இனி இந்த வன்நஷ்டத்திலயிருந்தி இத்திரயுங் குடும்பங்க எங்ஙின மீள? உள்ளதயக்க வித்துசுட்டு இட்ட போட்டுவ. பெண்டாடிமாருவ அறிஞ்சாளுவளணுகண்டா கமறி மரிச்சுவாளுவ. இந்த பத்துப்பதினேளு குடும்பங்களுக்கும் என்ன உத்தரஞ்செல்ல? ஐயாவுக்க சங்கடம் எக்கு மனசிலாச்சு.

நம்ம நாடணும் செல்லுதானுவ, நம்ம கடலுக்கவத்தயே நமக்கு பெழச்சுமதியில்ல. கெளக்கோட்டு போவி பெழச்சு கொள்ளலாமெணு பாத்தா அங்கும் நல்லதுபோல நிண்ணு தொளிலுபாக்க உடுதானுவளில்ல. நம்மம் மலயாளத்தானாம், அன்னியவம்மாராம். அதையக்கம் ஒருவிதம் சகிச்சு நிக்கிலாம், கடலுக்கவத்த போனா எலங்ககாறஞ் சுடுதான், யாரு எவரணு கேப்பாரு கேள்வியில்ல. எத்திரபோட்ட சுட்டுத் தாத்துனாம், எத்திரபோட்ட கெட்டியிளுத்துகொண்டு போனாம், பேடி

காட்டி எல்லாவனையும் வெள்ளத்தில சாடசொல்லுண்டு போட்டுவள கொண்டு போனாம். பட்டிய அடிச்சுததுபோல இம்மிச செய்வாம் அவம்மாரு. நம்ம கடலுக்கவத்தயாக்கும் இத்திர றாமாவும் நடக்கி, நம்ம கோஸ்ட்காடுகாறம்மாரு வந்துகொண்டு நம்மளதாஞ் சுடுதாம். அல்லெங்கி கறங்கி களயிதாம். எலங்ககாறனுக்கு இங்கயென்ன சோலியணி ஒரு சோத்தியமில்ல. எங்க ஊருலயும் மூணு பெண்ணுங்களுக்க தாலிய பூச்சி களஞ்சாம் எலங்ககாறம்....

வூளகெடந்த பொடிபொட்டு சாதனங்களயும் பெறக்கு கொண்டு கொங்கிணிகாரனுக்க ராச்சியத்திலேந்தி நாட்டத் தேடி போறாம். இந்த பத்துப்பதினேளு குடும்பங்களுக்கும் என்ன உத்தரஞ்செல்ல? சிறிலு பயலுக்க படித்தமும் பாளாப் போச்சு. ஐயாவுக்க மொகம் கல்லுபோல இருந்தது.

பொறுதி முட்டி நிக்கி எங்க ஜீவிதம். ■

வட்டார வழக்குகள்

வெலங்கு கடல்	ஆழ்கடல்
ஸ்றாங்கு	விசைப்படகை ஓட்டுபவர்
பெப்ளோறு	புரொப்பெல்லர் (உந்தி)
கடப்பண்ணி	டால்பின்
கொளஞ்சு மறிஞ்சது	நிலைகுலைந்தது
மோரய	முகத்தை
பங்கம் பறஞ்ச	வசை பேசினாய்
வேசச்ச	விபச்சாரியின்
அரப்பரிச்ச	அரையாண்டுத் தேர்வு
கும்பாரி	குடும்ப நண்பர்/ஞானத் தந்தை
உச்ச சோத்துக்கு	மதிய உணவுக்கு
அடியக்கிறமத்துக்கு	சண்டை சச்சரவுக்கு
சொடியுள்ள	சமர்த்தான
பலிசய்க்கு	வட்டிக்கு
தொள்ளாளி	உழைப்பாளி
அத்திர எளுப்பத்தில	அத்தனை எளிதாக
கடப்புள்ளு	கடல்பறவை (தேர்ந்த கடல் தொழிலாளி)
நாட்டுல	ஊர்ப்புறத்தில்
தீத்தி	தீனி
அவத்த	உள்ளே
தங்கல் மட்டு	கடலில் சில நாள் தங்கி தூண்டில் மீன்பிடி நிகழ்த்துதல்
சாமிச்ச மேடயில	பாதிரி பங்களாவில்
றெஸ்தா்	பதிவேடு

வந்தோட்டி வரத்தோட்டி	:	வந்தேறி/பரதேசி
சமயங்களையுதது	:	பொழுதைப் போக்குவது
எக்கு	:	எனக்கு
சந்தமாயிருக்குத	:	அழகாயிருக்கிற
கரியோட்டு	:	கரைக்கடலில்
மட்டயெளக்க	:	தூண்டிலை வீச
தாவுலவுள்ள	:	ஆழக்கடலிலுள்ள
வப்பு	:	தடவை
ஆளிக்கத்துது	:	பரவி எரிகிறது
பராதி	:	பிராது/புகார்
சகிச்சு நிக்கிலாம்	:	தாங்கிக்கொள்ளலாம்
தாத்துனாம்	:	மூழ்கடித்தான்
கடலுக்கவத்த	:	கடலுக்குள்ளே
பொறுதிமுட்டி	:	போக்கிடமற்று

6

சவளக்காரன்

இளந்துறை கிராமத்தின் கோயில் தெரு இன்று மதியம் முதல் சலசலக்கத் தொடங்கியிருந்தது. பாலர் பள்ளிக்கும் வாட்டர் டாங்குக்கும் நடுவில் அந்த சலசலப்பு மையம் கொண்டிருந்தது. காலையில் கிராமத்தில் ரோடு போகிற இடமெல்லாம் திறந்த சைக்கிள் ரிக்ஷாவில் மெகாஃபோண் ஏந்திய இளம் வயசுப் பையன் ஒருவன் அறிவிப்பு செய்துகொண்டு போனான்.

“பெரியோர்களே, தாய்மார்களே, அன்புக் கலாரசிகக் கண்மணிகளே ! நீங்கள் ஆவலோடு எதிர்பார்த்துக் கொண்டிருந்த சைக்கிள் சாம்பியன் அண்ணன் அப்பி அவர்கள் இளந்துறை கோயில்தெரு மைதானத்தில் ஐந்துநாள் சைக்கிள் சாதனை நடத்துகிறார். தினந்தோறும் மாலையில் குதூகலமான கலைநிகழ்ச்சிகளும் மேஜிக்ஷோக்களும் உங்களை மகிழ்விக்கும் ரிக்கார்டு டான்ஸ் நிகழ்ச்சிகளும் நடைபெறும். தாய்மார்களும் ரசிகர்களும் தினமும் திரளாக வந்து கண்டுகளித்து ஆதரவு தாரீர் தாரீர் தாரீர்... புராண நாடகப் புகழ் சங்கரன் கோயில் கலாவும் கனவுக் கன்னி மறவைபுதூர் கிருஷ்ணவேணியும் உங்களை மகிழ்விக்க வருகிறார்கள். உங்கள் வீட்டுப்பிள்ளை அண்ணன் அப்பி அவர்களுக்கு ஆதரவு தாரீர். அனைவரும் வாரீர் வாரீர் வாரீர்...”

“அல, றேடியாவுல அலவுண்சு பண்ணுண்டு போறது நம்ம கோமாளி றொங்காலீஸல்ல? ஊர்ல சைக்கள் சமுட்டப் போறானாக்கும்?”

அரைடிரவுசர் போட்ட சின்னப் பையன்களும் அம்மணமாய் நிற்கும் பொடிசுகளும் பத்து இருபத்தைந்து பேர் மெகாபோண் அலறலை மிஞ்சி ஹோ என்று உற்சாக ஊளையிட்டுக்கொண்டு சைக்கிள் ரிக்ஷாவின் பின்னால் ஓடிக்கொண்டிருந்தார்கள்.

“ஆஹா! அஞ்சு நாளுக்கு நேரம் போவும். அப்பியல்ல வாறானாம்? அவன் ஆளு மிடுக்கன். நல்ல வெளையாட்டெல்லாம் காணிச்சுவான். கொள்ளாம்.”

கடப்புறத்திலிருந்த ரிக்கார்டு டான்ஸ் மோக கிழவர் களில் ஒருவர் ஆசையோடு சொல்லிக்கொண்டார்.

எப்போதாவது இளந்துறைக்கு சொக்கலால் ராம்சேட் பீடிக் கம்பெனிகாரன் விளம்பரத்துக்காக பதினாறு எம்எம் கருப்புவெள்ளை படம் போட்டால் உண்டு. வழக்கமாய் ஊர்த் திருவிழாவின்போது அசிசி அச்சகத்திலிருந்து வல்தாரிசு சாமியார் சார்லி சாப்ளின் சைகை படங்களைக் கொண்டுவந்து போடுவார். திருவிளையாடல் படத்தில் சிவபெருமான் அதட்டு கையில் தருமி வெருண்டு ஒடுவது போல சாப்ளின் காட்டும் ஒவ்வொரு செய்கையையும் பார்த்து ஊரே திரண்டு உட்கார்ந்து சிரிக்கும். நான்கைந்து வருடத்துக்கு ஒருமுறை ஏதாவது ஒரு சின்ன நாடோடி சர்க்கஸ் கம்பெனி இளந்துறைக்கு அருகிலுள்ள உள்ளூரில் முகாமிட்டு ஒன்று இரண்டுவாரம் சர்க்கஸ் போடுவார்கள். அதை விட்டால் பொழுதுபோக்கு கேளிக்கை என்பதொன்றும் இளந்துறைக்கு இல்லை.

“அப்பி ஆளு யாரணி தெரியுமா? பழயகட சவளக் காரனாக்கும்! லோடடிச்சிண்டு இருந்தவந்தாம் பெறவு சைக்கிள் சாம்பியன் ஆனது. ஆளு வித்த படிச்சவன். மாசத்தில ரெண்டு எடத்துலயாவது சைக்கள் ஓட்டுவான்.”

இளந்துறையில் கல்யாணமாகிவந்த மணலிக்கரைக்காரி ஒருத்தி தனக்குத்தெரிந்த விவரங்களை தெருமுனையில் கூட்ட மாய் நின்ற பெண்களிடம் சொல்லிக்கொண்டிருந்தாள்.

புதன்கிழமை தொடங்கவேண்டிய சைக்கிள் ஓட்டத்துக்கு ஒருவாரத்துக்கு முன்பாகவே அப்பியும் அவன் சித்தப்பா மகன் பிரிமூஸ் அண்ணனும் இளந்துறைக்கு வந்து தயாரிப்பு வேலைகளில் ஈடுபட்டிருந்தார்கள். பிரிமூஸ் கெட்டிக்காரன். ஊர்ப் பெரியவர்களிடம் சாமர்த்தியமாய்ப் பேசிக் காரியத்தைச் சாதித்துவிடுவான். மீன்லோடடிக்கும் காலத்திலிருந்தே அப்பியும் பிரிமூசும் ஊர்ப் பிரதானிகளைத் தெரிந்து வைத்திருந்தார்கள். மடிக்கெட்டியைத்தான் முதல்முதலாக இரண்டுபேரும் போய்ப் பார்த்து சைக்கிள் ஓட்டத்துக்கு அனுமதி கேட்டார்கள். பிறகு மடிக்கெட்டியுடன் பங்கு சாமியாரிடம் போய் அனுமதி கேட்டார்கள்.

“கோவில் வழிபாடு நடக்குற நேரம் லவுட் ஸ்பீக்கர் போடக் கூடாது. கட்டுப்பாடான ஊரு இது. உங்களால ஒரு பிரச்சினை வராம பாக்கணும்... பக்கத்தில் ஸ்கூல் இருக்கறதுனால ஸ்கூல் நடக்கற நேரத்திலயும் பாட்டுபோடக் கூடாது. நல்லபடியா நடக்கட்டும். போயிட்டு வாங்க.”

இளந்துறையில் என்ன காரியம் நடக்க வேண்டும் என்றாலும் சாமியாரைத் தவிர வேறு இரண்டு பேருடைய தயவு வேண்டும். பிரிசந்தி பிராஞ்சீசு பலத்த பார்ட்டி. ஊர்ச் சண்டை நடத்த அவர் சேகரந்தான் முதலில் களமிறங்கும். ஆனால் ஊரில் உள்ளவர்கள் குருசையாவைத்தான் பஞ்சாயத்து தலைவர் ஆக்கினார்கள். ஒரு கடற்கரை ஊரில் சைக்கிள் ஓட்டிப் பிழைப்பு நடத்தவேண்டுமானால் இவர்களைப்போன்ற பிரதானிகளின் தயவை நாடியே ஆகவேண்டும்.

"எய்யா பிராஞ்சிசய்யா வணக்கம். ஒங்க ஊர்ல பொளப்பு தேடி வந்திரிக்கம்யா நாங்க. இவன் எந்தம்பி அப்பி. சைக்கள் சாம்பியனாக்கும். ஏழுநாளு வரை சீட்டுலயிருந்து எறங்காம ஓட்டுவான். ஊர்ல நல்ல பாடு இரிக்குற நேரந்தான் இதுபோல சைக்கிள் விளையாட்டெல்லாம் நடத்தமுடியும்யா. தயவு பண்ணி ஒதவணுமையா."

பிரிமூஸ் தெண்டனிடாத குறையாக பிராஞ்சீஸ் பிரிசந்தி யின் வீட்டு வாசலில் நின்றார்.

"ஒங்க அய்யா எப்புடியிருக்காரு பிரிமூசு? குடும்பம் சொகமா இருக்கா?... சரி... இது ஒஞ்சொந்த ஊருணு நெனச்சுக்க. நல்லபடியா நடத்துங்க. நம்ம சப்போட்டு எப்பமும் உண்டு. தைரியமா போயிட்டு வாப்பா."

எல்லாவற்றுக்கும் ஆமோதிப்பாகத் தலையை அசைத் தார் பிரிமூஸ். பிராஞ்சீஸ் பிரிசந்தியின் தயவு கிடைத்தது பிரிமூசுக்கும் அப்பிக்கும் பெரிய விசயம். பிரசிடண்டு குருசை யாவைப் பார்த்துவிட்டால் ஏற்பாடுகளைத் தொடங்கி விடலாம். அவர் தனுசுகோடிக்குப் போயிருக்காராம், நாளைக்குத் தான் ஊர்ல வந்து சேருவாராம். காலசொகயில மொத வேலயா அவரப் பாத்துரணும் என்று பிரிமூஸ் நினைத்துக் கொண்டார்.

மிக்கேல் வீட்டில் கரண்ட் கணெக்ஷன்; விஜயா சவுண்ட்ஸ் மங்காவிளை செல்லமுத்துகிட்ட லவுட்ஸ்பீக்கருக்கும் லைட் அரேஞ்சுமென்டுக்கும் சொல்லியாச்சு. சைக்கிள் கிரவுண்ட மூணுநாளுக்கு முன்னாலேயே போட்டாத்தான் சைக்கிள்ள ஏறுறதுக்கு முன்னால கிரவுண்டு ஒறச்சு கெடச்சும். அப்பியாச வெளையாட்டுக்கு ரெண்டு நாளுக்கு திட்டுவிளை இன்ன சென்ட ரெடி பண்ணியாச்சு. கலாவும் கிருஷ்வேணியும் எம்பாக்கிமேண்ணு அஞ்சுநாளும் இங்கே வந்து காவல் கெடந்திடு வா. அவளுக ரெண்டு பேரயும் வெச்சே சாயங்கால கலெக்சன பிடிச்சுர்லாம். பக்கத்து ஊர்லயிருந்து கொஞ்சம் கூட்டம்

ஏறுச்சுண்ணா கூடகொஞ்சம் கலக்சன் கெடைக்கும். செபஸ்தியாரு புண்ணியத்துல அப்பி நல்ல உடல் சொகத்தோட இருக்கணும், பத்திரமா சைக்கிள்ளயிருந்து மிக்கேல் ஆர்க்காஞ்சலுதான் எறக்கிவுடணும்...

பிரிமூஸ் மனசு எல்லாவற்றையும் கணக்குப் போட்டுக் கொண்டிருந்தது. அப்பி குடும்பமும் பிரிமூஸ் குடும்பமும் ஒருதாய் மக்கள் மாதிரி கூட்டுக் குடும்பமாய்த்தான் வாழ்ந்து கொண்டிருக்கிறார்கள். பூர்வீகம் கோடிமுனைக் கடற்கரை தான். அங்கிருந்து பத்துப் பனிரண்டு தலைமுறைக்கு முன்னாலேயே குடிபெயர்ந்து வந்தவங்க. பழயகடை சந்தையை உண்டாக்கினதே அப்பியோட முப்பாட்டன்தானாம். சைக்களு வாறதுக்கு முந்தி சப்பறக்கெட்டுதாம். இப்போ அது பத்துநூற்றியிருபது சவளக்கார குடும்பம் வாளுற சம்பத்தெருவா வளந்து பெருவியாச்சு.

அப்பி எப்பமும் நேந்துவிட்ட பந்தயக் குதிரயப்போல. அவன் லோடு வண்டி பெடலிசுட்டயில காலுவச்சா அண்ணைக்குக் குடும்பத்துக்குக் கஞ்சி உண்டு. கன்னியாகுமரியில அவம் போவாத கடப்பறம் இல்ல. முழுலோடு மீன ஏத்திகிட்டு அப்பி ஒரு ஏத்தத்தில சைக்கள்ளயிருந்து எறங்குனாண்ணா அது சரியான ஏத்தமாத்தான் இருக்கும். யாருக்க சகாயமும் இல்லாம லோடத்தள்ளி உருட்டி ஏத்தம் கடந்து சவுட்டி ஏறிப்போயிருவாம். கடப்பொறத்துல மீனு உண்டண்ணா அப்பி போற சந்தையில அவம் லோடுதாம் கைநீட்டம். அப்பிக்க அம்ம வறுவலா கள்ளிப்பெட்டிய கமுத்தியிட்டு தட்டும் பரத்தி வச்சுகொண்டு அப்பிக்கு வேண்டி சந்தையில ரெடியாட்டு காணும். பழயகட மீஞ்சந்தயில வறுவலா வச்சுதது தாம் வெல. வல்ல சமயமும் வடசேரி சந்தைக்கும் தொடி வெட்டி சந்தைக்கும் அப்பி போறதுண்டும். அங்கயக்க அப்பிக்கு மீனுவித்துகுடுக்க கடேகாறிவ உண்டு.

அப்பிக்க அம்ம சாமர்த்தியமுள்ள கடேக்காறி. அப்பி தலையெடுத்தம்பெறவு அம்மய செமடு தூக்க உடேல. மூத்த ஆண்தடியல்ல? அம்மய தாள தறையில வச்சமாண்டான். என்ன தேச்சியமாட்டு இருக்கட்டு, அம்மய்க்க ஒரு வாக்கு மதி, அந்தால பேச்ச மடக்குண்டு போவுடுவாம். அப்பி லோடடிச்ச தொடங்குன பெறவு வறுவலாளுக்க வூட்ல பட்டணியெணி காணேல. தங்கச்சிய ஒத்தப்பேரு ஒருத்தனா நிண்ணு கெட்டி குடுத்தான். தம்பிமாரு ரண்டுவேர ஒருத்தன பால்டக்னிக் குலயும் ஒருத்தன அய்ட்டியிலயும் படிச்சவச்சி ரெண்டுவேரும் இப்பம் பாறன்ல இருக்கானுவ. வறுவலாளுக்க மாப்ள சிலுவவஸ்

தியான் பழயகடையில பேருகேட்ட சவுளக்காறன். அந்தாளு சீவனோட இருந்தா இன்னும் வறுவலாளுக குடும்பத்துக்கு செல்லசோறு! அவரு சயரோகத்துல மரிச்சுபோன கொஞ்ச நாளக்கெல்லாம் வறுவலாளுக்க குடும்பம் என்னாணுகேக்க நாதியில்லாமதாங் கெடந்தது. பள்ளியாடி ஸ்கூளுல படிச் சுண்டிருந்த அப்பிக்கு கெவுண்மென்று பரிச்சய்க்கு மூணு மாசம் கெடக்கும்பளாக்கும் சிலுவவஸ்தியான் கெடயில கெடந்து மரிச்சது. எட்டு களியுததுவர அப்பி வூட்டவுட்டு அப்புறம் இப்புறம் நவுளேல. கூட படிச்சுத புள்ளவ அடுத்த நாளு வூட்டுல வந்து அப்பிய ஸ்கூளுக்கு உளிச்சதுவ. நல்லா படிச்சுத பயலுமாக்கும் இவன். நாம் பினியும் படிச்சவருல்ல எண்ணு ஒத்தவாக்குல அப்பி செல்லுட்டான். வறுவலா நல்லா கெரவி கெரவி அப்பியண்ட செல்லுபாத்தது.

“அம்ம என்னெய நிர்பந்திச்சண்டாம். மரியானி சித்தப்பா வண்ட என்னய லோடடிச்சியதுக்கு கூட உளிச்சுண்டுபோவ செல்லுங்க. நாம் படிச்சபோனா வூட்டுல உள்ளவங்களுக்கு ஆரு கஞ்சி ஊத்த?”

இதத்தாம் முக்குல இருந்தியிருந்தி எட்டுநாளா நெனச் சுண்டிருந்தானாக்கும்! எனக்க ராசன இந்த மூணுமாசமும் ஸ்கூளுக்கு உட்டா மொதமார்க்கு வாங்கி செயிச்சுருவான். வல்ல அய்ட்டியோ என்னவும் படிச்சு ஒரு சோலி கிட்டா தாக்கும்? வூட்டாளு மனசில என்ன கோட்டையெக்க கெட்டி வச்சிருந்தாரு...

வறுவலாவுக்கு மனசு கேக்கேல. எங்கி அப்பி என்னத்தையோ மனசுல கண்டு வச்சுண்டாக்கும் இந்த தீருமானத்துக்கு வந்திருக் கான். அவனுக்க போக்குல உடுததல்லாம வறுவலாவுக்கு வேற வளி தெரியேல. குடும்பகாறவுங்க எட்டு களிஞ்சா அவுங்கவுங்க பாட்டுக்கு வூடுவள்ள போவுடுவாவு. நம்ம மக்களுக்கு ஆரு கஞ்சி ஊத்த? மீங்கடயில மீனு வித்துகுடுத்தியாவது மக்களுக்க பசியாத்தலாம். படச்சவன் நமக்கு எளுதுனத அழிச்சி எளுதக் கழிவுள்ளவன் ஆரு. . .

அப்பிக்கு அப்பம் தட்டிமுட்டி பதினேளு வயசு இருக்கும். ஆளும் தடியுமா கருத்தா இருப்பாம். விளையாட்ல ஒரு பிறேசும் ஆருக்கும் வுட்டுகுடுக்கமாண்டான். பின்ன, சைக்கள் ஓட்டுத மல்ஸரமெணு வந்தா கேக்காண்டாம். முண்டா பனியனும் டவுசறுமாட்டு சைக்களுல அப்பி ஏறுனானெங்கி நெனச்சு கொள்ளணும், கப்பு அவனுக்குதானணி. வெளுவெளணி மூக்கும் முழியுமாட்டு வூட்டாள உரிச்சு வச்சதபோல இருந்தான் அப்பி. அவன் சைக்களெடிக்கியது ஒரு அளகு, சவிட்டி

யாறியது ஒரு அளகு... வலிய றெங்கு பெட்டியில அவன் வாங்குன மெடலும் கப்புமா பாதி எடத்த அடச்சுண்டுருக்கு. எனக்க மொவம் எத்துன ஊர ஆளப்பாத்தான்! ஹூம். தெய்வம் நமக்கு விதிச்சேல. . .

மாலை நாலரை மணி.

இளந்துறை கோயில் தெரு முனையில் சைக்கிள் சாதனை தொடங்குவதற்கு முஸ்தீபுகள் ஜோராக நடந்துகொண்டிருந்தன. களிமண் தரையில் வட்டமாக ஒரு மைதானம். மிஞ்சிப் போனால் முப்பதடி விட்டமிருக்கும். நடுவில் ஒரு இருபத் தைந்தடி உயர மூங்கில் கழை நாட்டப்பட்டிருந்தது. மைதானத்தின் விளிம்பிலிருந்து மற்றொரு வட்ட விளிம்புபோல பத்துப் பனிரண்டு காற்றாடிக்கழைகள். வாட்டர் டாங்கு தூண்களில் திசைக்கொன்றாக நான்கு கூம்பு லவுட் ஸ்பீக்கர். மைதானத்தின் மையக் கழையிலிருந்து வெளியில் நட்டிருந்த கழைகளுக் கிடையில் கலர்க் காகிதக் கொடி அலங்காரம்; கழைக்கொன்றாக டியூப் லைட்டுகள். மைதானத்தை நோக்கியபடி நான்கு கழை களிலிருந்து சிவப்பு மஞ்சள் கலர் தாள் பொதிந்த ஃபோகஸ் லைட்டுகள். கோமாளி ரொங்காலீஸ் கையில் சூர்மைக் சகிதமாய் நின்றிருந்தான். கோயில் கொடையில் பலிகொடுக்கப்படும் கிடாவை நினைவுபடுத்துகிற மாதிரி கழுத்தில் ஒரு சன்னமான பூமாலையுடன் அப்பி மைதானத்தில் துயாராக நின்று கொண்டிருந் தான்.

இளந்தாரிகளும் பல்போன கிழடுகளும் கலா கிருஷ்ணவேணி பார்ட்டிகளுக்காகத் தவிப்புடன் காத்துக் கொண்டிருந்தார்கள். பொடிசுகள் மைதானத்தைச் சுற்றிக் கட்டப்பட்டிருந்த கழைகளைச் சுற்றிச் சுற்றி ஓடி விளையாடிக்கொண்டிருந்தார்கள். தாய்மார்கள் இருட்டிப்போவதற்காகப் பொறுமையிழந்து அவரவர் வீடுகளின் முன்வாசலில் கருக்கல் வரக் காத்திருந்தார்கள். ஐந்துநாள் சைக்கிள் சாதனை நல்லபடியாக முடிவதற்கு பிரிமூசும் அப்பியும் நம்பியிருந்தது அற்புதம், பெர்நாந்து, சேவியர் என்கிற மூன்று இளைஞர்களைத்தான். ஊரில் நல்லது கெட்டதுகளுக்குக் கணக்குப் பாக்காமல் உதவி செய்கிற ஆத்மாக்கள். சைக்கிள் ஓட்டும் மைதானத்தை அவங்க மூணுபேருமாத்தான் செஞ்சாங்க. பிரசிடண்டு குருசையாவைக் கூப்பிட்டுவர மூன்றுபேரும் போயிருக்கிறாங்க. அஞ்சு மணிக்குத் தாமசிக்காம அப்பிய சைக்கிள்ள ஏத்திடணும் என்பதில் பிரிமூஸ் மனதில் உறுதியாய் இருந்தார். கோமாளி ரொங்காலீஸ் இப்போது ஜாக்கட் சுருக்குப் பாவாடை ரொங்காலிசா ஆகியிருந்தான். குறுவல மாதிரி கட்டுமுட்டணு இருப்பான். நெஞ்சில் இரண்டு கொட்டாங்கச்சி

களைப்பொருத்தி ஜிகினா வேலைப்படுள்ள சிவப்பு ஜாக்கெட் போட்டு சேலையை குறத்திமாதிரி சுருக்குப் பாவடையாக்கி முழங்காலுக்குக் கீழாக விழும்படி கட்டிக்கொண்டு இடுப்பைப் பெண்மாதிரி குலுக்கிக்கொண்டு ஒருகையில் மைக்கைப் பிடித்துக்கொண்டும் நின்றவன் மீதுதான் கூட்டத்தின் அத்தனை கண்களும் மொய்த்துக் கொண்டிருந்தன. ரொங்காலிஸ் காத்திருந்த வாய்ப்பு.

"பேரன்புமிக்க பெரியோர்களே, தாய்மார்களே, அருமை உடன்பிறப்புக்களே, சின்னத் தம்பிமார்களே, சகோதர சகோதரிகளே, இளந்துறை ரசிகக் கண்மணிகளே! நீங்கள் அனைவரும் ஆவலோடு எதிர்பார்த்துக்கொண்டிருக்கும் அப்பியின் ஐந்துநாள் சைக்கிள் சாதனை இதோ இன்னும் சில நிமிடங்களில் ஆரம்பம்பிக்க இருக்கிறது. ரசிகக் கண்மணிகள் அனைவரும் மைதானத்தைச் சுற்றி அமருமாறு அண்ணன் அப்பியின் சார்பில் அன்புடன் கேட்டுக்கொள்கிறேன். உங்களை மகிழ்விக்க சினிமா புகழ் சங்கரன்கோவில் கலாவும் மறவைபுதூர் கிருஷ்ணவேணியும் வந்துவிட்டார்கள். . ."

கைத்தட்டல், சீழ்க்கை அடி, ஆரவாரம் மைதானத் தெருவை நிறைத்தது.

"மேஜிக் அப்பியாசங்கள் காணித்து உங்களை மகிழ்விக்க திட்டுவிளை இன்னசென்ட் அண்ணாச்சி வந்திருக்கிறார்கள். அனைவரும் பேராதரவு தந்து இந்த நிகழ்ச்சியைச் கண்டு களிக்கும்படி பணிவன்புடன் அண்ணன் அப்பியின் சார்பில் கேட்டுக்கொள்கிறேன்..."

ரொங்காலிஸ் மைக்கில் முழங்கிக்கொண்டிருந்தான். மீன் நீந்தப் பிறந்தது. ரொங்காலிஸ் ஹாஸ்யம் பேசப் பிறந்தவன். அவன் பக்கத்தில் இருந்தால் பசி இருக்காது.

"அல றோங்காலீசு, அன்னா சாமி வந்தியாச்சு."

யாரோ பின்னாலிருந்து கூச்சல் போட்டார்கள்.

"சைக்கிள் சாம்பியன் பழயகடை அப்பி அண்ணனின் ஐந்து நாள் சைக்கிள் சாதனையைத் தொடங்கிவைக்க வந்து கொண்டிருக்கும் இளந்துறை பங்குத்தந்தை சங்கைக்குரிய பெர்னார்டு அவர்களையும் பஞ்சாயத்து பிரசிடன்ட்டு குருசையா அண்ணாச்சி அவர்களையும் வருக வருகவென வரவேற்றுக் கொள்கிறோம்..."

"காரியங்கள பிசகில்லாம செய்யிததில றொங்காலிஸ் கில்லாடியடே."

பனித்தாசன் பக்கத்திலிருந்த பையன்களிடம் சிலாகித்துக் கொண்டிருந்தான்.

பெஞ்சில் மைதானத்தைப் பார்த்து உட்கார்ந்திருந்த குருசையா போனால் போகிறது என்று எழுந்து பங்கு சாமியாருக்கு ஒரு கும்பிடு போட்டுவைத்தார். போன வருடம் பிரசிடெண்ட் எலக்ஷன்ல பெர்னார்டு சாமியார் குருசையாவ எதிர்த்து நிண்ணதும் ஊர் ரெண்டு கோஷ்டியா பிரிஞ்சு சண்டை போட்டதும் சாமியார் வேறு வழியில்லாமல் எலக்ஷனிலிருந்து விலகியதும் குருசையா ஜெயிச்சதும் சனங்க யாரும் மறந்திருக்க வில்லை.

ஊரு துறைமுகம், சாமி கப்பலு. கப்பலு வரும், போகும். துறைமுகம் அப்படியேதான் இருக்கும் என்று சில முதியவர்கள் சொல்லிக் கொண்டார்கள். துறைமுகத்தில் பாதி இரண்டாம் முறையாக பஞ்சாயத்து பிரசிடண்டாக இருக்கும் குருசையா அண்ணாச்சியின் கையில் இருந்தது. புதிதாய் வந்த கப்பல் காரன் நங்கூரம் போடுவதற்கு முன்னாலேயே துறைமுகத்தை விலைபேசப் பார்த்தால் குருசையா அண்ணாச்சி விடுவாரோ? நாகர்கோவில் எம்பி மாதிரிதான் குருசையாவும். நல்லது செய்யவே பயப்படுகிற வகை. இந்த ஆள் ஊருக்குக் கேடு செய்யமாட்டார் என்று இளந்துறை ஜனங்கள் நம்பினார்கள். ஜெயிப்பதற்கு என்ன விலைகொடுக்கவும் எத்தனைபேரை வெட்டிச் சாய்க்கவும் தயாராகிற குருசையாவின் உண்மையான முகத்தை இளந்துறை பார்த்திருக்க வாய்ப்பில்லை. கடைசியில் குருசையா அண்ணாச்சி மூன்றாம் முறையாக பஞ்சாயத்து பிரசிடண்ட் ஆனார். பெர்னார்டு சாமியார் என்ன அபிப் பிராயத்தில் பஞ்சாயத்துப் பிரசிடண்ட் ஆகணும் என்று ஆசைப்பட்டாரோ. எல்லா கடற்கரை கிராமத்திலும் சாமியாரே பிரசிடன்ட் பதவியையும் பிடித்துக்கொண்டால் என்ன ஆகும் என்கிற தொலைநோக்கு சிந்தனையினால் ஏற்பட்ட தல்ல இளந்துறை ஊர்ச் சண்டை. ஒண்டவந்த பிடாரிக்கும் ஊர்ப் பிடாரிக்கும் இடையில் நடந்த அதிகாரப் போட்டி. குருசையா அண்ணாச்சிக்கு ஊரில் கொஞ்சம் மதிப்பு, கொஞ்சம் ஆள்பலம் உண்டு.

மைதானத்தில் நின்ற அப்பி சாமியார் காலில் விழுந்து வணங்கினான். பிரசிடெண்ட் பக்கமாய்த் திரும்பி உடம்பை முன்னோக்கி அரைவட்டமாய் வளைத்து கைகூப்பி ஒரு கும்பிடு போட்டபிறகு வடக்குப் பக்கம் பெஞ்சில் உட்கார்ந் திருந்த மடிக்கெட்டியாருக்கும் பிரிசந்தி பிராஞ்சீசுக்கும் ஒரு பெரிய கும்பிடு போட்டார். பிரிசந்தி பிறாஞ்சீசுக்கு

முகம் கொஞ்சம் இறுகி, பிறகு இயல்பானது. மைதானத்தைச் சுற்றி நின்றும் உட்கார்ந்தும் கொண்டிருந்த சகல ஜனக்கூட்டத்தை யும் மைதானத்தை வட்டமடித்தபடி தலைக்குமேல் கைகளை உயர்த்தி வணங்கினான் அப்பி. நடுத்தெருவின் நேர்மேற்கு விளிம்பில் தெரிகிற கோயில் கோபுரக்குரிசைப் பார்த்து நின்றபடி கண்ணை மூடி நெஞ்சில் கைகூப்பி ஒருநிமிடம் மௌனமாய் செபஸ்தியார் புண்ணிய வாளனையும் ஆர்க்காஞ்சலையும் துணைக்கு அழைத்துக் கொண்டான். பெர்னார்டு சாமியார் அப்பியின் தலையில் கை வைத்து ஏதோ ஜெபம் முனகினார். குருசையா தன் பங்குக்கு அப்பி கையைப் பிடித்து சைக்கிள் நிறுத்தியிருந்த கம்பத்தின் அருகில் அழைத்துப் போனார். லவுட் ஸ்பீக்கரில் ஒரு கடவுள் பாட்டு ஒலித்தது. பிரிமூஸ் அண்ணன் பிடித்திருந்த சைக்கிள் ஹேண்டிலை அப்பி பிடித்து பெடல் கட்டையில் மிதித்து ஏறி மொட்டை சீட்டில் உட்கார்ந்து கடிகார எதிர் சுற்றில் மைதானத்தில் மெதுவாக வட்டமிடத் தொடங்கினான்.

'கேளுங்கள் தரப்படும் தட்டுங்கள் திறக்கப்படும்
தேடுங்கள் கிடைக்குமென்றார். . .
ஆறு வயதினில் ஆரம்பப் பள்ளியில் கல்வி பயின்றாரே. . .'

லவுட்ஸ்பீக்கரில் கடவுள் பாட்டு கேட்ட பனித்தாசனின் வாய் பிலுபிலா வந்தது.

"ஓ..சேசு நாதரு படிச்ச ஸ்கூளுல கறஸ்பாண்டாயிருந்தவன மாயிரியல்ல படிச்சுதாம் பாட்டும்."

பனித்தாசன் கிட்ட இருந்தா சமயம் போறது தெரியாது. என்னத்தயாவது போட்டு சலம்புண்டேயிருப்பாம்.

"உருண்டிண்டிருக்குத பைதாவுக்கமேல ஒரு ஒட்டு சீற்றுல இருந்துகொண்டு தொண்ணூத்தியாறு மணிக்கூரு ஒருத்தன் ஓடணுமணா அது லேசிலவுள்ள விசியமா. பழயவன் சொல்லு மாயிரி யாகம் போலதான்ல. ஒரு மாயிரிப்பட்டவனக்க எல்லாம் ஒருநாள்ள தலகறங்கி வெசந்தின்ன சுண்டெலியப் போல சுருண்டு உளுந்திரமாண்டானா? எத்திர பிறாட்டிசும் கரலொறப்பும் உண்டணா ஒருத்தன் இதுபோல ஒரு காரியத்துல எறங்குவான்?"

மீயல்பிள்ளை கிழவர் வாட்டர் டாங்கு மூலையில் இருந்து சினேகித கிழவர்களிடம் வியாக்கியானித்துக் கொண்டிருந்தார்.

'நடையா இது நடையா, ஒரு நாடகமன்றோ நடக்குது
இடையா இது இடையா, அது இல்லாததுபோல் இருக்குது...'

லவுட் ஸ்பீக்கர் சினிமாப்பாட்டுக்குத் தாவியிருந்தது.

ரொங்காலிஸ் அப்பிக்கு இடையூறில்லாமல் மைதானத்தில் பாட்டுக்கேற்றபடி நளினமாய் ஆடிக்கொண்டிருந்தான். கூட்டம் சேர்க்கும் ஆரம்ப அடவு. சைக்கிள் மிதித்துக் கொண்டே சுற்றி உட்கார்ந்திருப்பவர்களையும் அங்குமிங்குமாய் நின்று வேடிக்கை பார்த்துக் கொண்டிருப்பவர்களையும் நோட்டம் விட்டுக் கொண்டிருந்தான் அப்பி. தொடக்கம் ரம்மியமாய் அமைந்தது. இன்னும் ஒன்று ஒன்றரை மணிநேரத்தில் கருக்கல் ஆனதும் பெரிய கூட்டம் சேர்ந்துவிடும். இதை விட்டால் ஜனங்களுக்கு நேரப்போக்கு ஏது. ரொம்பநாளா ஊரில் எந்த விசேஷமும் இல்லை. நல்ல மீன்பாடும் இருக்கிறது. சனி, ஞாயிறு விளை யாட்டில்தான் தாராளமான கலெக்ஷன் வரும். போனமாசம் கூடுதுறையிலயும் அஞ்சுநாள் ஓட்டத்தில சனி ஞாயிறு கலெக்ஷன் தான் விசேஷமா இருந்தது. இளந்துறை சனங்க மோசமில்ல, தாராளமா தருவாங்க.

பதினேழு வயசில லோடு சவிட்டத் தொடங்கின அப்பியோட வாழ்க்கை சவளக்காரனாகவே முடிந்து போயிருக்கும். முப்பத்தியாறு வயசுலதான் அப்பிக்கு சைக்கிள் சாம்பியனாகிற அய்டியா வந்தது. வெறும் வயித்தோட இருபது முப்பதுமைல் லோடுவச்சு சர்வசாதாரணமா சைக்கிள் சவுட்டி லோட சந்தையில மொத ஆளா கொண்டுவந்து சேக்கியவனாக்கும் அப்பி. செமடெடுத்து ஜீவிக்கியதுக்கு வேண்டி பாட்டம் பூட்டம்மாரு பளயகடயில பண்டு வந்து குடியேறுன நேரத்திலயிருந்தே ஜீவிதம் கஸ்டந் தான். சைக்களு சவிட்டி தொளிலு பண்ணிய தெங்கிலும் கொஞ்சம் எளுப்பமெண்ணு சொல்லுலாம். அப்பிக போத்தி காலத்துல சைக்கள ஆரு கண்டா. சப்பறகெட்டுதாம். அடுக்கி வச்ச கமுகம் பாளவளுக்கமேல சூரப்பெரம்பு குட்டைய வச்சி, மீன் செமுடு தலயிலயிருந்து சறுவாம இருக்க குட்டக இரண்டு கரையிலயும் கவுறு கெட்டி, கையில பிடிச்சுகொண்டு தலச்செமுடாதாம் மீங்கடயில கொண்டு போவணும். பளயகடயிலயிருந்து கருங்கக்கு போயி, அங்கயிருந்தி கொளச்ச, குறும்பன, ராமந்தொற, ராசாக்கமங்கலமணி காலசொகயில பெறப்புட்டு போவி கிட்டுத மீன வாங்கணும். ஒரு குத்தாலந் துண்ட குறுக்குல கச்ச கெட்டுண்டு மீன்தண்ணி பாளவாக்குல மேலுபூராவும் வடியவடிய செமந்துகொண்டு வரணும். போவ பத்து பந்திரண்டு, வர பந்திரண்டு மைலணு தெவசமும் பத்திருவத்தஞ்சு மைலு தூரம் செமடும் நடையுந்தாம். மாப்புள செமுந்துண்டு வாற செமுட கடயில எறக்கி வச்சா பெண்டாடி காறி அத மொதலாக்கி பணத்த எடுக்கணும். அப்பிக அய்யா காலத்திலதாம் ஹெர்குலிசு பிலிப்சு கம்பனிவளுக்க சைக்களக்க நம்ம எடங்கள்ள பரிமாறத் தொடங்குச்சு. சைக்களுல மீனுலோடு

அடிச்சத் தொடங்குன பெறவாக்கும் கன்யாமரி தொட்டு நீரோடி வர எங்கயெங்கிலும்போவி கடைக்கு மீனுகொண்டு வந்தாம் சவளக்காறம்மாரு.

எண்ணோ ஒருதெவசம் செல்லப்பன் கூட்டாளிககூட வடசேரியில ஒரு நிச்சயிப்பு வீட்டுக்கு போவுண்டு திலிச்சி வரும்ப 'பாம்பே சர்க்கஸ் கெடக்கு அப்பி வாறயாண்ணு' செல்லப்பன் உளிச்சான். சரி கொஞ்சம் சமயம் போவுமண்ணு அப்பியும் கூடப் போனான். அந்த சர்க்கசுல ஒருத்தன் சைக்கள்ள வலிய வலிய வித்தயக்க காணிச்சான். கொஞ்சம் பிறாட்டீ செடுத்தா மதி, நம்மம் இதுக்கு அப்புறமும் செய்யிலாமுண்ணு அப்பிக்கு தோணிச்சு. ஸ்கூல்ல படிச்சும்பளே அய்யாவுக்க சைக்கள எடுத்து கொண்டுபோவி சைக்கள் ரேசுலயும் சுலோ ரேசுலயும் செயிச்சி வந்த பழக்கமும் உண்டு. அய்யாவுக்க லோடுவண்டியில லோடு சப்போட்டுக்கும் ஓங்கி சமுட்டி யதுக்கும் வாக்காட்டு சீற்ற நல்லா ஒயித்தி வச்சிருக்கும். நிண்ணு சமுட்டியதுக்கு பளவுனது அப்புடிதான். அப்பளே சைக்கள சவுட்டி எறக்கத்தில ஹேண்டில வுட்டுண்டு ஓட்டுவான். நெரப்புள்ள ரோட்டில வண்டிய நல்லா சவுட்டிவுட்டுண்டு கையகெட்டிக்கொண்டு ஹேண்டில் பாறோட சரிஞ்சு நிண்ணு கொண்டு கொறச்சு தூரத்துக்கு போவான். சைக்கிள்ள சர்க்கஸ் காரனைப் போலயல்லாம மூணு நாளு அஞ்சு நாளு எறங்காம ஓட்டிக் காட்டணுமணு அப்பிக்கு ஆச வந்துட்டது. ஆனா ஒரு மனுசன் சைக்கள்ளயிருந்தி எறங்காம நாளுகணக்கில ஒரு வட்டத்தில சுத்திண்டிரிக்கியதணா சும்மாலுக்கா? ஒறங்கி யதுக்கு முடியாது, எறங்கி கொல்லைக்கு போவியதுக்கு முடியாது. வல்லதும் தின்னியதுக்கும் முடியாது. ஒண்ணுக்குப் போவணு மெங்கி பவுலணாலும் ராத்திரியணாலும் "சைக்கிளில ஓடிக் கொண்டு ஒருசெம்பு தண்ணிவாங்கி இடுப்புவாக்கில ஊத்தி உடணும் மோத்திரத்தோட. சைச்கிள்ள இருந்து எறங்கியதுவர கட்டியான ஆகாரமண்ணு தொட்டுரப்பாது. ஒரு காச்சலு மண்டகனம் வந்துரப்பாது. எல்லாத்துக்கும் செபஸ்தியாரும் மிக்கேலாண்டவரும் துணையிருக்கணும்.

யாறி ஓட்டிய வண்டிதாம் பிரதானம். லைட்டு, டைனமோ, பெல்லு, பிரேக்கு, மெக்காடு ஒண்ணும் இருக்காது. வண்டி சொல்லும்போல கேக்குத கண்டிசன்ல இருக்கணும்.

ஏழு மணிக்கெல்லாம் மைதானத்தைச் சுற்றிப் பெருங் கூட்டம் சேர்ந்திருந்தது. ரிக்கார்டு டான்ஸ் பாக்கவாற கூட்டம். ரொங்காலிஸ் பெம்பிள வேசத்தில சந்திரபாபு பாட்டுக்கு ஆடி அசத்திண்டிருந்தான்.

‘குங்குமப் பூவே. . . கொஞ்சும் புறாவே
தங்கமே உன்னை எண்ணியே நெஞ்சம் பொங்குது தன்னாலே. .’

சங்கரன் கோவில் கலாவும் மறவைபுதூர் கிருஷ்வேணியும் அவரவர் அம்மாக்களுடன் இளந்துறையில் வந்து சேர்ந்தாயிற்று. ஜனத்திரள் முழுவதும் அவர்கள் மைதானத்தில் இறங்கு வதற்காக பொறுமையின்றி காத்திருந்தது.

“அம்ப கலா, எத்திர மணிக்கூருயாம் மினுக்கிண்டிருக்குவ? உள்ளதுயானே காணும், வா பெறத்த!”

இளந்தாரிக் கூட்டத்துக்கிடையில் ஒரு சேட்டைப்பையன் உரிமையோடு கத்தினான். சீழ்க்கையொலி அங்குமிங்குமாய்க் காதைக் கிழித்தது. ஒருவழியாக கிருஷ்ணவேணி காலில் சலங்கை யுடன் குட்டைப் பாவாடை ஜாக்கெட் சகிதமாக மைதானத்தில் இறங்கினாள். கூட்டத்தின் ஆரவாரம் வானத்தைக் கிழித்தது.

“அல இவளும் செரட்டயானா வச்சிண்டு வந்திருக்கா?”

பெல்கீசுக்க வருத்தம் அவனுக்க செத்தத்திலேயே தெரிஞ்சது.

“ஒருத்தியணியா, அல, படத்திலயும் எல்லாவளுக்கும் செரட்டதான்!”

செல்தூஸ் சொன்ன சமாதானத்தில் பெல்கீசு திருப்திப் படவில்லை.

கிருஷ்ணவேணி மைதானத்தில் நுழையும்போதே கையில் ஒரு கூடையுடன் தோளைக் குலுக்கி துள்ளலுடன் எல்ஆர் ஈஸ்வரி பாட்டுத் தயாராக வந்தாள்.

‘எலந்தபயம். . . எலந்தபயம். . . இம்மா . . . .
போடு செக்கச் செவந்த பயம். . .
இது தேனாட்டம் இனிக்கும் பயம். . .’

மைதானத்தின் மையத்தில் கட்டியிருந்த கழையின் பக்கமாக நின்று சுழன்று சுழன்று ஆடினாள் கிருஷ்வேணி. சுருக்குப் போட்ட குட்டைப் பாவாடை குடை மாதிரி மீண்டும் மீண்டும் உப்பித் தாழ்ந்தது.

‘. . . எட்டியது ஏழுபைசா
நான் தொட்டுத் தந்தா எட்டு பைசா. . .’

என்று பாடியபோது வைஜயந்தி மாலா போல இடுப்பையும் நெஞ்சையும் ஒரு தினுசாய்க் குலுக்கி இளந்தாரிக் கூட்டத்தைக் கிருஷ்ணவேணி பரவசப்படுத்தினாள்.

‘வள்ளிமலை மான்குட்டி எங்கே போற’
‘வந்திருக்கும் வேலனைப் பாக்கப்போறேன்’
‘கொல்லிமலை தேன்குட்டி எங்கே போறே. . .’

அப்பி சைக்கிள் ஹேண்டில் பாரில் சாய்ந்து நின்றபடி மைதானத்தைச் சுற்றிக்கொண்டே கைகளை இருபுறமும் சிறுசிறு நடன அசைவுகளாகக் காட்டினான். கிருஷ்ணவேணி ஓட்டம் பாதி ஆட்டம் பாதியாக அப்பியின் சைக்கிள் பின்னால் சுற்றிச் சுழன்று கொண்டே இருந்தாள்.

பாட்டு முடிவதற்கு முன்னால் கைலி கட்டிய இளந்தாரி ஒருவன் இரண்டு ரூபாய் நோட்டுகள் கோர்த்த மாலையுடன் ஓடிவந்து சைக்கிளில் ஓடிக்கொண்டிருக்கும் அப்பியின் கழுத்தில் போட்டான்.

மொத கலெக்ஷன் வர்க்கத்துதான்.

அன்பே வா படத்தில் எம்ஜியாரும் சரோஜாதேவியும் காதல் கற்பனையில் மிதக்கும் இசைத்தட்டுக்கு ஆரவாரம் மிகுந்த வரவேற்பு. மைதானத்தின் வடக்குப்புறம் கூட்டத்தின் பார்வைக்கு மறைவாக 'தாய்மார்கள்' உட்கார வசதியாக டியூப்லைட்களை மறுபுறமாகத் திருப்பிக் கட்டி இருட்டை உண்டாக்கியிருந் தான் செல்லமுத்து. கடற்கரை இளந்தாரிகளின் தூக்கத்தில் வந்து தொல்லை கொடுக்கிற கனவுக்கன்னி சரோஜாதேவி. எம்ஜிஆருடன் அவள் நடித்த காதல் பாட்டு என்றால் கேட்க வேண்டுமா? இளந்தாரிகள் குவிந்திருந்த வாட்டர் டாங்கு பக்கத்திலிருந்து பட்டாசு வெடிப்பதுபோல் கைதட்டல். வடக்கு பக்க இருட்டிலிருந்தும் ஆரவாரமான கைத்தட்டல். கடற் கரைப் பெண்களின் கற்பனைக் கணவர்களின் உருவகமாக விளங்கிய ஒரே ஒரு ஆண்மகன் எம்ஜியார்தான். எம்ஜியார் படத்தை ஜாக்கெட்டுக்குள் வைத்துக்கொண்டு தூங்கிய கடற்கரைக்காரிகளைப் பற்றி நிறைய கதைகள் உண்டு. உலகத்தில் எந்தப் பெண்ணுக்கு ஆபத்து நேர்ந்தாலும் இடுப்பில் வாளுடன் ஆலவிழுதைப் பிடித்துத் தொங்கியபடி வந்து இறங்கிக் காப்பாற்றும் 'கற்பு நெறி தவறாத உதாரண புருஷன்' அவரை விட்டால் வேறு யாருண்டு? எந்த மூலையில் ஒரு அபலைத்தாய் கண்ணீர் வடித்தாலும் போலிஸ் நாய் மாதிரி மோப்பம் பிடித்து கணநேரத்தில் ஆஜராகித் தன் கையால் அந்தக் கண்ணீரைத் துடைத்துவிடும் யுகபுருஷன் எம்ஜியாரல்லாமல் வேறு யார்? மீனவனின் ஒரே ஹீரோவாகவும் மீனவப் பெண்களின் கனவுக் கணவனாகவும் அந்த சினிமா நடிகர் அன்று நிலைத்துப்போனதில் ஆச்சரிய மில்லை. அவருடன் கதாநாயகியாக நடிக்கும் நடிகையைப் பார்த்துப் பொறாமைப்படாத பெண்கள் குறைவு.

'இராஜாவின் பார்வை இராணியின் பக்கம்
கண் தேடுதே சொர்க்கம், கை மூடுதே வெட்கம்

பொன் மாலை மயக்கம். . . பொன் மாலை மயக்கம். . .'

இந்தப் பாட்டுக்கு அப்பியுடன் கலா ஜோடி சேர்ந்திருந்தாள். சரோஜாதேவியின் சாயல் கலாவுக்கு கொஞ்சம் உண்டு. சிவப்பு முழுக்கைச் சட்டையை முழங்கை வரை மடக்கி விட்டுக் கொண்டு, கழுத்தில் கர்சீப் கட்டிக்கொண்டு, அப்பி சைக்கிளில் சுற்றிவந்து ஆடியபொழுது தெற்குப் பக்கமிருந்த இளந்தாரிகளும் வடக்குப் பக்க இருட்டிலிருந்த தாய்மார்களும் எம்ஜியாரையும் சரோஜாதேவியையுமே தரிசித்தார்கள்.

'டிக் டிக் டிக் டிக்... இது மனசுக்குத் தாளம்...
டக் டக் டக் டிக்... இது உறவுக்குத் தாளம்..'

தொடர்ந்து தேவரின் யானைகளோடு எம்ஜியாரும் கே ஆர் விஜயாவும் நல்ல நேரம் திரைப்படத்தில் ஆடிய டான்ஸ்.

ஜவ்வுமிட்டாய்க் கடைகளிலும் கடலைக் கடைகளிலும் காளாத்திரி கொளுத்தி கன ஜோராக வியாபாரம் நடந்து கொண்டிருந்தது. ஊர் ஜனத்தில் பாதிப்பேராவது மைதானத்தைச் சுற்றிக் கூடியிருந்தார்கள். ஜவ்வு மிட்டாயும் கடலையும் வேகமாய்க் குறைந்துகொண்டிருந்தது. செல எளந்தாரிவளும் கொமரிவளும் இருட்டுல நைசா சறுவுண்டிருந்தாவு. காத்திருந்த தங்கப்பட்ட சமயத்தக் களய மனசா வரும்.

புரட்சித்தலைவர் பாட்டில் கிறங்கிப்போன இளந்தாரிகளில் ஒருவன் சடம்பிறேக்கு ஓடங்காலி மாதிரி அந்த நேரத்துல சேத்த ஐந்து ரூபாய் இரண்டு ரூபாய் நோட்டுகளை நூலில் கோர்த்து உடனடி நோட்டுமாலை செய்து ஓடிப்போய் அப்பியின் கழுத்தில் போட்டுவிட்டுப் பெருமையாகத் திரும்பினான்.

கள்ளுக்கடைகளை அரசாங்கமே நடத்தத் தொடங்கியிருந்தது என்பதால் குடிமக்கள் பயமில்லாமல் குடித்திருந்தார்கள். குடிமகன்களில் ஒரு புண்ணியவான் சின்னத்தாய் தள்ளாடி மைதானத்துக்குள்ளே வந்து கலாவின் ஜாக்கெட்டில் இடது தோள்புறத்துக்கு சற்றுக் கீழே பத்து ரூபாய் நோட்டைக் குத்தி விட்டான். ரிக்கார்டு டான்ஸ்காரிக்கு ரவிக்கையில் நோட்டு குத்திவிடுவது கடற்கரை இளந்தாரியின் பாக்கியம். இப்படிக் கிடைக்கும் பணம் அவரவருக்குத்தான். சம்பளம் தனி. இரசிகர்களுக்குப் பிடித்த மாதிரி நடந்து கொண்டால் நிறைய இலாபமுண்டு.

"இதோ கலைத்தாயின் மூத்தமகன் தங்கராஜ் அவர்கள் நடனமணி கலா அவர்களுக்கு பத்து ரூபாய் நோட்டு குத்தி கௌரவிக்கிறார்கள்... இதோ மதிப்புக்குரிய மரியபுறோஸ் அவர்கள் அப்பி அண்ணனை கௌரவிக்க நோட்டுமாலை

அணிவிக்கிறார்கள்."

ரொங்காலிஸ் காரியமாக மைக்கில் முழங்கிக்கொண்டிருந்தான்.

பேசிப்பேசி உசுப்பேற்றி சட்டைப்பை வெறுமையாய் இருப்பவனையும் கடன் வாங்கியாவது நோட்டுக் குத்த வைப்பது ஒரு கலை. ரொங்காலிஸ் அதை சாமர்த்தியமாய்ச் செய்யத் தொடங்கிவிட்டான்.

தங்கராஜைத் தொடர்ந்து ஆட்டக்காரிகளின் ஜாக்கெட்டில் நோட்டு குத்துவதற்காகவே அவதாரமெடுத்த பெரிசுகள் மூன்று நான்குபேர் மைதானத்தில் விளிம்பில் வந்து வரிசையில் நின்றார்கள்.

"நடிகர் திலகம் கணேசன் பாட்டுப் போடுறா!"

தென்கிழக்கு மூலையிலிருந்த நடுத்தர வயது கும்பலிலிருந்து இந்தக் கூச்சல் கேட்டது. செல்லமுத்து கடற்கரையில் ரொம்ப காலமா ஸ்பீக்கர் செட் அடிக்கிறவர். சைக்கிள் சாதனை சமாசாரத்துக்கு இந்த பகுதியில் செல்லமுத்துதான் ஸ்பெஷலிஸ்ட். சூழ்நிலைக்குத் தகுந்த மாதிரி பாட்டுகளைப் போட்டு ஜமாய்ப் பார். நெருக்கடி வந்தாலும் சமாளிப்பார். கிருஷ்ணவேணி ஆட்டத்துக்கு சிவந்தமண் சிவாஜிகணேசனின் காதல் பாட்டு போட்டார் செல்லமுத்து. சிவாஜியின் பரம ரசிகன் ஒருவன் இதற்காகவே தவமிருந்ததுபோல் சீழ்க்கையடித்தான்.

'ஒரு ராஜா ராணியிடம்...
வெகுநாளாக ஆசை கொண்டான்...
அவன் வேண்டும் வேண்டும் என்றான்...
அவள் நாளை நாளையென்றாள்...'

சிவாஜி பாட்டுக்கு நோட்டுமாலை விழாமல் போனால் சிவாஜி பாட்டு போடச் சொன்ன ரசிகன் தூக்குப்போட்டுச் சாகவேண்டும் என்பதுபோல் கூட்டத்தின் பார்வை அவன்மீது விழும். இந்தப் பாட்டுக்கும் அப்பியின் கழுத்தில் நோட்டு மாலை (நோட்டுகளின் எண்ணிக்கை குறைவு என்றாலும்) விழுந்தது. கிருஷ்ணவேணிக்கும் இளந்துறையில் 'இரசிகர்கள்' இருந்தார்கள். அவளுக்கும் நாலைந்துபேர் ஜாக்கெட்டில் நோட்டுக் குத்தினார்கள். கும்பாட்டக்காரிகளைக் கையாளுவது போல் நாட்டிய, நாடகக்காரிகளையும் பொதுச்சொத்து மாதிரி நடத்துவதை இழிவான விஷயமாக யாரும் பார்ப்பதில்லை. கடற்கரை ஊரில் கொஞ்சம் தூக்கல். நோட்டுக் குத்துகிற சாக்கில் ஆட்டக்காரியின் மார்பில் படாத இடத்தில்

படுகிறமாதிரி தொட்டுவிடுவதில் கலாரசிகக் கண்மணிகள் தங்கள் ஆண்பிள்ளைத்தனத்தை நிரூபித்துப் பிறவிப் பயனை அனுபவித்தார்கள். இதையெல்லாம் பெரிதாக எடுத்துக் கொண்டால் பிழைப்பு கெட்டுவிடும் என்பது ஆட்டக்காரி களுக்குத் தெரியும். ஊர்ப்புறக் கேளிக்கைக் கூட்டங்களில் அவர்கள் நேர்ந்து விட்டிருக்கிற கோழிகள் போல.

'அடுத்தாத்து அம்புஜத்தப் பாத்தேளா...
அவ ஆத்துக்காரா கொஞ்சறதக் கேட்டேளா...
அடுத்தாத்து சங்கதியெல்லாம் நமக்கேண்டி
அவா சம்பளம் பாதி கிம்பளம் பாதி வங்கறாடீ..'

இந்தப்பாட்டு ரொங்காலீசுக்கு.

“சும்மா சொல்லப்பாது! பயம் குறுவலயப்போல இருந்தாலும் செல்லம்போல ஆடுதாம் பாத்துகிளுங்க. எங்க போவி படிச்சான் இந்தக் கலயக்க!”

கள்ளநோட்டுக்க பேரம் பார்ணபாசு வர்ணிச்சான்

'உனக்காக எல்லாம் உனக்காக
இந்த உடலும் உயிரும் ஒட்டியிருப்பது உனக்காக. . .'

இது ரொங்காலீசுக்க ஸ்பெஷல் பாட்டாக்கும். ஆடிக் கசறத்து எடுத்தான் ரொங்காலீஸ். பௌளீனும் செல்தூசும் அவ்வஞ்சு ரூவா நோட்டுவளக் கொண்டுவந்து ரொங்காலீசுக நெஞ்சுக்கு மேலமேல குத்திவச்சாவு. ஆட்டம் நடக்கும்போதே மைதானத்தின் வடக்கு விளிம்பில் விரிக்கப்பட்டிருந்த சிவப்புத் துணியில் நோட்டுகளும் சில்லறைகளுமாக விழுந்துகொண்டிருந்தன. பிரிமூஸின் முகத்தில் திருப்தி. கலெக்ஷனில் ஒரு நூறுரூபாயை எடுத்து வீட்டுக்காரி றோஸ்வெட்டின் ஆஸ்பத்திரி செலவுக்குக் கொடுத்தனுப்ப வேண்டும் என்று அப்பி நினைத்துக் கொண்டான். பழயகடையில் நிறையபேருக்குக் காசநோய் உண்டு. அப்பி குடும்பத்தில் தலைமுறையாக வந்துகொண்டிருக்கும் அந்த நோய் அவன் மனைவி றோஸ்லெட்டையும் விடவில்லை.

முதல்நாள் கலைநிகழ்ச்சிகள் முடிவடைய மணி ஒன்பதரை யாயிற்று. மனசு நிறைகிற மாதிரி கலெக்ஷன்.

“ஆட்டக்காரிவளுக்கும் பெறச்செலவுகளுக்கெல்லாம் போனது போயிட்டு இருநூற்றைம்பது முன்னூறு மிஞ்சும் கேட்டியா அப்பி.”

ஓடுகிற சைக்கிளுடன் நடந்துகொண்டே அப்பியிடம் பிரிமூஸ் சொல்லிக் கொண்டிருந்தான்.

கடலைப் பாத்திருந்த வீட்டின் படிப்புரைக்கு முன்னால் போட்டிருந்த தென்னங்கிடுகு வேய்ந்த பந்தலில் ஒற்றைக் கட்டிலில் மல்லாந்து படுத்திருந்தார் பிரிசந்தி பிராஞ்சீஸ். நல்ல நிலாவு வெட்டம். காத்து ஒறப்பில்லாமல் இளந்தணுப்பு சுகமாத்தான் இருந்தது. பிரிசந்திக்கு ஏனோ ஒறக்கம் வரவில்லை. உடம்பைக் கட்டிலில் தளர்வாகப் போட்டாலும் மனசு இயல் புக்கு வந்து ஓவ்வெடுக்கத் தயாராக இல்லை. இன்றைக்கு அவர் மனசைக் கலைத்தது ஒன்றும் புது விஷயமில்லை. பிரசிடன்டு குருசையாவுக்கு சைக்கிள் கிரவுண்டில் கிடைத்த மரியாதை.

கொல்லமொளவு வித்துக்கு வெல பெறாத்த வெறும் பயக்க. மரச்சீனித் துண்டுக்கு வளியில்லாம வலிச்சு கெடந்த பெறம்போக்குவளுக்கு இண்ணகு ஊர்ல நமக்கு முந்தி மரியாத குடுக்குத லெவுலுக்கு வந்தியாச்சு... சாமிய எதுத்து எலக்சன்ல செயிச்சிட்டானாம். சொத்தும் சொகத்தோட இந்த ஊருல எத்தின பேரும்பெருமயுமா இருந்த நாமம் இப்பம் வெறும் பயலணி ஆவியாச்சு. நம்ம பெண்டாடியண்ட அத்தாழ கஞ்சிக்கு காப்பக்கா அரிசி கடங்கேட்டு வளவுக்கு பெறத்த நிண்ண வளுக்க மொவம். நம்ம கண்ணுமுன்ன அவனுக்கு இண்ணக்கு சலாம் வச்சுதான்வ. ம். நம்ம சரித்திரம் குருசையாவுக்க அப்பனுக்கு தெரியும். இந்த சின்னப்பயம் நம்மள கீக்கண்ணுபோட்டி அசால்டா பாக்குதாம்... இப்பம் உள்ள பயவளுக்கக்க நம்மள பேடியில்லாம போச்சு. இவுனுவளுக்கு என்னத்தயாவது அறிகுறி காட்டேலேணா நம்ம இங்க சீவிச்சிருந்தி காரியமில்ல. இளந்தொற ராச்சியத்த அவனுக்க கம்முகூட்டில சொருவுண்டு நடந்துடுவாம் குருசையா...

கிடுகுப் பந்தலின் கூரையில் முடைந்த தென்னை ஓலைகளின் இடைவெளிகளின் வழியாக வட்டவட்டமாய் குட்டி நிலாக்கள் தரையில் முளைத்திருந்தன. கடல் பொட்ட கொளத்தபோல சத்தமில்லாம கெடந்தது. பிறாஞ்சீசின் மனசு ஆனி ஆடி கடல்போல் கொந்தளித்துக் கொண்டிருந்தது. கூடவே பழைய நாட்களை அசைபோட்டது.

அண்ணெல்லாம் இளந்துறையில் தட்டுபோட்ட ஓட்டு வீடணு கேட்டா அது பிறாஞ்சீசுக்க அய்யா லூர்தையாவுக்க வீடு மாத்திரந்தாம். அந்த ஆளு வாஸ்தவத்தில் ஒரு தர்மவான். கொஞ்சம் நாட்டு மருந்து பாகபத்தியமக்க செய்வாரு, நாடி புடிச்சி பாக்கவுந் தெரியும். மனுசன் நடந்துவந்தா சஞ்சோசிரியாரு தேரப்போல இருக்கும். ஆளு வறுமாணியாக்கும். வூடுதேடி ஓடுவாற மனுசருக்கு ஒரு சகாயஞ் செய்யாம மடக்கி அனுப்ப மாண்டாரு. எல்லாரும் லூர்தையா வைத்தியன தேடுபோறத

பாத்தி சீக்குருவிக்க மொவந் தான்லாசுக்கு பொறுக்கேல. கச்சிகாறனும் ஆளுவளுக்கு பார்வ பாத்தி குடுக்கத் தொடங்குனான். ஓடுபாம்பு, பிளவ, மைக்குருவி, யாதியணி வாற ஆளுவளுக்கு அஞ்சாற சைசுல பச்செலவள அரச்சி கொதிப்பிச்சி பத்து போட்டு உடுததும் பாருவ பாக்குததுமாட்டு கொஞ்சநாளா இந்த றாமா நடந்துண்டிருந்துச்சு. பாருவ பாக்குததுக்கு வைத்தி யம்மாரு மந்திரமெல்லாஞ் சொல்லுவாவு. விசுவாச மந்திரத்த தலகீளா படிச்சுதது, லூசுப்பேயக் கெட்டுதது, பட்டிக்க வாய கெட்டுதது, சர்ப்பத்துக்க வாயக்கெட்டுதது எணி ஒருபாடு மந்திரமெல்லாம் உண்டாமே. படிச்ச வைத்தியம்மாரு காட்டுல போவச்சில மூலிகவ வா தொறந்தி வுளிச்சுமாம். பளயவம் மாருக்க வைத்தியமணா விசேசப்பட்டதல்ல? தான்லாசும் லூர்தையா வைத்தியரு பாருவ பாக்குத சமயம் என்ன மந்திரம் சொல்லுதாரணி கிட்டநிண்ணி கெவனுச்சி கேட்டு ஒண்ணும் பிடியெத்துல்ல. 'ம்க்கும்... ஹாக்கும்' எணிதாம் இவுருக்க செவியில வுளுதாம். பாருவ பாக்கும்ப மந்திரமணி என்னத்தையெங்கிலும் படிச்சியாவணுமே. கச்சிகாறன் ஒரு பளய மடக்கு பியாத்திய விரிச்சி மொனம்ப பத்துபோட்டுவச்ச பிளவக்கமேல குத்தபோறது போல பத்த கொண்டு போறதும் நீக்கி பெறத்த எடுக்குதது மாட்டு மாறிமாறி வச்சுகொண்டு "ஒனக்கு வந்த விருந்துக்கு ... எனக்கென்ன மைரு... ஒனக்கு வந்த விருந்துக்கு... எனக்கென்ன மைரு" எணி வாயில வச்சி மொனங்குதது. தான்லாசு செய்யுதது அம்புடும் மாய வைத்தியமணி ஆளுவ மனசிலாக்க நாளா செல்லும்? வந்தி வந்தி, ஒரு மனுசரு அந்தாள எட்டு பாக்க மாண்டானணி ஆச்சு.

லூர்தையா வைத்தியருக்க பவுற வச்சி அந்தாளுக்க காலங் களிஞ்சி போன பெறவு அவருக்க மொவம் பிறாஞ்சீசு இல்லாத அநியாயத்தயெல்லாம் ஊருல காட்டுனாரு. ஊரு சனங்களுக்கு இண்ணைக்கும் லூர்தையா வைத்தியரண்ட நன்றிவுண்டு. அவருக்க மொகத்த பாத்தியாம் பிறாஞ்சீசு காட்டுத கைக்கறு மங்கள சனங்க கூட்டாக்காம உடுது.

ஆனியாடி கடல்ல அடிகொண்டு வந்தாலும், வேற போக்கு வரத்துல கையோ காலோ பெசவி போனாலும் மைக்குருவி பிளவ எண்ணு வந்தாலும் தலையில எங்கயும் தட்டோ முட்டோ கொண்டாலும் இளந்தொறை ஊருக்கு லூர்தையா வைத்தியரு தாம் எல்லாம். ஊரு முச்சூடும் பாத்தாலும் வூட்டுக்கு ஓராளெங் கிலும் லூர்தையா வைத்தியரண்ட மருந்தெண்ண வாங்கவோ தடவி கெட்டவோ வந்து காணும். அந்த மரியாதியுள்ள குடும் பத்துக பேரக் கெடுத்தி சீரளிச்ச வந்த அசுர வித்தாக்கும்

பிறாஞ்சீசு பிரிசந்தி.

ஊருல பாடு களியும்ப கிட்டுத பணத்த ஆளுவ செத்தப்பெர வூட்டுல வச்சுகொள்ள பேடிச்சி பிறாஞ்சீசு பிரிசந்தியண்டாதாம் வச்சுகொள்ள குடுக்குதது. அதுவளுக்கு கணக்கும் தெரியாது. இவுரு குடுத்தா வக. தட்டுமடியில பாடுகளியும்ப நெறய ஆளுவ இவரண்டதாம் பணத்த கூட்டுவச்சுதது. பிறாஞ்சீசு பிரிசந்தி இண்ணகு வச்சி ஆளுத வஸ்து அம்புடும் இப்புடி உண்டாக்குனது. பின்ன றேசங்கடயில சொசேற்றி தலைவரா இருந்தி சீனியிலயும் அரிசியிலயும் நெறுப்புல கள்ளத்திராசு வச்சியும் கல்லு கெட்டு போட்டியும் ஏமாத்தி ஏமாத்தி ஒருபாடு தெங்கம்பெரயெடமக்க வாங்கினாரு. பிறாஞ்சிசு வச்சுத வெலய்க்கு குடுக்க சம்மதிச்சேலேணு குஞ்சன் நாடானுக்க வஸ்த்தில எளந்தாரி மக்களுக்கு குடிவாங்கி குடுத்து குச்சங்கா குரும்பல் வர அரக்கிதள்ளி அந்த ஆளு கடசீல இவனண்ட கடிச்சிண்டு கெடக்காண்டாமணு பெரயெடத்த கள்ளவெலக்கு குடுத்துண்டு ஊரவுட்டு போனாரு.

பிறாஞ்சீச போல கடப்பெறங்கள்ள றேசங்கட வச்சிருக்க சுசைற்றி பெரசடண்டுமாரு எல்லாம் வேற எப்படி சம்பாதிச்சான். அவனுவளுக பிருதுவ ஒண்ணும் உருவில்லாம அளிஞ்சியாம் போச்சு. இப்புடி எத்தி, ஏமாத்தி பணஞ்சேத்தி வச்சா, அது மனுசன சும்மா இருக்கவுடேயும்? நாலு குப்பிய வாங்கி எறஞ்சி போட்டா அஞ்சாற நக்கி பட்டிவ வரும். இந்த கள்ளுநக்கிக் கூட்டத்த வச்சிகொண்டு ஊருல எப்பளும் அடியெளக்குததும் ஊர்கூட்டத்த கொமச்சிததும், கடப்பெறம் முச்சூடும் வேற என்ன நடக்கி. . .

ஆளுவ கொஞ்சங் கொஞ்சமா மனசிலாக்கியெடுத்தம் பெறவு பிறாஞ்சீச வக வச்சுததில்ல. அவனண்ட பணம் இருந்தா அவனுக்க மட்டுகு இருக்குமணு ஆளுவ என்னேஞ்சது, குருசையாவ பெரசடண்டாக்குச்சு. அண்ணகு தொடங்குன கொளப்பம் ஊர்ல. தும்முனா அடி, துப்புனா அடி. ஒருவருசம் முளுப்பா ஆணாப்பெறந்தவம்மாரு ஊருல நிண்ணு தொளிலு பாக்குததுக்கு இந்த தல்லுகொள்ளி பாலையா சம்மதிச்சமாண்டான்.

பிறாஞ்சீசு புரண்டு புரண்டு படுத்துப் பார்த்தார் உறக்கம் வருகிறபாடில்லை.

ஊர்ல என்னதாவது சம்பவம் நடந்தாத்தானே குருசையா நேரியதும் போட்டுகொண்டு நம்ம முன்ன வந்து சீற்று போட்டு இருக்காம்? இந்த கூத்தக்க நடக்கேலேணா இவம் எப்புடி

வலியாளணி காணிச்சுவாம்?

இப்படியாக அப்பியின் சைக்கிள் சாதனை நிகழ்ச்சியை அரை வேக்காடாய் முடிக்கும் திட்டம் அந்த இரவிலேயே பிரிசந்தி பிறாஞ்சீசின் மனசில் உருவாயிற்று.

மூன்று நாட்கள் மாலைநேர கலை நிகழ்ச்சிகளும் அப்பியாச காட்சிகளுமாக சிக்கலில்லாமல் நகர்ந்து போயிற்று. அப்பி நடு இரவில் மைதானத்தின் மையக் கழையில் சைக்கிளுடன் லேசாகச் சாய்ந்தபடி குருவித் தூக்கம் போட்டுக் கொண்டான். இரவில் சுக்குக்காப்பியோ வென்னீரோ அவ்வப்பொழுது குடித்துக்கொள்வான். தலையில் மஃப்ளர் ஏதாவது கட்டியிருப்பான். காலையில் கோயில் வழிபாடுக்குப் போகிற பெண்கள் அந்த அவசரத்திலும் அப்பியைப் பார்த்து ஒரு பரிச்சயப் புன்முறுவல் பூத்துவிட்டுப் போவார்கள். ஆண்கள் தொழில் துரிதத்தில் கடலிலும் அலைவாய்க் கரையிலுமாக இருப்பார்கள். விடியற்காலை ஐந்துமணிக்கு பக்திப் பாட்டு போடத் தொடங்கி ஆறுமணி கோயில் வழிபாடு தொடங்குகையில் நிறுத்திக்கொள்வது வழக்கம்.

'மூன்று நாட்களை செபஸ்தியாரு புண்ணியவாளனும், மிக்கேலாண்டவரும் தள்ளிவிட்டிருக்காங்க. இப்புடியே சனியும் ஞாயிறும் ஒரு ஒபத்திரவமும் இல்லாம நவுண்டு போகணும் மாதாவே...' அப்பியின் மனசு வேண்டிக்கொண்டது. லேசான ஒரு தலைச்சுற்றலும் கண்களில் மயக்கமும் இருந்தது. இது இரண்டாவது நாளிலேயே தொடங்கிவிடும். போனமுறை சூரங்குடியில் சைக்கிள் விளையாட்டு நடத்திய நேரம் ஐந்தாவது நாளில் தொண்டர்கள்தான் சைக்கிளை நிறுத்தி அப்பியைத் தூக்கிப் பாயில் கிடத்தினார்கள். ஒவ்வொரு ஓட்டமும் மரணத்தை எட்டிப் பார்த்துவிட்டு மீளுகிற தலைப்பேறு மாதிரிதான். றோஸ்லெட்டுடைய நிறுத்தாத ஜெபமும் உபவாசமும்தான் தனது சைக்கிள் சக்கரங்களைச் சுழலவைக்கிறது என்று அப்பி நினைத்துக்கொண்டான்.

ஏழுமணி ஆனபோது பெர்னாந்து சூடாக ஒரு சாயா கொண்டுவந்து கொடுத்தான். ஏறுவெயிலை சமாளிப்பது இரவு நேரத்தைத் தாண்டுவதைவிட சிரமமானது. மைதானம் திறந்தவெளி. எந்தப்பக்கமும் மறைப்பு இல்லை. சுற்றிச் சுற்றி வரும்போது ஏறுவெயில் முகத்தில் சுள்ளென்று அடித்துக் கண்களைக் கூசவைக்கும். கவனமில்லாமல் இருந்தால் கொஞ்ச நேரத்தில் ஆளைச்சுழற்றி அடித்துக் கிடத்திவிடும். அப்பி அனுபவப் பாடத்தைச் சரியாய்ப் படித்திருந்தான். மிக்கேலாண்டவர் மேல் பெரிய நம்பிக்கை வைத்திருந்தான். காவல் சம்மனசுகள்

சேர்ந்துதான் அவனது சைக்கிளை வட்டப் பாதையில் தாங்கிக் கொண்டு போகிறார்கள் என்று நம்பினான். தொழிலில் பழுதில்லை, ஏமாற்று இல்லை. ஏறும் நாளிலிருந்து இறங்கும் நேரம் வரை கால் தரையில் பதிந்துவிடக்கூடாது. கலையை மதிக்கும் மக்களின் பிரியமும் ஆதரவும் இருக்கையில் அப்பி யாரைப் பார்த்தும் அச்சப்படத் தேவையில்லை. கெட்ட அடையாளம் எதையும் மிக்கேலாண்டவர் அவனுக்கு வெளிப்படுத்தவுமில்லை.

சனிக்கிழமை கலெக்ஷன்தான் ஐந்துநாள் சைக்கிள் ஓட்டத் திலேயே விசேஷமானது. அப்பி எதிர்பார்த்திருந்த அந்த சனிக் கிழமை ஏழரைநாட்டுச் சனியாய் விடியுமென்று அவன் கொஞ்சம் கூட எதிர்பார்க்கவில்லை.

சனிக்கிழமை சாயங்கால கலை நிகழ்ச்சி வழக்கத்தைவிட சற்று முன்னதாகவே தொடங்கியது. ரொங்காலீஸ் ஏக குஷியில் ஆடிக்கொண்டிருந்தான். தொடர்ந்து கலாவும் கிருஷ்ணவேணி யும் ஒவ்வொரு பாட்டுக்கும் முறைவைத்து ஆடினார்கள். ரிக்கார்டு டான்சுகளுக்கு இடையிடையே அப்பி சில சைக்கிள் அப்பியாசங் களைக் காட்டி ரசிகர்களை மகிழ்வித்தான். இரு தொண்டர்கள் சைக்கிள்களில் அப்பியை உற்சாகப்படுத்தும் விதமாக அப்பிக்கு இடமும் வலமுமாக சிறிதுநேரம் ஓட்டினார்கள். ஆட்டக்காரிகளுக்கு நோட்டு குத்துவதும் அப்பியின் கழுத்தில் நோட்டுமாலைகள் விழுவதுமாக இருந்தது. நோட்டுமாலை போடும்போது ரொங்காலீஸ் லௌட்ஸ்பீக்கரில் அறிவித்துக் கொண்டிருந்தான்.

“புரட்சி நடிகர் எம்ஜியார் சார்பில் அண்ணன் கலிஸ்துஸ் இப்போது அண்ணன் அப்பி அவர்களுக்கு ஒரு நோட்டுமாலை போடுவார்... சாம்ராட் சிவாஜி நடிகர் திலகம் சிவாஜி கணேசன் சார்பில் செலஸ்தீன் அவர்கள் அப்பி அண்ணனுக்கு இப்போது நோட்டுமாலையைப் பரிசாக வழங்குவார்... இதோ லெட்சிய நடிகர் எஸ் எஸ் ராஜேந்திரன் சார்பில் சகாயம் அவர்கள் ஒரு நோட்டு மாலையை அன்பளிப்பாக வழங்குகிறார்... வஞ்சிக் கோட்டை வாலிபன் காதல் மன்னன் ஜெமினிகணேசன் சார்பில் அண்ணன் அமிர்தம் அப்பி அண்ணனுக்கு நோட்டு மாலை போடுவார்கள்... இதோ கர்மவீரர் காமராஜர் சார்பில் றோஸ் பேண்டு அண்ணன் அவர்கள் அப்பி அண்ணனுக்கு பத்து ரூபாய் நோட்டுமாலையை அணிவித்து கௌரவிப்பார்கள்...”

சினிமா ஜுரம் திடீரென்று திசைதிரும்பி கட்சி ஜுரமாகியது. இதற்காகவே காத்திருந்தவன் போல வல்தாசர் ஓடிப்போய் ரொங்காலிசிடமிருந்து மைக்கைப் பிடுங்கிக் கொண்டான். அவன் இடது கையில் நோட்டுமாலை.

“ஆத்திலே தண்ணிஓட அண்ணாத்தொர மீம்பிடிக்க காத்திருந்த காமராஜு கருப்பட்டி கள்ளன். திராவிட முன்னேற்றக் கழகத்தின் தானைத் தலைவர் பேரறிஞ்ஞர் அண்ணா அவர்களின் அன்புத்தம்பி முதல் மந்திரி கல்லக்குடி தந்த கருணாநிதி அவர்கள் சார்பில் நான் இந்த நோட்டுமாலையை அப்பிக்கு அன்பளிப்பாக அளிக்கிறேன்.”

தேர்தல் பிரச்சாரத் தொனியில் நீளமாக பேசிவிட்டு மைக்கைக் கீழே வைத்த வேகத்தில் மைதானத்துக்குள் சாடி ஓடிய பல்தாசர் இடதுகையில் இருந்த நோட்டுமாலையை இரண்டு கைகளால் அப்பியின் கழுத்தில் போட்டான். கூட்டத்தில் சலசலப்பு. தண்ணி டாங்குக்குக் கிழக்குப் புறமிருந்த கூட்டம் பொருமியது. பல்தாசர் பிறாஞ்சீஸ் பிரிசந்தியின் கைத்தடி ரொங்காலிஸ் கையில் மீண்டும் மைக். அப்பாடா, எப்புடியோ மைக்கு கையில வந்தாச்சு. இனி ஒருத்தனும் புடுங்காம இருக்கணும் மாதாவே. மனசுக்குள் பயத்துடன் முனகிக்கொண்டான் ரொங்காலிஸ்.

“காதல் மன்னன் ஜெமினிகணேசன் சார்பில் ராஜமணி அண்ணன் நோட்டுமாலை போடுவார்கள்...”

பிரசிடென்ட் குருசையா ஊறிப்போன காங்கிரஸ் ஆள். லூர்தம்மாளை அமைச்சராக்கிய பெருந்தலைவர் காமராஜை இவ்வளவு பகிரங்கமா அவமானப்படுத்தினதை பாத்துட்டுச் சும்மா இருந்தோமண்ணா நமக்கு இனியும் அரசியல் வாழ்க்கை எங்கறது இல்லை. இது நம்மளச் சூண்டி செய்த வேலயாக்கும். என்னதாவது செய்யணும் இதுக்கு. எரிச்சலும் கோபமும் குருசையாவின் முகத்தில் கட்டிநிற்பது போக்கஸ் லைட் வெட்டத்தில் பெலவேந்திரன் மச்சம்பிக்கு கண்டது. குருசையா இடதுபக்கம் திரும்பி பெலவேந்திரனிடம் கண்ணக் காட்டினாரு. குருசையா சார்பில் ஒருநோட்டுமாலை தக்காளியிடம் தயாராத் தான் இருந்தது. தக்காளி கையிலயிருந்த நோட்டுமாலையை பெலவேந்திரன் கைப்புடுங்கியலா புடுங்கி எடுத்தாரு. ஓடிப் போவி ரொங்காலிசண்டயிருந்து எடது கையினால மைக்கப் புடுங்கி எடுத்தாரு.

“தல்லுகொள்ளி பாலையா அவர்கள் சார்பில் இந்த இருபது ரூவா நோட்டுமாலையை அப்பிக்கு அன்பளிப்பாக வழங்குகிறேன். . ”

மைக்கை ரொங்காலிஸ் கையில பொதக்கண்ணு வச்சதும், அப்பியண்ட ஓடிவந்து களுத்தில மாலய போட்டு குடுத்துண்டு சட்ட காளற ரண்டு கைகொண்டு தூக்குட்டுண்டு தண்ணி டாங்கி பத்த நடந்து வந்தாம் பெலவேந்திரன்.

அடி மூத்து நெருக்கு நேரயணி ஆவுட்டது. பிறாஞ்சீசு பிரிசந்தி அந்தக் காலத்திலயிருந்தியே தீமூக்கா. குருசையா காங்கிறசு. அவங் கருப்புடி கள்ளனணு சொல்ல, இவம் பாலை யாவணு சொல்ல, அடி கொளுவ பினியும் பெருத்த நேரமா செல்லும்? பிரிசந்திக எளய மைனியாருக்க மொவன் வசக்கேடு சந்தியாகு இருட்டிலயிருந்து பாஞ்சுவாற பிள்ளசிறாவ போல டாங்கிக பெறத்தயிருந்தி சாடி வந்தாம் பெலவேந்திரனத் தேடி. வலதுகை கொண்டு பெலவேந்திரனுக்க நெட்டி பாத்து செவுடு பெருக்கி ஒத்த வெட்டு. இத்துவுளுத செத்தபெரய போல பேச்சுமூச்சில்லாம உளுந்தாம் பெலவேந்திரன். பெரிய மீனு வெரட்டுண்டு வாற பளுப்பப்போல சனக்கூட்டங் கலஞ்சி இடுக்கு முடுக்குவளுக்க அவத்தோடி ஓடுது. பெறவு என்னா, ஊர்ல தீமூக்காவும் காங்கிறசும் பார்ட்டி சேந்தி அடியணு ஆச்சு. செல்லமுத்து போக்கஸ் லைட்ட எடுக்கவா, டீப்பு லைட்டுவள அவுக்கவா, ஆம்ப்ளியூற ஓதுக்கவாணி பே பிடிச்சது போல பதறுண்டு வாறாம். பிரிமூசு ஓடுவந்து அப்பிய சைக் களோட புடுச்சி நெறுத்தி மூங்கில் கழயோட சேத்து தாங்குண்டு நிக்குதான். அடிகம்பும் கொளுத்தோட்டியுமாட்டு அவனவங் கையில பிடியாம்புட்டத எடுத்துண்டு வந்தி அடிச்சுதானுவ மாற மாற. யாரு குடுக்குதா யாரு கொள்ளுதாணி தெருவெடுக்க முடியில்ல. பெசறுகொண்ட அடி. இந்த நெருக்கத்துல வனாந் தரத்துல ஸ்நாபக அருளப்பர போல ஒரு செத்தம்.

"ஓதுக்குங்கலெ கடயம்புடயும் கண்டாறோளி மக்களே. பெளச்சவந்த வரத்தம் பட்டிவளக்க ஊருக்கவத்த ஏறி கொளப்பங் காட்டுதயாடா நாவியனுக்க மக்களே? எளந்தொற சீமையில பினியும் ஒரு தேவுடியாளுக்க மக்களும் சைக்கள் வெளயாட்டணு சொல்லி காலு சமுட்டுனயணா தல பயணம். ஓதுக்கலெ தாயிளிவளே."

அவந்தாந் தீட்டம் சிலுவ முறாய்சு. ஞாயம் ஓதுக்குத சேலுல செத்தம் போடுதான். அவனே ஒரு வந்தோட்டி. மேக்க புல்லுவெளயிலயிருந்தி இங்க வந்தி பெண்ணு கெட்டினவன். ஒரு அடி சேவரத்துலயாக்கும் கணக்கா வந்தி கெட்டுனாம். ஒருத்தன் முட்டாய் கடவச்சாலும் சட்டம்பி பீசு கேக்குத எச்சிப்பட்டி. பிரிமூசு சோந்த குடுத்து காணாது, தரணம்பாத்தி அவனுக்க சாமார்த்தியத்த காட்டுதான். முத்தியிலே அவனுக்கு இதியாஞ் சோலி. அடி நடத்தி பிரேதம் வுளுந்தா பிரேதத்தப் பிச்சி தின்னி தண்ணி குடுச்சலாமணி அலந்து நடக்குத சாதி.

அப்பிய மூணுவேராட்டி சைக்கள்ளயிருந்தி எறக்கி ஒரு மர சேறுல கொண்டு இருத்தியிருக்கி. விரிச்சுபோட்ட செவப்புத்

துண்டுல பிரிஞ்ச பணமக்க நாலு வாக்கில கெடக்கி. ■

வட்டார வழக்குகள்

பாடு இரிக்குற : நல்ல மீன்பாடுள்ள
காலசொகயில : அதிகாலையில்
மல்ஸரம் : போட்டி
ஆர்க்காஞ்சல் : அதிதூதர் (மிக்கேல்)
கொல்லமொளவு வித்து : வற்றல் மிளகு விதை
மரச்சீனி : மரவள்ளிக் கிழங்கு
அசால்டா : அலட்சியமாக
பேடியில்லாமப் போச்சு : குளிர்விட்டுப் போனது
வுளிச்சுமாம் : அழைக்குமாம்
பேடிச்சி : அஞ்சி
கள்ளவெலக்கு : அடிமாட்டு விலைக்கு
அடியெளக்குதது : சண்டை மூட்டுவது
முச்சூடும் : முழுவதும்
சூண்டி : இலக்கு வைத்து
மச்சம்பி : மைத்துனர்
தல்லுகொள்ளி பாலையா : திரைப்படத்தில் எம்ஜியாரின் வில்லனாக வந்து அடிவாங்கித் தோற்றோடும் நடிகர் (இளந்துறையில் பிரான்சிசைக் குறிக்கும் பட்டப்பெயர்)
அடிகொளுவ : சண்டை மூள
பிள்ள சுறா : மனிதனை விழுங்கும் கொடிய சுறா
நெட்டி : பின் கழுத்து
இத்துவுளுத : இற்று விழுகிற
செத்த பெர : ஓலைக் குடில்
பெரிய மீனு : திமிங்கிலம்
கொளுத்தோட்டி : தூண்டிலில் சிக்கிய பெரிய மீன்களைக் கட்டுமரத்தில் ஏற்ற உதவும் கொக்கி
தெருவெடுக்க : அடையாளம் காண
பிடியாம்புட்டத : அகப்பட்டதை
ஸ்நாபக அருளப்பர் : யேசுக் கிறித்துவின் முன்னோடி
அடி சேவரம் : ஊரில் சண்டைகளை நடத்தும் பெரும் குடும்பம்

7

ஏப்பு

"சாமி, சாமி, கதவத் தொறயுங்க!"

தாழந்துறை பாதிரியாரின் மேடையில் ஐந்தாறு இளந் தாரிமார் வெள்ளிக்கிழமை இரவு கதவைத் தட்டினார்கள். சில்லறை வேலைகளை வேகமாக முடித்துவிட்டு இரவு ஜெபம் முடித்துவிட்டுப் படுக்கையில் அப்போதுதான் ஜெறோம் சாமியார் சாய்ந்தார். எழுந்து பனியன்மேல் சட்டையைப் போட்டுக்கொண்டு முன்வாசலைத் திறந்து பார்த்தால் சுமார் இருபத்தைந்துபேர் மேடைமுற்றத்தில் கும்பலாய் நின்றார்கள். வெளியூர்க்காரர்கள் போலத் தெரிந்த இரண்டுபேரை டௌவலால் கைக்கட்டுப் போட்டு முன்னால் நிறுத்திவிட்டு இளந்தாரிகள் அருகில் நின்றிருந்தார்கள். இந்த நேரங்கெட்ட நேரத்தில் என்ன வம்பைக் கொண்டுவந்து கோயில் முற்றத்தில் போடப்போகி றானுகளோ.

"என்னப்பா விஷயம், இந்த நேரத்தில?"

"சாமி, புடுச்சணும் புடுச்சணுமணி இத்திர நாளும் கூடுதாத்தி தேடுண்டிருந்த புடிகிட்டா புள்ளிவ இண்ணகுதாம் கையிலாம் புட்டுச்சு. ஆளு ரண்டும் யாரணு காணுதா? இவம் கண்ணம்பு தூரு சிவராபெருமா மொவம் ராகவன்; இந்த பார்ட்டி ஆறளயா பேரஞ் சாமிகண்ணு. வேறயும் ஆளு அஞ்சாற உண்டு. பிடியாம் புடேல, பெருக்குட்டானுவ. எல்லாவனுமா மேலா ஏப்பு மறவுல டிம்போவ கொண்டு உட்டுகொண்டு லைட்டையும் அணச்சி போட்டுண்டு மண்ணள்ளுதானுவ. அஞ்சாற நாளா வாத்து வச்சுண்டு இருந்தம், இவுனுவ ரண்டுவேருந்தாம் சிக்குனானுவ. டிம்போவ மேடக்கு பெறத்த கொண்டு உட்ருக்கி. இன்னா டிம்போ சாவி."

ஊருக்காக அரியபெரிய விஷயத்தைச் சாதித்து முடித்த பாவனையில் லீனூஸ் மகன் பீக்கெளுது சாவியைக் கொடுத்தான். பாதிரியார் உடனடியாகக் காரியத்தில் இறங்கினார். கரணம் தப்பினால் மரணம். கைக்கட்டுடன் நின்ற ராகவனையும் சாமிக் கண்ணையும் சைகையால் உள்ளே அழைத்தார்.

“டேய் பனித்தாசன், நீ உள்ளே வா.”

ராகவனையும் சாமிக்கண்ணையும் இழுத்துக்கொண்டு வந்தவர்களின் ஒருவனை அழைத்தார். இரண்டுபேரின் கைக் கட்டுகளையும் அவிழ்த்துவிடும்படி சைகை செய்தார். இரண்டு பேரும் பயத்தில் வியர்த்துத் தெப்பமாய் நனைந்திருந்தனர். கட்டு அவிழ்க்கப்பட்ட பிறகு கொஞ்சம் ஆசுவாசம். முன்னறை யிலிருந்த நாற்காலிகளில் அவர்களை உட்காரச் சொன்னார் பாதிரியார். மேசையின் மறுபுறம் திரும்பி தொலைபேசியில் ஏதோ ஒரு எண்ணுக்கு டயல் செய்தார்.

“டைட்டஸ், நான் தாழந்துறை ஃபாதர் ஜெரோம் பேசுறேன். அவசரமா ஒரு சவாரி, உடனே மேடைக்கு வந்திருங்க.”

எதிர் முனையிலிருந்து பதிலுக்குக் காத்திராமல் அழைப்பைத் துண்டித்தார் பாதிரியார். வெளியில் நிற்கும் கும்பலின் சப்தத்தில் ராகவனும் சாமிக்கண்ணும் நடுங்கிப்போய் உட்கார்ந்திருந்தார்கள்.

“இப்போ டைட்டஸ் கார் கொண்டு வந்துருவார். பத்திரமா வீடு போய்ச் சேந்திருங்க. டெம்போக்கு ஒண்ணும் ஆகாது, நான் பாத்துக்கறேன். அன்பையா கிட்ட என்னைக் காலைல வந்து பாக்கச் சொல்லுங்க. வேற பிரச்சினை ஒண்ணும் பண்ண வேண்டாம். இந்தா, ஆளுக்கு ஒரு டம்ப்ளர் வெந்நி குடியுங்க.”

தெர்மாஸ் குடுவையிலிருந்து இரண்டுபேருக்கும் வெந்நீர் ஊற்றிக் கொடுத்த ஜெரோம் பாதிரியார் அலுவலக அறைக் கதைவை மெதுவாக மூடிவிட்டு முன்வாசலுக்கு வந்தார். கும்பல் அதற்குள் மூன்று மடங்காய்த் திரண்டிருந்தது.

“என்ன சாமி, நாங்க நிண்ணுண்டிருக்கோம், ஒண்ணும் அனங்குதவுள்ள, இதுக்கு என்ன முடிவாக்கும்?”

பேயம்பழம் மகன் பெப்ளான் வீராவேசமாய்க் கேட்டான்.

“எங்க இருக்கானுவ அந்த. . . ரப்பயக்க, கோட்டுமால்ல கெட்டித் தாத்துங்கல!”

கும்பலின் பின்னாலிருந்து செவருமுட்டி கிளமெண்ட் கத்தினான்.

“உன்னத் தாத்தினாத்தான் இந்த ஊர் உருப்படும்.”

“ஓட்டு பிடியுங்க! கையுங்களவுமா பிடியாம்புட்டானு வளாம், போலீசுல சொல்லணுமாம். இவரண்டயாம் நாயங் கேக்கணும்...”

பெப்ளான் குதிரைமேல் இருந்தான்.

"வாகனத்தையும் ஆட்களையும் பிடிச்சிட்டு வாறதுக்கு உனக்கு என்ன அதிகாரமிருக்கு? வடக்கே போற ஆம்பிள்ளை களையும் மீன் கொண்டுபோற பொம்பளைகளையும் பதிலுக்கு அவங்க புடிச்சுக் கட்டிவைச்சா என்ன பண்ணுவ? தப்பிச்சுப் போனவங்க இந்நேரம் கண்ணம்புதூர்ல செய்தி சொல்லியிருப்பாங்க."

சாவிமுடுக்கம் தளர்ந்த பொம்மைபோல கும்பலின் முறுக்கு தளர்ந்தது. கும்பலின் எரிச்சல் அந்த ஐந்தாறு இளந்தாரிகள்மீது முறைப்பாகத் திரும்பியது. வாதி பிரதிவாதியாய் மாறுகிற ஸ்வரம்.

"இனி உங்களுக்குள்ள மாறிமாறி வாக்குவாதமும் சண்டையும் வேண்டாம். காலைல ஊர்க்கமிட்டி கூடி பேசி முடிவெடுக்கலாம். இப்போ எல்லாரும் அமைதியா போங்க."

ஒரு சின்ன சந்தடியுடன் கூட்டம் கலைந்துபோகத் தொடங்கியது. ஏதோ பெரிதாய் நடக்கப்போகிறது என்ற எதிர்பார்ப்பு சப்பென்று போன ஏமாற்றம். காரை அனுப்பிவிட்டு அடுத்த நாளை எப்படிச் சமாளிக்கப்போகிறோம் என்கிற யோசனையில் படுக்கையில் சாய்ந்த ஜெரோம் பாதிரியார் சற்று நேரத்தில் தூக்கத்தில் ஆழ்ந்துபோனார்.

கடலு காலத்த பொட்டகொளம்போல கெடந்தது. கெளக்க வெட்டம்போட்டு பொளுதும் எளும்பியாச்சு. கவுரெளுப் பத்துக்கு தள்ளுண்டுபோன ஆர்ச்ச வளப்பு வலவளக ஒண்ணொண்ணா கரிய அடஞ்சுண்டிருந்துச்சு. வெளுப்புகு கணவ ஆயிததுக்குத் தள்ளுத மரங்களும் ராளுக்கு தாத்துண்டு வந்த வலவளெ எளுப்பபோற மரங்களுமாட்டி கடப்பறம் நெருக்கம் வச்சி கெடந்தது. எடது கையண்டு மரத்த எளக்கி வுடுலாம், அப்புடி எடுத்தடிச்சாத கடச்சேலு. அடஞ்ச ஆர்ச்ச வளப்பு ஏத்தினங்க வலவள வளப்போட வளப்போட தாளயெறக்கி வச்சி அயிலயும் தொண்டவாளயும் குத்தயும் மத்தியுமா பட்டு கெடந்த மச்சங்கள களிச்சி ஓமல்ல போட்டுண்டிருந்தாவு. களிச்சுபோடுத மீனு ஓமல்ல நெறஞ்சால ரெண்டுரெண்டு வேரா ஏலம்போடுத எடத்துல தூக்குண்டுபோனாவு. அலவாயில ஏலக்காறம்மாரும் லோடுகாறம்மாரும் பெட்டிக்காறிவளுமா ஈச்சியபோல முச்சிகெடந்தாவு. ஓயிக்க ஏத்தி அடதள்ளி வச்சிருக்க மரங்களுக்க தொரத்திலயும் மடிப்பன்னாவுலயுமா ஒயிரப்பேரு வளும் கெளவம்மாரும் இருந்தாவு. மூப்பிலுவ ஏறுவெயிலு கொள்ளாம தெவர்த்துவள தலயில போட்டுண்டு கடலபாத்தி குத்தவச்சு சேலுசொல்லுண்டு இருந்தாவு. சவளக்காறம்மாருக்க பைக்குவ ஏளெட்டெண்ணம் றோட்டுக்க ஒயிர நெறுத்தி

யிருந்தது. பண்டம் விக்குத மரிய உத்திரியமும் சினேகப்பும் செமுட எறக்கி கூட பரத்துண்டிருந்தாவு. பனித்தாசனும் பீக்கெளூதும் களுத்தில தெவர்த்தும் கையில சோப்புடப்பியுமாட்டு தாரயில குளிச்ச மேக்கபாத்து போவுண்டிருந்தாவு. றோட்டுக்க ஓயிக்க நிண்ண தீக்கொளுத்தியாரு அமர்தம் பெய்ய கீக்கண்ணு போட்டு பனித்தாசனையும் பீக்கெளூதயும் பாத்தாரு. அவுனுவ நாலு எட்டு முன்ன எடுத்துவச்சவுட்டி சாடபோட்டு பேயத் தொடங்குனாரு.

“தாளந்தொறய நல்லாக்குத பெறதானிமாருவ அஞ்சாற வேரு எறங்கியிரிக்கி இப்பம். ஒளுங்கா இருக்குத ஊருல சேலு கேட உண்டாக்காம வெலவ மாண்டானுவ.”

பீக்கெளூது சட்டணு பெறம கறங்கி பாத்தான். பனித்தாசம் பீக்கெளூதுக்க கையபுடிச்சி இளுத்துண்டு நடந்தான் முன்ன. அமர்தம் பேச்ச உடுதாபில இல்ல.

“இவனுவளுக அப்பம்மாருதானே அரயம்மாரா இருந்தி ஊர நடத்தினானுவ முத்தியில. கண்டவனுக வெளவள்ள கள்ளத்தேங்க பறிச்சி தின்னி கறிவளத்துண்டு நடந்த வடுவப் பயவ களவுகு வாச்சேலேணா ஊர்ல வெனய இளுத்து போட்டுண்டு எடம் கடந்துடுதது.”

பீக்கெளூதுக மூஞ்சியில வெட்டுனா வெட்டேறாது. பனித் தாசனுக கைய தட்டுட்டுண்டு நேர கறங்கி அமர்தத்த பாத்து சாடிவந்தான்.

“ஓய் என்னா? கொஞ்ச நாளா நானும் பாத்துண்டுதான் இருக்கேன், அஞ்சாறுவேருக்கு என்னா ஒம்ம வூட்டுலயா சோறு? அல்லேணா ஒம்ம பெண்டாடிகூட ஒறங்குண்டு கடம் வச்சிண்டா வந்தோமாம்?”

அமர்தத்துக மூக்கு பத்த பீக்கெளூது வெரலு சூண்டிண்டு நிண்ணான். அமர்தம் வலிய அடிவள எளக்கிபோடுத தீக் கொளுத்தியல்ல, வேளத்த அந்தால மறிச்சு போட்டாச்சு.

“நாடாம்மாரு ஏப்புல மண்ணெடுப்பாம் மரத்த வச்சுவாம், ஒன்னுவளுக்கென்னல? நீயக்க தாளந்தொற காரிஸ்தம்மாரா? களவுகு நடக்க எளந்தாரி பயவ அஞ்சாறவேரு சேந்தி ஊருல கலவரம் உண்டாக்குலாமணி நாடாம்மார கைக்கறுமஞ் செய்ய போனயாக்கும்? நீவதாம் ஊர்ல உண்டாக்கும் ஞாயவாளி?”

பீக்கெளூதுக்க சூண்டுன கையோட சேத்தி அமர்தம் அவன பெறத்த தள்ளுட்டாரு. அமர்தம் அன்பையாவுக்க உயிர காறனல்ல, இம்புடு ஞாயமும் கேக்கேலேணா ஊர்ல சீலவுடுத்

துண்டி நடந்தி என்னத்துக்கு? பீக்கெளுதும் வளிஞ்சுபோற கோளில்ல.

"ஓமக்கும் எங்களுக்கும் பேச்சில்ல ஓய்! மண்ணு களவாண வந்தவனுவள டிம்போவும் ஆளுமா பிடிச்சி ஊருல கொண்டு ஏப்பிச்சாச்சு. நீரு அம்பயாவுக சொக்காறனணாங்கி கமட்டியில போய் சொல்லணும் ஓமக்க ஞாயத்த. அல்லேணா உம்ம பெண்டாடிய உமக்க உயிரகாறனண்ட வுட்டுகுடும்."

மூணுவேரயும் சுத்தி ஆளுவளக கூடியாச்சு அதுக்குள்ள.

"முள்ளு முறிஞ்சிபோவும், கிறாத்துல பெறந்த பயல! அட்ற சில்லாத்த வந்தோட்டி... இவன் ஒரு ஆளான ஆளா? குஞ்சிய புடுச்சி சேலா மோளப் படிச்சிருக்குவானா இந்த புல்லு, எனக்க பெண்டாடிய கேக்குதாம். கள்ளத்தேங்க தின்ன கறிபெலத்த பாத்தவுளா?"

"ஏ, எல்லாரும் கேட்டுகிள்ளுங்க. எங்க பாட்டுக்கு குளிச்ச போன ரண்டுவேரயும் சாடவச்சி வலிய சண்டகு உளிச்சு தான் வலிய யோக்கியன். எந்த வூடயாவது கொளுத்தே லேண்ணாங்கி தீக்கொளுத்திக்கு ஒறக்கம் வருமாக்கும்?"

பனித்தாசன் சாடயா சொன்னான்.

"ஆ ... போட்டப்பா போட்டப்பா. எல்லாரும் போங்க. கொல்லகு போறவங் கொல்லகுபோ, குளிச்ச போறவங் குளிச்ச போ. கடச்சேலு பாக்குதவஞ் சேலுபாரு போ. டிம்போவுக ஞாயம் கமட்டியில பேசட்டு. பேச்சவுட்டுண்டு வெலவுங் கப்பா எல்லாரும்."

பவியாம்பிள்ள சண்டய வெலக்குட்டாரு. ஞாயம் ஒதுக்கணு மணா அவுருதான் வேணும். தீக்கொளுத்தியாரு ஒதுங்குத மாயிரி சாய கறங்கி நிண்ணு நூத்து நூத்துண்டிருந்தாரு.

"அல்லேணாலும் பீக்கெளுதுக்க போத்திக சரித்திரந் தெரியாதே ஊருல. ஏத்துனத்துக்கு வாற கூலிகாறனுக்கு ஒளுங்கா பங்கு பைந்தி குடுக்காத நொளச் சாதிவ..."

கிட்ட நிண்ண அம்புறோசு வாய பௌந்து கேட்டுண்டு நின்னான்.

"ஓமா ஏ, நீங்க செல்லுதது நேரா? பீக்கெளுதுக்க போத்தி ஒளுங்கா பங்கு பைந்தி குடுக்காதாக்கும்? தட்டுமடி ஏத்தினமக்க போட்டு நடத்துன ஆளணியல்ல வேளம்?"

"அல, ஒனக்கு அப்பம் அந்த தெத்துவாளிக சீரு தெரியா தாக்கும்? கள்ள கணக்கா செல்லி செல்லி கூலிக்காறம்மார

ஏமாத்துத சோலியாக்கும். 'நாம் பத்துரூவா தந்திருக்கா, நீ பத்துரூவா வாங்கியிருக்கா, அப்பம் இருவதுரூவா ஆச்சா, இப்பம் அஞ்சு ரூவா பத்துனயா, மொத்தம் உனக்க பங்கு கணக்கு இருவத்தஞ்சு ரூவா சரியா போச்சா?' எண்ணு செல்லி கூலிக்கு வாறவன எத்திபெளச்ச எச்சாவுளி சேவரமாக்கும். இன்னா நடக்கில்லயா அந்த பிருதுவ ஊரு முச்சூடும் களவெடுத்துகொண்டு...”

சுத்தி நிண்ண ஆளுவளெல்லாம் கெவுனிச்சு கேட்டுண்டு நிண்ணாவு. தீக்கொளுத்தியாரு ஒண்ணொண்ணா கொளுத்தத் தொடங்கியாச்சு.

“. . .பின்ன இன்னா என்னண்ட சட்டறூளு வித்துண்டு போறானே பனித்தாசம் பயன், அவனுக அப்பம் பச்சதண்ணி வீரம் போலீசண்ட அடிகொண்டது எங்களுக்கு தெரியாத்ததல்ல?”

“ஐ, அவரு பயந்தாங்குளியல்ல, சண்ட கூட்டத்துக்கு ஒண்ணும் போவமாண்டாரே?”

அம்புறோசு ஆச்சிரியந் தாங்காம கேட்டான். அவனே அவுச்சகோளி பறக்குத கதய மெலிஞ்சிய போல ஊரக மணி கொண்டுபோயி செல்லுண்டு நடக்குத பார்ட்டியாக்கும்.

“அல அவருயாம். முத்தியில புத்தனா மரஞ்சேத்தாரு. பாய்க்குந் தொளவக்குமாட்டி மொளவாங்குததுக்கு சுட்டி ஆசான் வடசேரிக்குப் போவணும். தேரம் பிந்திபோச்சணி பயினியறு பிச்சறுபாலசுல ரண்டாமத்த ஆட்டம் எமிச்சியாரு படமும் பாத்துகொண்டு தேரம் வுடியட்டணி கொளத்து பஸ்டாண்டுல ஒருகரயில ஒறங்குதாராம். கவ்வாத்து போன போலீசுகாறம்மாரு ரண்டுவேரு சம்சியத்தில இந்த ஆள தட்டியெளக்கி, என்னத்துகடா இங்க ஒறங்குதயணி கேட்டானு வளாம். நான் தாளந்தொறயிலேந்தி, களவாங்க வந்தேனணி இவரு சென்னாக்கில லாத்தி கொண்டு போட்டானாம் ஒருத்தன் இவருக பெறமுதுவுல. 'எத்திர தகிரியம் இருந்த கொணம், என்னண்டயே களவாண வந்தேனணி செல்லுவ' எண்ணு கேட்டானாம் போலீசு. 'ஐயா, வுடியகாலம் வடசேரி சந்தயில களவாங்கயாக்கும் இங்க கெடக்குதேன'ணி ஆசாஞ் சொல்லி யிருக்கி. பினியும் அவனுவ போட்டு தல்லுனானுவளாம். வல்லாந்தல்லையுமா போலீசுக்கு மனசிலாயிருக்கி, பாவச்சுத மூங்கிலு மொளையெடுக்கவாக்கும் ஆசாம் வந்திருக்கணி. வேளஞ் செல்லத் தெரியாம போலீசண்ட அடிகொண்ட வனுக மொவனுக்க கலிக்கியானத்த பாத்தயா அம்புறோசு!”

தீக்கொளுத்தியாருக்கு மூணு வக்கீலுக மூளவுண்டு. கொளச்ச லூர்தம்ம மந்திரியான சமயத்தில கெவுறுமின்டு போட்டுவ குடுத்துச்சே, அப்பம் தாளந்தொறையில எறங்குன மூணு போட்டுல தீக்கொளுத்தியாருக்கதும் ஒண்ணு. புத்தன்ல போட்டுல நல்ல வரவெடுத்தாரு. போட்டுக்கு இன்சூரன்சு எடுத்திருந்திச்சு. ஏளெட்டு வரியம் களிஞ்சியிருக்கும், போட்டுல மிசேனயும் வெலவுள்ள சாதனங்களையுமக்க களத்தி சாய எடுத்துகொண்டு போட்ட வெலங்கவச்சி கொளுத்தி தாத்து போட்டுண்டு அஞ்சாற மாசத்தில இன்சூரன்சு பணம் அம்புடையும் கைப்பத்திகொண்டாரு. ஐகோட்டுல ஈரங்கி நடத்துத சாமர்த்தியம் உண்டு மத்தவனுக்கு. சஞ்சோசிரியாருக்க புண்ணியத்துல தீக்கொளுத்தியாருக்கு எளுத்து படிச்ச தெரியாத்ததுனால தாளந்தொற ஒருவிதம் ரெச்சப்பட்டது. தீக்கொளுத்தி ஒருத்தன சதிச்சணுமணு நெனச்சாணாங்கி எத்திர வருசம் களிஞ்சாலும் உடமாண்டாரு.

"...இந்த பயவளுக்க கதய அல்லேசியாரு கும்மிதாம் படிச்சணும்... பெறவு ஒனக்கு விசியம் தெரியுமா, இந்த எளந்தாரி செற்று போன கெளமயில காட்டின வேல? புத்தஞ்சானலுக்கு வடக்க ஒரு ஒத்த வீடு இருக்கி பாத்தயால, ஒரு மாப்பிளயத்த கைந்தலக வீடு? ராத்திரி ராமானம் அந்த பாவபட்டவளுக வூட்டு முத்தத்துல கெட்டுபோட்டுருந்த ஆட்டுகுட்டிய அனக்க மில்லாம அவுத்துண்டு வந்து இந்த அஞ்சு கள்ளம்மாரும் நம்ம சிமித்தேரிக பெறத்த கொண்டுவந்தி கறிவச்சி தின்னு போட்டானுவளாம். அந்த பெண்ணடி ஆட்டக்காணேலேணி நெஞ்சில அடிச்சு கரஞ்சுகொண்டு நம்ம சாமியாரண்ட வந்து பராதி."

"அஞ்சுவேருமணா யாரக?"

"யாருயாம்! பேயம்பளத்துக மொவம் பெப்புளான் – ஒரு ஐற்றியும் படிச்சுண்டு கெடக்கானே– அவன், பின்ன மானுக மொவன் செல்லத்தொர, நேத்தொர்ரூவாய்க்க பேரன் றெச்சாடு, பச்சதண்ணி வீரனுக்க மொவன் பனித்தாசன் – காளேசில படிச்ச போறானாம்– அவன், பின்ன இந்த பீக்கெளுது. பீக்கெளுது தாயளி எனக்க அக்காளுக பேத்தியாரு பள்ளி கொடத்துக்கு போற பிள்ளக பெறத்தால கெட்டுபாட்டும் படிச்சு படிச்சுண்டு நடக்குதானாம். எமிச்சியாருக்க மொவனணி நெனச்சி நெஞ்சையும் மலத்துண்டு அவம் நடக்குத நடக்கு எனக்க செண்ட கைகொண்டு செள்ளையில ஒண்ணு கொள்ளக் கண்டு பாலையாவ போல ஓடுவான்."

"அது சரி! அப்பம் இவனுவளாக்கும் ஊர்ல புத்தங் களவு செற்று, என்னா?"

"ஐ, களவு மாத்திரமா, தாளந்தொறையில நடக்குத சர்வ தெம்மாடித்தனத்துக்கும் இந்த வடுவப் பயவளாக்கும் மூடு. படிச்சுட்டமணி ஒரு கெப்பறு. வலிய ஐஏசு படித்தமல்ல? அப்பம்மாரு ஏத்தினம் கரைய அடஞ்சா இத்துபோல அடதள்ளி குடுத்து சகாயிச்சுவோமணு கெடயாது. ஆபிசரு உத்தியோகம். கொல்லகு போறவளையும் கொளத்தில பெம்புளவளயும் சீலமாத்து தச்சிலயும் பெம்புளவளயும் உத்து பாக்குத சோலி. நாடாம் மாருக்க வாளத் தோட்டத்துல வாளக்குருத்துவள அரக்குத் தள்ளுதது, அவனுவ கவுட்டவேலி வச்சுண்டுபோற முள்ளுவள இளுத்து சாயபோட்டுண்டு குமிச்சு போட்டு கெடக்குத தேங்கவள களவாணுதது– கொஞ்சநஞ்சமில்ல காட்டுத கைக்கறுமங்க. பொளுது எளும்புனா பொளுது தாளுதவர அந்த மேக்கு கலுங்கில போயிருந்திகொண்டு வாறபோற பெம்பிளவள பரியாசடிச்சுதது. அதுக்கு இப்பம் தெம்மாடி கலுங்கணி பேரு பதிஞ்சியாச்சு. இந்த வடுவ கூட்டத்துக்கு சப்போட்டு வச்ச கமட்டியிலயும் அஞ்சாற எம்போக்கிவ காணும். நேத்தக்கு ராத்திரி அன்பையா நாடாருக்க டிம்போவ பிடிச்சி மேடக்கு பெறத்த போட்டு வச்சிருக்கி பாக்காட்டயா நீ? வல்ல காரியமும் உண்டா அவனுவளுக்க வண்டிய பிடிச்சு போடுததுக்கு! ஊரடிய இளுத்துடுததுக்குயானே? இப்பம் கமுட்டி கூட்டம் உண்டே காலத்தால. அங்க பாக்குலாம் அம்புடு ராமாவும்."

ஜெறோம் சாமியார் கோயில்ல காலப்பூச முடிஞ்சி தலவாசல் பத்தயிருந்த ஸாண்டுல முழங்கால்ல இருந்தி செவஞ் செஞ்சு கொண்டிருந்தாரு. வெளிய எறங்கி வரச்சில மேட காம்புவண்டு வாசல்ல காற கொண்டு பிடிச்சுண்டு நாலுபேரு நிண்ணுண்டிருந் தாவு. சாமியாரு அவங்கள தெளிய பாத்தாரு. 'வணக்கம் பாதறணி' நாலுவேரும் கும்புட்டாவு. அம்பையாவுக்க கூட ஒடவெள பஞ்சாயத்து பெரசண்டு தங்ககனி, பெறவு, பூமி பாதுகாப்பு சங்க தலைவரு தாணுலிங்கம், பின்ன சிவராம பெருமாளும் உண்டு.

"வணக்கம். வாங்க வாங்க, உள்ளால உக்கார்லாம்."

மேடகுள்ள போவி ஆப்பீசு றூம்புல சாமியும் நாலு வேரு மாட்டு சேறுவள்ள இருந்தாவு.

"பவுஸ்தீன், ஒரு நிமிஷம் வாங்க."

புவுஸ்தீனு குசுனியிலயிருந்தி வந்தி ஆப்பீசு பெறவாசல்ல எட்டு பாத்தான். சாமி எடதுகையை ஒயித்தி நாலுவெரல காட்டினாரு.

"எப்படி தலைவரே, பஞ்சாயத்து பணிகளெல்லாம் எப்படிப் போகுது? தாணுலிங்கம் சார், வெவசாயமெல்லாம் எப்படி போயிட்டிருக்கு? ஆமா, உங்க மூத்த பையனை எம்ஐடியில தான இஞ்சினியரிங் படிக்க அனுப்பியிருக்கீங்க, பையன் நல்லா பண்றானா? கேம்பஸ் ப்ளேஸ்மென்ட் ஆயிருக்குமே இப்போ?"

ஜெறோம் சாமியாரு எல்லா சாதி சனத்துட்டயும் காரியமா பளவுவாரு. அதுனால ஊருல ஒரு பெரச்சனைய தீக்கணு மணாலோ நல்லகாரியம் நடத்தணுமணாலோ கண்ணடச்சி முளிச்சுத தேரத்துக்குள்ள செஞ்சியாவும்.

குசுனியாளு தட்டுல நாலு கப்பு சாயாவுமாட்டு கொண்டு மேசயில வச்சாரு. ஜெறோம் சாமி சாயா காப்பி பளக்கங்கூட கெடயாது. சாமிமார்ல இவுரு ஆளு விசேசந்தான்.

"டீ சாப்பிடுங்க."

நாலுபேரும் சாயாவ எடுத்தி ஒரு உறும்பு குடுச்சால அம்பையா பராதிய வெளம்பினாரு.

"பாதர், நேத்து சாயங்காலம் ஒரு கலியாண விசேசத்துக்கு வேண்டி எள்ளுபோல வெள்ள மணலெடுக்கதுக்கு ஏம் வண்டியக் கடப்பெறத்துக்குக் கொண்டு வந்திருக்காவ. மணலள்ளச்சில இஞ்சவுள்ள எளம் செற்று அஞ்சாறு பையம்மாரு அவியள கண்டமானம் அறுத்து கடல்ல தாத்திப்புடுவம்னு வெரட்டி யிருக்காவ. இவரு மகம் ராகவந்தாம் டிறைவரு. அவனையும் கிளீனரு சாமிக்கண்ணையும் கைக்கெட்டு போட்டு கொண்டு வந்திருக்காவ. நல்ல நேரத்துக்கு நீங்களா ரெண்டு பையம்மாரை யும் காறு பிடிச்சு ராத்திரியோட ராத்திரியா வீடு சேத்திட்டிய. எனி வண்டிய என்ன எளவு செய்து வச்சிருக்கானுகளோ தெரியுவுல்ல. . ."

"கடக்கரையில மணல் எடுக்கிற பிரச்சினைல ரெண்டு மூணு வருசமா மாவட்டமே டென்ஷனாயிருக்கு. முன்னால யெல்லாம் கடக்கரக்காரங்க இதையெல்லாம் சட்டை பண்ண மாட்டாங்க. இப்ப அறிவியல் இயக்கம், தொண்டு இயக்கம்னு நெறயபேர் மக்களுக்கு வெவரங்கள் சொல்லிக்கொடுத்து எல்லாரும் உஷாரா இருக்காங்க. கடலரிப்புல போனவருஷம் மட்டுமே தாழந்துறையில ஒரு வரிசை வீடு இடிஞ்சு விழுந்திடிச்சு. இந்த மே– ஜூன்ல அடுத்த வரிசையில எத்தனை வீடு விழுமுன்னு எல்லாரும் பயந்துகிட்டிருக்காங்க. எள்ளுபோல எடுக்கிறோம்னு அன்பையா சொல்றீங்க. மேக்கு பக்கத்து மணல்தேரியெல்லாம்

லாறி, டிம்போக்கள்ள வந்துதான் வெட்டிக் கரைச்சாங்க. கடக்கரை ஆளுங்க தெளிவா சொல்றாங்க, மேக்குக் கரையில மண்ணெடுக்கறதுனாலதான் கடல் நீரோட்டத்தில தாழந்துறையில வீடுகள் கடல்ல போகுதுண்ணு."

"நீங்க என்ன பாதர் சொல்றிய? அதிசயமாட்டுல்லா இருக்குவு! ஒரு மனுசன் வீட்டு விசேசத்துக்கு எள்ளுபோல மணலெடுத்தா அந்தால ஊருக்க இருக்க வீடெல்லாம் இடிஞ்சு உளுந்திருவாங்கும்? கடப்பெறத்துகாரனுவளப் போலயல்லா நீங்களும் பேசுறிய!"

தாணுலிங்கம் ஆத்திரப்பட்டாரு.

"கோபப்படாதீங்க தலைவரே, நான் சொல்லவர்றத பொறுமையாக் கேளுங்க. எப்பவாவது ஒருத்தர் ஒரு டெம்போ மணல்னு இந்த மாதிரி விசேஷத்துக்கு எடுத்துகிட்டா ஒண்ணும் ஆகாதுதான். நீங்க இப்போ தாழந்துறை ரோடு வழியாத்தானே வந்தீங்க– ஏழெட்டு வருஷமா விசேஷங்களுக்கு நானும் இந்த ரோட்ல வந்துபோயிட்டிருக்கேன்– அந்த ரோட்டுக்குத் தெக்கே ஐந்து வருஷத்துக்கு முன்னால எவ்வளவு உயரத்துல தேரி இருந்ததுன்னு உங்களுக்கு ஞாபகம் இருக்கா? அடப்பஞ் செடியும் ராவணன்மீசயும் தாழமரங்களும் எவ்வளவு வளந்து நிண்ணது? ஒண்ணரை கிலோமீட்டர் நீளத்துக்கு இருந்த தேரி எல்லாம் எங்க போச்சு? ரோட்டுக்கு வடக்கே மொத்தமும் உங்க ஆட்களோட தென்னந்தோப்புகதான் இருக்கு. ரோடு கொஞ்சங்கொஞ்சமா உடஞ்சு நொறுங்கிக்கிட்டிருக்கு. தேரியும் ரோடும் போயிட்டதுன்னா அப்புறம் உங்க தோப்புகள மட்டும் கடல் விட்டுவைக்குமா? ஒவ்வொரு வருஷமும் இருபது முப்பது குடும்பங்கள் வீடு இடிஞ்சு சொந்தக்காரங்க வீடுகள்ள ஒண்டிக் கிட்டிருக்காங்க. வாயில்லாத ஜனங்க. அவுங்க பிழைப்புக்கு கடற்கரையை விட்டா வேற எங்கே போவாங்க? குடியிருப்புக் குன்னு உங்களைப்போல பரந்த மனசு உள்ளவங்க ஞாயமான ரேட்ல இரண்டோ நாலோ ஏக்கர் நிலம் தந்தீங்கன்னா சிங்கார வேலர் திட்டத்தில் அரசாங்கம் கொஞ்சம்பேருக்கு வீடு கட்டிக் கொடுக்கும். மணல் அள்ளுறது இரண்டு தரப்புக்கும் பிரச்சினை தான். இங்கே இருக்கிறவங்களுக்கு இப்போ பிரச்சினை, வடக்கே இருக்கிறவங்களுக்கு போகப்போக பிரச்சினை பெரிசாகும். உங்க ஊர் ஆட்களுக்கு இது புரியல்ல. தங்ககனி சார் என்ன, பேசாம இருக்கீங்க?"

"பாதர் சொல்லுகது கரெக்டாங்கும் தாணுலிங்கண்ணே. பாதர் பொதுவான ஞாயத்ததான சொல்லுரிய. எல்லாருமா கூடி இதுக்கு நல்ல முடிவா எடுக்கணும்... ஆனா சின்ன விசயத்

துக்கும் தானமானமில்லாம அறுத்துத் தள்ளுகதும் ஆளுகளக் கையகாலகட்டி இளுத்துட்டுப் போரதும் கடல்ல தாத்திப் புடுவம்னு மெரட்டுகதும் எல்லாம் சரியில்ல. எல்லா நேரமும் ஒண்ணுபோல இராது பாதர். எள்ளுபோல என்னதாவது கெடச் சிற்றா மதக்கலவரத்த உண்டாக்கீர்லாம்னு எங்க ஊருகள்ளயும் காவியும் உடுத்துக்கிட்டு செலவனுவ அலையுகானுவ, நான் உள்ளதச் சொல்லீருகேன். மண்டைக்காட்டு மண்டயிடி இன்னுந் தீரல்ல எளவு. . ."

"இப்ப நம்ம பிரச்சனைக்கு என்ன பண்ணலாம், அதச் சொல்லுங்க பாதர்."

அன்பையா விசியத்துல கெவனமா இருந்தாரு.

"பிரச்சினைய பேசி முடிச்சுருவோம். கடக்கரையில மணல் எடுக்கக்கூடாதுன்னு தாழந்துறை பஞ்சாயத்து பிரசிடண்டு பக்கத்து பஞ்சாயத்துக்கு ஆறுமாசத்துக்கு முன்னாலேயே கம்ப்ளெயின்ட் தந்திருக்காங்கள்ள தங்கக்கனி சார்? பழையதை யெல்லாம் விட்டுடுங்க, இந்த ஆறு மாதத்துல எவ்வளவோ சம்பவங்கள்– பெரிய சண்டையா வரவேண்டியது– சறுகிச் சறுகிப் போவுகுது... உங்க ஊர்ல ஒரு தீர்மானம் எடுத்தீங் கன்னா அதுக்கப்புறம் யாரும் மணல் எடுக்க வரமாட்டாங்கள்ல? அதைமீறி வாராங்கன்னா நாம போலீசுல புகார் குடுக்கலாம். தாணுலிங்கம் சார், நீங்களும் கொஞ்சம் மனசு வைக்கணும். தோப்புகள்ள தேங்காய் திருட்டு போகுதுன்னு நீங்க கம்ப்ளெயிண்ட் குடுத்தீங்க, இப்போ திருட்டு குறைஞ்சிருக்கில்ல?"

சாமி மடிய கணக்காட்டு காட்டி வளச்சாரு. தாணுலிங்கத் துக்க மனசு குளுந்தியாச்சு.

"பாதர் ஒங்ககிட்ட எப்பவும் எங்களுக்கு மரியாதை உண்டும். நீங்க ஒரு வார்த்த சொல்லிற்றா இந்த ஆளுக வேதம்போல மதிப்பாவ. அதுனாலதானே எண்ணைக்கும் தைரியமா எங்க எடங்கணக்கா உங்களத் தேடி வாறம்?"

"அப்போ, அன்பையா, டிரைவரை அனுப்பி டெம்போவை எடுத்துட்டு போயிடுங்க. காலைல பத்துமணிக்கு கமிற்றி கூட்டம்னு சொல்லியிருக்கேன். நானும் ரெடியாகணும். தங்ககனி சார், தாணுலிங்கம் சார், மணல் பிரச்சினையை லைட்டா எடுத்துகிடாதீங்க. இப்போ அணைபோட்டா பிரச்சினை பெரிசாகாம பாத்துக்கலாம். . ."

"ஆட்டும் பாதர். நாங்க ஊர்ல பேசீருகோம். ரொம்ப நன்றி பாதர், நாங்க போயிட்டு வாறம்."

தங்ககனி எளும்பினதோட மத்தவங்களும் கும்பிட்டுண்டு பெறப்பிட்டாவு.

ஊர்க் கமுட்டி காலத்த பதினொரு மணிப்போல சாமிக்க மேடையில கூடுச்சு. ஊர் விளயில இந்த வருசத்துக்கு தேங்க பாட்டம் உடுததும் கீளத்தெருவுல செவஸ்தியாரு குருசடிய இடிச்சு கெட்டுத விசியமாட்டும் பேசுத அய்டியாவுல இருந்தாரு ஜெறோம் சாமியாரு. கீளா ஊருக்கு வெலங்க வளிஞ்சுகெடந்த ரசங்கள்ளனுக்க பேரனுக்க வலய இருக்கந்தொறகாறங் கொத்தி வுட்ட பிரச்சனயில அங்கவுள்ள பங்குசாமி எளுத்து குடுத்துட்டம் பெறவுதான் என்னத்தயும் செய்யமுடியும். டிம்போவையும் ஆளுவளயும் பிடிச்சுண்டு வந்த விசியத்த சமாதானம்மாட்டு முடிச்சிருக்கதையும் கூட்டத்துல சொல்லணும். கூட்டத்துக்கு கமிட்டி ஆளுவள தேடுபோன மெலிஞ்சியாரு, வஸ்தியாம் பிள்ள மாத்திரம் தொளிலுக்கு கௌக்க போயிருக்கணி சென்னாரு. கூட்டம் தொடங்கி வஸ்து பாட்டம் விசியத்த சாமி பேசிண்டிருக்கச் சில, உபதலைவரு பிறாஞ்சீசு குறுக்க கொண்டு போட்டாரு டிம்போவுக்க ஞாயத்த.

“மறுசாதிக்காறனுக்க டிம்போவ பிடிச்சு போட்டிருக்கி. கலவரம் வரப்போறணி ஊரு கலஞ்சி நிக்கி. அந்த ஞாயத்த மொதல்ல பேசணும். ஊருல அஞ்சாற எம்போக்கி பயலுவ சேந்தி காரியம் நடத்தணுமணாங்கி கமுட்டிகாறம்மாரு இங்க நாவிய சோலிக்கா இருக்கமாம்? வூடுங் குடியுமா இந்த ஊர்ல சனங்க சீவிச்சாண்டாமா? இதுக்கொரு முடிவு தெரியணும் இப்பம்... வண்டிய புடுச்சுண்டு வந்த அஞ்சுவேருக்கும் பைனடிச் சாட்டா சேலுகேடாவும்.”

சாமியாரு கமுட்டி காரிஸ்தன் மனுவலயும் சைவறயும் மாறிமாறி பாத்தாரு. மனுவலு பீக்கெளுதுக்க மாமிக்க மொவன். சாதா வர்த்தமானஞ் செல்லும்பமே நாக்கக் கடிச்சு துப்புத சைசிலயாஞ் செல்லுதது. பல்ல இறுக்கிவச்சுகொண்டு ஆளு மேடக்க பெறத்த இருப்பு. சைவறு பனித்தாசனுக்க பெரியா. எரயெடுக்க தேரமா செல்லும்? இந்த மாயிரி தேரத்துல ஞாயஞ் செல்லி அடிவெலக்குட ஜாண்சன் சாருயாம் உண்டு. சாமியாரு ஜாண்சன் சாருக்க மொகத்தப் பாத்தாரு.

“தலைவரே, கொஞ்சம் சமாதானப்படுங்க. பேசித் தீக்குறதுக்குத் தானே கமிட்டி கூடியிருக்கு. பாட்டம் விசயத்த பேசிமுடிச் சிட்டு பேசலாமே இந்த பிரச்சினய...”

ஜாண்சன் சாரு வேளத்த செல்லி முடிச்சுததுக்கு பொறுக்காம சைவறு எளும்புட்டாரு. மேடக்கு வெளிய கூடுநிக்குத கூட்டத்துக்கு கேக்கட்டணு கொலவபோட்டு பேசினாரு.

“குடும்ப பெலத்தக் காணிச்சி இங்க ஒருத்தனும் சட்டம்பி ஆவுலாமெணு பாக்காண்டாம். டிம்போ ஞாயத்த மொதல்ல பேசுததுக்கு இங்க யாருக்கும் பேடி இல்ல. வெளிய இருந்தி தீக்கொளுத்துத செலயவனுவளுக்க பெறத்தால நடக்குததுக்கு இங்க எச்சிப்பட்டிவ ஒண்ணும் இல்ல.”

சைவறுக்க செத்தங் கேட்டால வெளியநிண்ண கூட்டத்தில பேப்பெளும்பி வாறதமாயிரி ஒரு எரப்பு. பெறத்த கூட்டத்தில ஒண்ணானா நிண்ணது மிக்கேலடும. தீக்கொளுத்திக பெறத்தால நடந்தி எடயும்மொறயும் சாராயம் வாங்கி குடுச்சுத பார்ட்டி.

“பெலயாடி மக்கா, இந்த ஞாயம் மட்டும் தீந்தியாவட்டு, நான் அஞ்சு வண்டிய ஏப்புல போவி புடுச்சு போடுதேன். தவப்பனுக்கு பெறந்தவன் உண்டணா என்னச் செறுத்து பாரு!”

தீக்கொளுத்தியாரு மிக்கேலடுமக்கு ஊணிவச்சு குடுத்த மருந்து வேல செஞ்சது. கமுட்டியில இருந்த பிறாஞ்சீசு கணவ வெட்டியிளுக்குததப்போல எட்டி புடுச்சுகொண்டாரு.

“அன்னா செல்லுதாங் கேளு ஞாயத்த. ஒவ்வொருத்தனும் மறுசாதிவளுக்க வஸ்துவளயும் வாகனத்தையும் நாசம் பண்ணட்டு, கமுட்டிகாறம்மாரு அவனுவள கும்புட்டுண்டு வாயபொத் துண்டு நொளயனபோல இருக்கணும் இல்லயா?”

“பலவறஓளி பட்டணி கெடந்த ஞாயமல்ல நடக்கி? அல, ஏப்புல ஒருத்தனையும் மண்ணள்ள உடப்பாதணி கமுட்டியில இவுனுவ தீருமானமும் போடுவானுவளாம், மண்ணள்ளுன ஆளயும் வண்டியயும் புடுச்சி ஊர்ல கொண்டு வாற மக்களுக்கு அவராதமும் போடுவானுவளாம்! கொள்ளாமா கத?”

பல்ல இறுக்குண்டு மனுவலு உறுமினாரு. டிம்போவ புடுச்சுண்டு வந்த எளந்தாரிவளும் குடும்பகாறம்மாருமாட்டு கூட்டத்தோட நிண்ணாவு. கூட்டம் கலஞ்சியாச்சு அதுக்குள்ள.

“அல, டிம்போவ புடுச்சுண்டு வந்ததுக்கு பைனாமே, அத ஒடச்சு தவுத்து போட்டா என்ன மயிரு வாறணு பாக்கட்டு. . .”

செல்லத்தொரக்க மச்சான் பூந்தொறகாறன் மேட காம்பு வண்டுக்கு வெளிய எட்டிச்சாடி ஓடினான். பெறத்தால எளந்தாரி செற்றுவ ஓடுபோச்சு. ஒவ்வொருத்தனுவளும் றோடுலயிருந்தி கல்லுவள பெறக்கி டெம்போவுல எறஞ்சானுவ. முன்னயும் சைடுலயும் உள்ள கண்ணாடிவளக்க சில்லுசில்லா ஒடஞ்சி உளுந்தது. பெறத்தால ஓடுவந்த மிக்கேலடும பூந்தொறகாறனுக்க நெட்டி பாத்து போட்டாம் ஒரு அடி. பூந்தொறகாறன் உட்டுண்டு தேடுத சைசா, மிக்கேலடுமக்க நெஞ்சடக்கி கைய மடக்கி

வச்சாம் ஒரு குத்து! பீக்கெளுதும் பெப்ளானும் பனித்தாசனும் மிக்கேலடுமய இன்னா சூந்தியாச்சு. இருந்தா சமுட்டு, நிண்ணா அடி. காலத்தால தீக்கொளுத்தியண்ட உள்ள மொத்த தேச்சியத் தையும் தீத்தானுவ பயக்க. அடியுங்கொலவயுமா சனமக்க கூடு கெடக்கி றோட்டுல. கமட்டி ஆளுவ மேட காம்பவுண்டுக பெறத்த வந்தி பாத்தா பிசறுகொண்ட அடி நடக்கி. அடிய வெலக்குலா மேணு சேலுபாக்காம மரம் எளக்குத சைசுல பிறாஞ்சீசு கூட்டத்துக்குள்ள போச்சா, அவருக்கும் சேலா ஆம்புட்டது அஞ்சாற. கம்பா தெறச்சு போறணி சாமியாருக்கும் ஜாண்சன் சாருக்கும் மனசிலாவியாச்சு. மேடயில ஓடுபோவி சுசீந்திரம் போலீஸ் ஸ்டேசனுக்கு போணடிச்சாரு சாமியாரு.

போலீசு வண்டி ஊர்ல வரும்ப வேளா பட்ட கடலு வெறுங் கடலு போல கெடக்கி ஊரு. ஒரு குஞ்சு குறுமாவ வெளிவெட்டத் துல காணேல. கண்ணாடி ஒடஞ்ச டிம்போவும் கமுட்டி ஆளுவ அஞ்சாறவேருந்தாம் மிச்சம். போலீசுகாரம்மாரு கேசு எளுது கொண்டு, சாமியண்ட டிம்போ சாவிய வாங்கி டிம்போவ டேசன்ல கொண்டு போனானுவ.

அடுத்தநாளு வேளம் வாறு, போலீசு ரண்டு கேசு போட்டுருக்காம். நாடாம்மார கடல்ல தாத்த போனாணி ஒரு கேசாம், பின்ன டிம்போவ கடத்திகொண்டு போவி ஒடச்சி தவுத்து போட்டாணி ஒரு கேசாம். இரண்டாவது கேசுல ஒண்ணாம் பிறுதி யாரணி தெரியுமா? ஜாண்சன் சாரு. பாவப்பட்ட மனுசனுக்க பெண்டாடி மக்களுக்க கஞ்சியில மண்ணுவுளுந்தது. டிம்போவ புடுச்சுண்டு வந்த அஞ்சு எளந்தாரிபயவளும் பக்கியபோல றாஞ்சுட்டானுவ. எந்த ராச்சியத்துல போயி ஒளிச்சு கெடக்கானுவளணி துப்பில்ல. பூந்தொறக்காறன் ராத்திரி ராமானம் வல்லார்பாடத்தில தொளிலுக்கு ஓடியாச்சு. ஜெறோம் சாமியார அரமனயில வுளிச்சாணி அவரு பெட்டியும் எடுத்துண்டு பெருக்குட்டாரு. போலீசுவ வேன்ல வந்து எறங்கி பாறா போட்டு கெடக்கான். கண்டாத் தெரியுத ஆளுவளத் தெரக்கி ஊரக் கலச்சி புள்ளி புடுச்சுதானாம்.

தீக்கொளுத்தியாரு டீசன்றாட்டு மத்தியான சோறும் தின்னுகொண்டு ஒத்த வேட்டிய மேக்கச்ச கெட்டுண்டு படிப் பெரயில கடலப்பாத்தி ஈசி சேறுல சுருட்டும் வலிச்சுண்டு கெடக்காரு. ■

வட்டார வழக்குகள்

ஏப்பு	:	(கடற்கரை) மணல்மேடு
கூடுதாத்தி	:	(கடலில் மீனுக்கு) பொறிவைத்து

பிடியாம்புடேல : அகப்படவில்லை
பெருக்குட்டானுவ : தப்பியோடி விட்டனர்
அனங்குதவுள்ள : வாய் திறக்க மாட்டேன் என்கிறீர்கள்
எடுத்தடிச்சாத கடச்சேலு : அலைகளில்லாத கடல் சேல்
ஓமல்ல : பனையோலைக் கடகம்
ஓயிக்க : மேட்டில்
மூப்பிலுவ : வயோதிகர்கள்
மச்சங்கள : மீன்களை
கீக்கண்ணு : கடைக்கண்
கறிவளத்துண்டு : உடம்பை வளர்த்துக்கொண்டு
ஞாயவாளி : நீதிமான்
சொக்காறன் : உறவுக்காரன்
உயிரகாறன் : (மாற்றுச்சாதி) குடும்ப நண்பர்
முள்ளு முறிஞ்சி போவும் : முதுகு நாண் ஒடிந்துவிடும்
கிறாத்துல : ஹராத்தில் (தவறான பிறப்பு)
எத்தி பௌச்ச : ஏய்த்துப் பிழைத்த
மெலிஞ்சி : கோயிலில் மணியடிப்பவர்
முத்தியில : பழைய காலத்தில்
கலிக்கியானம் : மொழிப்புலமை
செண்டகை : இடதுகை
பெரியா : பெரியப்பா (=பெரிய ஐயா)
எடயும் மொறயும் : அவ்வப்போது/இடையிடையே
சூந்தியாச்சு : சூழ்ந்தாயிற்று
காலத்தால : காலையில்
தேச்சியத்தை : கோபத்தை
கம்பா தெறச்சு போறணி : வடம் அறுந்து போகிறது என்று (நிலைமை கைவிட்டுப் போகிறது)
குஞ்சு குறுமாவ : குழந்தைகள், சிறுவர்களை
வேளம் வாறு : செய்தி வருகிறது
ராத்திரி ராமானம் : இரவோடு இரவாக
மேக்கச்ச : மார்க்கச்சை

ஆசிரியரின் நூல்கள்

1. குமரிக் கடற்கரை நீர்வளங்கள்: கி.பி. 2000 ஆண்டில் வாய்ப்புகள் (தொகுப்பு). கோட்டார் சமூக சேவை நிறுவனம், 2000.
2. Water Resources of the Southwest Coast: Prospects for Millenniem 2000 (Ed.). செயின்ட் ஜூட்ஸ் கல்லூரி, 2000.
3. டிசம்பர் வடுக்கள். தமிழ்நாடு மீன் தொழிலாளர் யூனியன், 2005.
4. நெய்தல் சுவடுகள். தமிழ்நாடு மீன் தொழிலாளர் யூனியன், 2005.
5. பேரலைக்கு அப்பால். தமிழ்நாடு மீன் தொழிலாளர் யூனியன், 2006.
6. ஆழிப் பேரிடருக்குப் பின் (தொகுப்பு). காலச்சுவடு, 2006.
7. அணியம். (தமிழினி, 2007), நெய்தல் வெளி, 2011.
8. The Catastrophe and After (Post Tsunami Coastal Concerns). நியூ செஞ்சுரி புத்தகப் பண்ணை, 2008.
9. என்னைத் தீண்டிய கடல். காலச்சுவடு, 2009.
10. மீன்வள மசோதா (2009), அடித்தள மக்கள் நோக்கில். மணிமொழி பதிப்பகம், 2010.
11. முக்குவர்: வரலாறு, வாழ்வியல், எதிர்காலம் (தொகுப்பு). நெய்தல் வெளி, 2010.
12. மீனவ முன்னோடி லூர்தம்மாள் சைமன் (தொகுப்பு). நெய்தல் வெளி, 2010.
13. விளிம்பு, மையம், மொழி (தொகுப்பு). ஆழி–நெய்தல் வெளி, 2011.
14. கொந்தளிக்கும் கடல்– ஜோ டி குரூஸ் படைப்புலகம் (தொகுப்பு). ஆழி–நெய்தல் வெளி, 2011.
15. கரைக்கு வராத மீனவத் துயரம். நெய்தல் வெளி–உயிர் எழுத்து, 2013.
16. ரௌத்ரம் பழகு. நெய்தல் வெளி, 2012.
17. எக்கர் (வேதசகாயகுமாரின் நெய்தல் பதிவுகள்) (தொகுப்பு). நெய்தல் வெளி–உயிர் எழுத்து, 2013.
18. காலடியில் கண்ணிவெடி (நூல் விமர்சனக் கட்டுரைகள்). நெய்தல் வெளி, 2012.
19. காயீன்களின் தேசம். நெய்தல் வெளி, 2013.

20. சூஜா நகரம் (கவிதைத் தொகுப்பு). நெய்தல் வெளி, 2012.
21. அந்நியப்படும் கடல். கீழைக்காற்று, 2012.
22. கடலின் தொப்புள் கொடி (தொகுப்பு). நெய்தல் வெளி– உயிர் எழுத்து, 2013.
23. எரியும் கடல், பதறும் கரை! நெய்தல் வெளி, தாமஸ்–ஃப்ளோரி அறக்கட்டளை. 2014.
24. மாரியா (The Surf). இருமொழி வெளியீடு. நெய்தல் வெளி, லெராய் வில்சன் ஃபவுண்டேஷன். 2013.
25. வர்ளக்கெட்டு (சிறுகதைத் தொகுப்பு) எதிர் வெளியீடு 2014.
26. தொண்டி குறிப்புகள். நெய்தல் வெளி, லெராய் வில்சன் ஃபவுண்டேஷன் & மீனவர் கல்வி வளர்ச்சி அமைப்பு. 2014.
27. மன்னார் கண்ணீர்க் கடல் (இராமேசுவரத் தீவு மீனவர்கள்) தடாகம். 2014.
28. நெத்திலிக் கருவாட்டின் வாசனை (திறனாய்வுக் கட்டுரைகள்). உயிர் எழுத்து. 2014.
29. பழவேற்காடு முதல் நீரோடி வரை. தமிழகக் கடற்கரை – சுனாமிக்குப் பின் 10 ஆண்டுகள். எதிர் வெளியீடு. 2014.

மொழிபெயர்ப்பு

30. நினைவலைகள் (சுய வரலாற்று நாவல்). பால் தாமஸ். நெய்தல் வெளி & தாமஸ்–ஃப்ளோரி ஃபவுண்டேஷன் 2013.